இஸ்லாமியத் தத்துவ இயல்

ராகுல் சாங்கிருத்யாயன்

தமிழாக்கம்:
ஏ.ஜி. எத்திராஜுலு

நியூ செஞ்சுரி புக் ஹவுஸ் (பி) லிட்.,
41-பி, சிட்கோ இண்டஸ்டிரியல் எஸ்டேட்,
அம்பத்தூர், சென்னை- 600 098.
☎: 044 - 26251968, 26258410, 48601884

Language: Tamil
Islamiya Thathuva Iyal
Author: **Rahul Sankrityayan**
Translation: **A.G. Ethirajulu**
First Edition: August, 1985
Third Edition: November, 2017
Fourth Edition: September, 2018
Copyright: Publisher
No. of pages: vi + 200 = 206
Publisher:
New Century Book House Pvt. Ltd.,
41-B, SIDCO Industrial Estate,
Ambattur, Chennai - 600 098.
Tamilnadu State, India.
email : info@ncbh.in
Online:www.ncbhpublisher.in

ISBN: 978 - 81 - 2340 - 774 - 6
Code No. A 025
₹ 170/-

Branches

Ambattur (H.O.) 044 - 26359906, **Spenzer Plaza (Chennai)** 044-28490027
Trichy 0431-2700885 **Pudukkottai** 04322- 227773 **Tanjore** 04362-231371
Tirunelveli 0462- 2323990, 4210990, **Madurai** 0452 2344106, 4374106
Dindigul 0451-2432172 **Coimbatore** 0422-2380554 **Erode** 0424-2256667
Salem 0427-2450817 **Hosur** 04344-245726 **Krishnagiri** 0434-3234387
Ooty 0423 2441743 **Vellore** 0416-2234495 **Villupuram** 04146-227800
Pondicherry 0413-2280101 **Thiruvannamalai** 04175-223449

இஸ்லாமியத் தத்துவ இயல்
ஆசிரியர்: **ராகுல் சாங்கிருத்யாயன்**
தமிழாக்கம்: **ஏ.ஜி.எத்திராஜுலு**
முதல் பதிப்பு: ஆகஸ்ட், 1985
மூன்றாம் பதிப்பு: நவம்பர், 2017
நான்காம் பதிப்பு: செப்டம்பர், 2018

அச்சிட்டோர்: **பாவை பிரிண்டர்ஸ் (பி) லிட்.,**
16 (142), ஜானி ஜான் கான் சாலை, இராயப்பேட்டை, சென்னை - 14
☎ : 044-28482441

All rights reserved. No part of this book may be reprinted or reproduced or utilised in any form or by any electronic, mechanical, or other means, now known or hereafter invented, including photocopying and recording, or in any information storage or retrieval system, without permission in writing from the publishers.

பதிப்புரை

ராகுல் சாங்கிருத்யாயன் இந்தியத் தத்துவச் சிந்தனையாளர்களில் மிக முக்கியமானவராவார். இந்திய அளவிலான நாளிதழ்கள், வார, மாத இதழ்களில் வெளியான அவரது கட்டுரைகள் மேலதிக கவனத்தைப் பெற்றதோடு இன்றளவும் வரலாற்று முக்கியத்துவம் வாய்ந்தவையாக விளங்குகின்றன.

தன் வாழ்நாளின் பெரும்பகுதியை இந்தியா முழுமையும் மற்றும் பெரும்பாலான உலகநாடுகளுக்கும் பயணம் மேற்கொண்டு பெற்ற அனுபவங்களால் தாம் எழுதிய நூற்களால் அறிவுலகில் தனக்கான தடத்தைத் திறம்பட நிறுவிக்கொண்டவர்.

மனித இனம், மனித சமூகம், உலக வரலாறு, தத்துவங்கள், சமயங்கள் குறித்து ஏராளமான நூல்களைப் படைத்துள்ள இவர், 'இஸ்லாமியத் தத்துவ இயல்' என்னும் இந்நூலில் நபிகள் நாயகத்தின் வாழ்க்கை வரலாற்றிலிருந்து தொடங்கி இஸ்லாமிய மார்க்கம் பரந்துவிரிந்த தகவல்களைப் பதிவு செய்துள்ளார். இஸ்லாமில் கருத்து வேற்றுமைகள், இஸ்லாமிலுள்ள தத்துவப் பிரிவுகள், கிழக்கத்திய இஸ்லாமியத் தத்துவ அறிஞர்கள், ஸ்பெயினின் இஸ்லாமியத் தத்துவ அறிஞர்கள் போன்றவற்றைப் பற்றி விரிவாகவும் விளக்கமாகவும் நூலில் இடம்பெற்றுள்ளன. இறுதி அத்தியாயத்தில் 'ஐரோப்பாவில் தத்துவப்போர்' என்ற கட்டுரை அரிதானதும் மிகச்சிறப்பானதுமாகும். இஸ்லாம் மார்க்கத் தத்துவார்த்த சிந்தனைகளுடன் சேர்த்து அதில் நிலவிய மாறுபட்ட கருத்துகளையும் பற்றி முழுமையாகப் புரிந்துகொள்ள இந்நூல் துணை நிற்கிறது.

தமிழ், தெலுங்கு, இந்தி ஆகிய மொழிகளில் வல்லுனராக விளங்கிய ஏ.ஜி.எத்திராஜுலு அவர்கள் இந்நூலை இந்தியிலிருந்து தமிழுக்குத்

தருவித்துள்ளார். வாசகர்களுக்கு எளியமுறையில் இந்நூலை உவந்தளித்துள்ள அவரது புலமையையும் எழுத்தாற்றலும் போற்றுதலுக் குரியது.

இந்நூலின் முதற்பதிப்பு என்சிபிஎச் வெளியீடாக 1985ம் ஆண்டு வெளியானது. 2003ம் ஆண்டில் இரண்டாம் பதிப்பு வெளிவந்தது. தத்துவார்த்தச் சிந்தனைகளில் தேக்கம் ஏற்பட்டுள்ள இன்றைய சூழலில் இந்நூலின் காலஅவசியத்தைக் கருத்தில்கொண்டு தற்போது புதிய வடிவமைப்பில் மீள்பதிப்பு செய்யப்படுகிறது.

- பதிப்பகத்தார்

பொருளடக்கம்

1. முகமது நபிகளும் இஸ்லாமின் வெற்றியும்
    1. இஸ்லாம் — 1
2. தத்துவ இயலின் முத்திரையும் இஸ்லாமில் கருத்து வேற்றுமையும்
    1. இஸ்லாமில் கருத்து வேற்றுமை — 14
    2. இஸ்லாம் தத்துவப் பிரிவுகள் — 17
3. கிழக்கத்திய இஸ்லாமியத் தத்துவ அறிஞர்கள் (1) — 28
4. கிழக்கத்திய இஸ்லாமியத் தத்துவ அறிஞர்கள் (2) — 42
    1. அபூயாகூப் கீந்தி — 43
    2. ஃபாராபி — 49
    3. பூவலி மஸ்கவியா — 60
    4. பூவலி ஸீனா — 64
    5. அல்பெரூனி — 72
5. மதவாதத் தத்துவ அறிஞர்கள் — 73
    1. கஜாலி — 93
6. ஸ்பெயினின் இஸ்லாமியத் தத்துவ அறிஞர்கள்
    1. ஸ்பெயினின் மத, சமூக நிலைமை — 115
    2. ஸ்பானிஷ் தத்துவ அறிஞர்கள் — 123
    3. யூதத் தத்துவ அறிஞர்கள் — 165
    4. இப்ன கல்தூன் — 168
7. ஐரோப்பாவுக்கு இஸ்லாமியத் தத்துவ அறிஞர்கள் ஆற்றிய பணி
    1. மொழிபெயர்ப்பாளரும், எழுத்தாளரும் — 178
8. ஐரோப்பாவில் தத்துவப் போர்
    1. ஸ்கோலாஸ்டிக் — 184
    2. இஸ்லாமியத் தத்துவ இயலும் கிருத்துவ மதத் தலைமையும் — 187
    3. இஸ்லாமியத் தத்துவமும், பல்கலைக்கழகங்களும் — 195
    4. ஐரோப்பாவில் இஸ்லாமியத் தத்துவ இயலின் முடிவு — 198

அத்தியாயம் ஒன்று

முகமது நபிகளும் இஸ்லாமின் வெற்றியும்

1. இஸ்லாம்

கி.பி. ஆறாம் நூற்றாண்டில் இந்தியாவில் மிகவும் சக்தி படைத்த குப்தப் பேரரசு அழிந்து, சிறிய சிறிய ராஜ்ஜியங்கள் நிலைபெறத் துவங்கின; ஆனால் நாடு பூரணமாகச் சிதறிப்போய் விடவில்லை; மேலும் நூறாண்டுகளுக்குப் பின்னர் அது நடைபெற்றது. குப்தர்களுக்குப் பிறகு மவுரியரும், அவர்களுக்குப் பிறகு ஹர்ஷவர்த்தனரும் வட இந்தியாவில் ஒரு மாபெரும் வலுவுள்ள பேரரசை நிர்வகித்தனர். இஸ்லாமிய மதத்தை நிறுவிய நபிகள் நாயகம் முகம்மது தமது மதத்தைப் பிரச்சாரம் செய்து கொண்டிருந்தபோது இந்தியாவை ஆண்டு கொண்டிருந்தார். தத்துவ இயல் துறையில் பவுத்தத் தத்துவ அறிஞர் தர்மகீர்த்தி ஒளிவிட்டுப் பிரகாசித்துக் கொண்டிருந்தார்.

ஆறாம் நூற்றாண்டு அரேபியா, அண்மைக் காலத்திய அரேபியாவைப் போலவே, சிறு சிறு சுதந்திர மக்கள் கூட்டங்களாகப் பிரிந்திருந்தது. அந்தக் காலத்தில் செம்மறியாடுகளையும், ஒட்டகங்களையும் மேய்ப்பதும், ஒருவர் மற்றவரைக் கொள்ளையடிப்பதும் அரேபியர்களின் 'சட்டபூர்வ' தொழில்களாக இருந்தன. முதல் உலகப் போருக்குப் பின்னர் (1914-18) இப்னசவூதின் ஆட்சிக் காலத்தில் இந்தச் சிறு சிறு மக்கள் இனங்களின் கொடுங்கோல்தன்மை அரேபியாவின் பல பகுதிகளில் பெரும்பாலும் குறைக்கப்பட்டது. நபிகள் நாயகம் காலத்தில் அரேபியாவின் சில பகுதிகளிலும், செங்கடலைத் தாண்டி அபிசீனியாவிலும் கிருஸ்துவர்களின் ஆட்சி நடந்து வந்தது. அதற்கு மேலிருந்த எகிப்து ரோமானியர் ஆட்சிக்குட்பட்டிருந்தது. வடக்கில் சிரியா (டமாஸ்கஸ்) முதலியவை ரோமன் கைஸரின் அதிகாரத்தில் இருந்தது. ரோமன் கைஸரின் தலைநகர் பிஜந்தியும் குஸ்துந்துனியா (இன்றைய இஸ்தான்புல்)வாகும். கிழக்கில் மெஸப்படோமியாவையும் (ஈராக்கையும்), ஈரானையும் ஸாஸானி (பாரசீக) சக்ரவர்த்தி

ஆண்டு வந்தார். ஊர் சுற்றி இனத்தினர் வாழ்ந்து வந்த பாலைவனப்பகுதி அரேபியாவாகும். அதன் மேற்குத் திசையிலிருந்த மக்காவும் (பக்காவும்), யஸ்ரிபும் (மதீனாவும்) வியாபாரப் பாதையில் அமைந் திருந்ததால், முக்கிய நகரங்களாக இருந்தன. யூத வணிகர்களாலும், வியாபாரத்தாலும் யஸ்ரிப் பிரதான நகரமாகத் திகழ்ந்து வந்தது. ஆனால் மக்கா அனைத்து அராபியரின் மாபெரும் புண்ணியத் தலமாக விளங்கி வந்தது. போர்க் குணம் படைத்த அராபியரும் ஆண்டுக்கொரு முறை ஆயுதங்களைத் துறந்து, உண்ணா நோன்பிருந்து பக்தி சிரத்தை களுடன் கடவுளைத் தொழ, மக்காவிற்கு வந்து கொண்டிருந்தனர். அப்பொழுது மக்காவில் ஒரு மாதம் முழுவதும் வணிகச் சந்தையும் நடந்து வந்தது.

1. நபிகள் நாயகம்

(1) வாழ்க்கை: அரேபியரின் தலைசிறந்த புண்ணியத்தலமாக மக்காவில் 'காபா' ஆலயம் இருந்ததால், அங்குள்ள பூசாரிகளுக்கு மிக அதிகமான வருவாய் கிடைத்து வந்தது மட்டுமல்லாமல், அவர்கள் அராபிய இனத்திலும், பண்பாட்டிலும் மிக உன்னத இடம் பெற்றிருந்தனர். கி.பி. 570-ல் மக்காவில் ஒரு பூசாரிக் குடும்பமான 'குரைஷ்' வம்சத்தில் நபிகள் முகம்மது பிறந்தார். அவருடைய தாய் - தந்தையர் சிறு வயதிலேயே காலமாகி விட்டதால், தாத்தாவும் சித்தப்பாவும் சிறுவனை வளர்த்துப் பெரியவனாக்கினர்.

மக்காவைச் சேர்ந்த பூசாரிகள் தமது தொழிலுடன் கூடவே, வியாபாரமும் செய்து வந்தனர். ஒருமுறை அவருடைய சித்தப்பா அபூதாலிப் வியாபாரத்துக்காக தாய்லாந்து நாட்டுக்குப் பயணமாகிக் கொண்டிருந்தபோது, முகமது நானும் கூட வருவேன் என்று ஒட்டகத்தின் மூக்கணாங்கயிற்றைப் பிடித்துக் கொண்டு அடம் செய்தார். கடைசியில் சித்தப்பா அவரைத் தன்னுடன் அழைத்துச் செல்ல நேர்ந்தது. இவ்விதம் அவர் சிறு வயதிலேயே, இஸ்லாம் மதத்தை நிறுவுவதற்கு முன்பே அருகிலுள்ள நாடுகளையும், அவற்றின் வளமான பகுதிகளையும், பாலைவனங்களையும், அங்குள்ள மத சம்பந்தமான பழக்க வழக்கங்களையும் பார்த்து அறிந்திருந்தார். வாலிபரான பிறகு அவருடைய வியாபாரத் திறமையைக் கேட்டு, அவரது வருங்கால மனைவியும் மக்காவின் பணக்கார விதவையுமான கதீஜா, முகமதுவைத் தமது வணிகக் குழுவுக்குத் தலைவராக்கி வியாபாரத்துக்கு அனுப்பி வைத்தார். நபிகள் நாயகம் தமது வாழ்நாள் முழுதும் படிப்பு வாசனை இல்லாமலேயே இருந்தாரென்பது விவாதத்திற்குரிய விஷயமாகும். ஏனெனில், ஒரு பெரிய வணிகக் குழுவுக்குத் தலைவராக இருந்து, கல்வியில்லாமல் இருந்தால், பெரும் நஷ்டங்களை ஏற்க வேண்டி

வரும். ஒருவேளை அவர் கல்வியற்றவராக இருந்திருந்தாலும், அறிவற்றவர் மட்டுமல்ல. வாலிபரான முகமது சிறந்த அறிவாளி யென்பதில் ஐயமில்லை. அவர் தனது அறிவையும், திறமையையும் பல்வேறு நாடுகளைச் சுற்றிப் பார்த்தும் பல்வேறு மக்களுடன் தொடர்பு கொண்டும் வளர்த்துக் கொண்டார்.

நபிகள் நாயகம் குடும்பத்தினரின் மதம் அன்றைய அராபியரின் விக்கிரக வழிபாடேயாகும். காபா ஆலயத்தில் 360 தேவர்களும், ஒரு உதிர்ந்த நட்சத்திரத்தின் பகுதியான கருங்கல்லும் (ஹஜ்ர அஸ்வத்) ஆராதிக்கப்பட்டு வந்தன. இயற்கையின் தலைசிறந்த சிருஷ்டியான மனித அறிவைக் கற்சிலைகள் பரிகசித்துக் கொண்டிருந்தன. ஆனால் பூசாரிக் கூட்டம் தனது சுயநலத்துக்காக பல ஏமாற்றுவித்தைகளால் விக்கிரக வழிபாட்டை நிலைநிறுத்த விரும்பியது. சமுதாயத்தில் காலம் காலமாகத் தொடர்ந்து வரும் விஷயங்களை விமர்சனக் கண்ணோட்டமில்லாமல் ஒப்புக் கொள்ளாதவர்களில் முகமதுவும் ஒருவராக இருந்தார். அத்துடன் அவர் தமது வியாபாரப் பயணங் களின்போது, அராபியரின் விக்கிரக வழிபாட்டை விடச் சிறந்த மத நம்பிக்கையுடையவர்களைச் சந்தித்திருந்தார். குறிப்பாகக் கிருஸ்துவ சந்நியாசிகளின் சாந்தமும், அவர்களுடைய மடங்களின் அமைதிச் சூழ்நிலையும், அறிவு நிறை விஷயங்களும், யூதர்களின் விக்கிரகங்களற்ற ஒரே கடவுள் பக்தியும் அவரை வெகுவாகக் கவர்ந்தன. இதனாலேயே 'குரானில்' யூத தேவ தூதர்களையும், ஏசு நாதரையும் கடவுளால் அனுப்பப்பட்டவர்களென்றும், அவர்களுடைய 'தவுராத்' (பழைய பைபிள்) 'இஞ்ஜீல்' (New Testament) நூல்களைக் கடவுள் அருளிய நூல்களாகவும் குறிப்பிடப்பட்டுள்ளன. 'குரானில்' பல இடங்களில் அந்தத் தேவ தூதர்களின் மகிமை விவரிக்கப்பட்டுள்ளது. பழைய, புதிய ஏற்பாடுகளில் ஒரு தேவ தூதர் வரப் போகிறார் என்று சொல்லப் பட்டவர் முகமது தவிர, வேறு யாருமல்ல என்பதை நிரூபிக்க மீண்டும் மீண்டும் முயற்சி செய்யப்பட்டுள்ளது. அக்காலத்திய அராபியர் தீவிர விக்கிரக வழிபாட்டாளர்களாகவும், பல்வேறு கடவுள்களை நம்புபவர் களாகவும் இருந்தாலும், யூதர்களுடனும் கிருஸ்துவர்களுடனும் தொடர்பு கொண்டதால், இந்த எல்லாக் கடவுள்களுக்கும் மேலாக ஒரு பெருங் கடவுள் (அல்லாவல்ல) இருக்கிறார் என்பதையும் ஒப்புக் கொண்டிருந்தனர். அவர்கள் இந்தக் கடவுளை யூதர்களின் 'யஹோபா' வைப் போல் நீண்ட வெள்ளை தாடி, சுற்றிலும் ஒளிக்கதிர்கள், கால்கள் வரை நீண்ட அங்கி அணிந்து இறந்து விட்டவரைப் போலவும், தாய்லாந்தில் பெரும் எண்ணிக்கையில் வாழ்ந்துவந்த நெஸ்டோரியன் கிருஸ்துவர்களுடைய உருவ- அருவம் கலந்த

கடவுளாகக் கருதி வந்தனர். ஆனால் அவர்கள் அக்கடவுளால் அனுப்பப்பட்டவர்கள் என்று கூறப்பட்ட தேவதூதர்களையும் புனித நூல்களையும் மதிக்கவில்லை. தேவ தூதர்கள், புனித நூல்களுக்குப் பதிலாகக் கொஞ்ச நேரம் கடவுள் விக்கிரகங்களைத் தலையில் சுமந்து வரும் மந்திரவாதிகளையும், வயதானவர்களையும் தேவ தூதர் களாகவும், அவர்களது சொற்பொழிவுகளை வானத்திலிருந்து இறங்கிய புனித நூல்களாகவும் எண்ணினர். இரண்டு விதமான தேவ தூதர்களாலும், புனித நூல்களாலும் நன்மைகளும், தீமைகளும் ஒருங்கே இருக்கின்றன. சிறுசிறு இனக் கூட்டங்களை ஒன்றாக இணைத்து ஒரேயொரு பெரிய அராபிய இனத்தைக் கட்டுவதற்கும் அவர்கள் அனைவரையும் ஒன்றுபடுத்தி, ஒரு பெரிய மத சாம்ராஜ்ஜியத்தை ஏற்படுத்துவதற்கும் இந்த மந்திரவாதிகளையும், முதியவர்களையும் போன்ற தேவ தூதர்களும், தெய்வீகச் சொற்பொழிவு களும் சற்றும் போதுமானவையல்ல. அரேபியாவில் பல்வேறு இனத்தவர் கூட்டங் கூட்டங்களாகத் தனித்தனியாக வாழ்ந்த பகுதி களில் கொள்ளைகளும், சுங்க வசூலும் மிக அதிகமாக இருந்ததை முகமது தமது வியாபார வாழ்க்கையில் பார்த்திருக்கலாம். எப்படியோ தப்பித்துக் கொண்டு வியாபாரிகள் கூட்டம் ஒரு பகுதியைக் கடந்து இன்னொரு இனப் பகுதிக்குள் அடியெடுத்து வைத்தால், அங்குள்ள வர்கள் வியாபாரிகளைக் கொள்ளையடிக்கவும், சுங்க வரி வசூல் செய்யவும், கட்டாய வெகுமதிகளைப் பறிக்கவும் தயாராக நின்றிருப்பர். இதற்கு மாறாக அவ்வியாபாரிகள் ரோமின் கைஸரும், ஈரானின் ஷாவும் ஆண்டு கொண்டிருந்த ராஜ்ஜியங்களில், பிரவேசித்த ஓர் எல்லையில் சுங்க வரி செலுத்தி விட்டால், பின்னர் அந்நாடுகள் முழுவதும் அச்சமில்லாமல் சுற்றித் திரியும் அமைதிச் சூழ்நிலை இருந்து வந்தது. இந்த நீண்ட நெடும் அனுபவத்துக்குப் பின்னர் ஹஸரத் முகம்மது எல்லா இனக்கூட்டங்களையும் ஒன்றுபடுத்தி, ஒரே ராஜ்ஜியம் அமைக்கவும், ‘தடியெடுத்தவன் தண்டல்காரன்’ என்னும் காட்டுச் சட்டத்திற்குப் பதிலாக இஸ்லாம் (அமைதி) அமைப்பை ஏற்படுத்த விரும்பியதில் வியப்பென்ன? ஒரே ஆட்சியையும், அமைதியையும் ஏற்படுத்துவதைத் தமது குறிக்கோளாக வைத்திருந் தாலும், மனித சுபாவத்தை நன்கு அறிந்திருந்த அவர் கண்ணை மூடிக் கொண்டு பகற்கனவு காண்பவராக இருந்திருக்க முடியாது. அமைதிக்கும், வியாபாரத்திற்கும், மதப் பிரசாரத்திற்கும் ஆயுதந் தாங்கிய எதிர்ப்பைச் சமாளிக்க வேண்டுமானால், ஆயுதங்களை மூலையில் வைத்து விட்டு, வெறும் கடவுள், தொழுகைகளாலேயே அமைதியையும், வியாபாரத்தையும், நிலைநிறுத்திவிட முடியாதென்பதை அவர் நன்கு உணர்ந்திருந்தார். அதற்காக ஒரு குறிக்கோளுடைய

ஆயுதந்தாங்கிய பயிற்சிபெற்ற மனிதக் கூட்டம் அவசியமாகும். அக்கூட்டம் தனது திட சங்கற்பத்தாலும், ஆயுத பலத்தாலும் இஸ்லாமை (அமைதியை) நிலைநாட்டுவதற்கு எதிரானவர்களை ஒழிக்கவும், தோற்கடிக்கவும் தகுதி பெற்றிருக்க வேண்டும்.

பல்வேறு இனக்குழுக்களை ஒன்றிணைத்து ஒரு பரவலான ஆட்சியை அமைக்கவும், அவ்வாட்சிக்குத் தனது எல்லையையும், சக்தியையும் அதிகரித்துக்கொள்ள என்னென்ன தேவையென்பதை முகமதுக்கு அவருடைய பரந்த அனுபவமே கற்பித்து விட்டது. செல்வாக்கு நிறைந்த, பூசாரிகள் மிகுந்த மக்காவின் மக்கள் சமுதாயத்தில், அவர்களது பழைய மதக் கருத்துக்களுக்கு எதிராக, புதிய மத நிறுவகராவது அவ்வளவு சுலபமான காரியமல்ல. முகமது மிக அதிகமான மனக்கட்டுப்பாடுள்ளவராவார். அவர் கிருஸ்துவ சாதுக்களைப்போல் பல தடவை 'ஹேரா' என்னுமிடத்திலிருந்த குகைகளில் தனிமையாக இருந்திருக்கிறார்.

(2) புதிய பொருளாதார விளக்கம்: திபேத்தானாலும், அரேபியாவானாலும் அல்லது நமது நாட்டின் எல்லைப் புறமானாலும் ஆங்காங்குள்ள மக்கள் கூட்டங்களிடையே, மாடு மேய்த்தல், விவசாயம், வியாபாரத்துடன் கொள்ளையடிப்பதும் சட்டபூர்வமான வாழ்க்கை முறையாகவே கருதப்படுகிறது. கொள்ளையடித்ததிலிருந்து கிடைத்த செல்வத்தைப் பாவம் நிறைந்ததென்று கூறித் தடை செய்வதானது அவர்களது பழைய கருத்துக்களை மட்டுமல்ல, அராபியரின் ஒரு வருவாயின் வழியையே தாக்குவதாகும். இப்படிப் பட்ட எல்லா அராபியக் குடும்பங்களுக்கும் பயன் கிட்டாவிடினும், சூதாட்டத்தைப் போலவே கொள்ளையால் கிடைத்த செல்வத்தால் என்றாவது ஒரு நாள் செல்வர்களாகி விடலாமென்ற நப்பாசையை அவர்களால் விட முடியவில்லை. ஹஸரத் முகமது 'மாலேகனீமத்' (கொள்ளையால் கிடைக்கும் வருவாய்) என்னும் பெயரை அப்படியே வைத்துக் கொண்டு, ஈரான், ரோமானிய நாடுகளை வெற்றி கொண்ட 'வெகுமதி'களைப்போல், அதன் பொருளை விரிவாக்க விரும்பினர். எனினும் அரேபியாவில் இம்முயற்சி என்றுமே வெற்றியடைந்ததாகத் தெரியவில்லை. "கொள்ளையால் கிடைக்கும் வருவாய்க்கு" அராபியர் பழைய பொருளையே கொண்டு விட்டனர். அதன் முடிவு அராபியர் அல்லாதவர், தத்தமது பிராந்தியங்களில் கொள்ளையிடும் தொழிலை விட்டு அமைதியை (இஸ்லாமை) நிலைநாட்டிக் கொண்டனர். ஆனால் அராபியர் இப்பொழுதும் பதின்மூன்றாண்டுகளுக்கு முந்தைய பழக்கத்தைப் பூரணமாக விட்டுவிட்டதாகத் தோன்றவில்லை. எது எப்படியிருந்தாலும், கொள்ளையால் கிடைத்த வருவாய்க்கும்,

போரில் வெற்றியால் கிடைத்த வருவாய்க்கும் புதிய விளக்கம் தரப்பட்டது. அப்படிப்பட்ட வருவாய்களில் ஐந்தில் ஒரு பகுதி அரசாங்கக் கஜானாவுக்குச் செலுத்த வேண்டும். மற்றதைப் போர் வீரர்களுக்கிடையே சமமாகப் பங்கிட்டுக் கொள்ள வேண்டும். இந்தப் புத்திசாலித்தனமான ஏற்பாடு ஒரு பேரரசை நிறுவவேண்டுமென்னும் விருப்பமுடைய ஒரு அறிவாளியின் திட்டமாகவே இருந்திருக்கும். அந்த நபர் பொருளாதாரப் பயன் என்னும் ஆசையைக் காட்டி, முதலில் அராபியப் பாலைவனப் பகுதியில் கடினமான வாழ்க்கை வாழ்ந்து கொண்டிருந்த முரட்டு இளைஞர்களையும், பிறகு இஸ்லாம் பரவிய மற்ற நாடுகளைச் சேர்ந்த சுரண்டப்பட்ட, ஏமாற்றப்பட்ட, துன்பம் அனுபவித்துக் கொண்டிருந்த வாலிபர்களையும் இஸ்லாமியப் படையில் சேர்க்க எளிதாக இருந்தது. அத்துடன் அரசாங்கக் கஜானாவில் சேர்ந்து கொண்டிருந்த கொள்ளையடிக்கப்பட்ட பணம், ஒரு பலம் வாய்ந்த அரசை நிறுவ அடிக்கல் நாட்டியது. கொள்ளையடித்த செல்வத்தைத் தம்மிடையே சமமாகப் பங்கிட்டுக் கொள்ளும் ஏற்பாட்டினாலும் இயற்கையாகவே அராபிய இனமக்களிடையே நிலவிய சகோதரத்துவத்தாலும், அவர்களிடையே இஸ்லாமிய 'சமத்துவம்' பரவியிருந்தது. அது அராபியருக்குள் ஒற்றுமையையும், கட்டுப்பாட்டையும் ஏற்படுத்துவதில் வெற்றி பெற்றது.

கொள்ளையடித்த செல்வத்திற்கு அளிக்கப்பட்ட புதிய விளக்கம், பொருளாதார சமத்துவத்தின் ஒரு புதிய உருவத்தை முன்னுக்குக் கொண்டு வந்தது. அத்துடன் 'அல்லாவின் சொர்க்கம்' என்னும் பரிசும், அழிவில்லாத வாழ்வு கிட்டுமென்ற ஆசையும், அதனால் பிறந்த துணிவும் உலகத்தில் பெரும் கொந்தளிப்பை ஏற்படுத்தி விட்டன. இதை நாம் 'இஸ்லாமின் உயிருள்ள வரலாறு' என்கிறோம். கொள்ளையால் கிடைத்த செல்வத்திற்கு அளிக்கப்பட்ட இவ்விளக்கம், ஷாஜகானின் மூத்த மகன் தாரா, அலெக்சாந்தர், சந்திர குப்த மவுரியன், இன்ன பிற சாதாரண மன்னர்களின் வெற்றிக்குக் கூடத் துணை புரிந்துள்ளது என்றாலும், இஸ்லாமின் வளர்ச்சிக்கு மிக அதிக அளவில் உதவி செய்துள்ளது. மேற்குறிப்பிட்ட பேரரசர்கள் செய்த போர்களில் கிடைத்த செல்வத்தைப் பங்கிட்டுக் கொள்ளும்போது, எல்லோருக்கும் சமமாகப் பங்கிட வேண்டுமென்ற எண்ணம் இருந்ததில்லை. ஆனால் இஸ்லாம் வெற்றி கண்ட இனங்களைச் சேர்ந்த ஆளுங்கூட்டத்தையும், செல்வர்களையும் தன்னுள் அங்கீகரித்தாலும் அதைச் சரணடைந்த சுரண்டப்பட்ட வர்க்கத்தினருக்குத் தான் அடைந்த வெற்றியில் சரிசமமான பங்கு அளித்து வந்தது. நிலப் பிரபுக்களையும், மதத் தலைவர்களையுமே இஸ்லாம் எதிர் கொண்டதென்பதையும், அவர்கள் மோசமான நிலப்பிரபுத்துவச்

சுரண்டலையும், அடித்தளத்தையும் அமைத்துக் கொண்டிருந்தனர் என்பதையும் நாம் நினைவில் கொள்ளவேண்டும். இந்தப் பொருளாதார அடிப்படையை மாற்றுவதே தனது குறிக்கோளென்று இஸ்லாம் என்றுமே பிரகடனப்படுத்தாவிட்டாலும், அரேபியாவின் பல்வேறு இனத்தவரிடையே நிலவிய சகோதரத்துவத்தையும், எல்லோரும் சமமென்ற எண்ணத்தையும் பயன்படுத்தி, அராபியரில் பல கீழ்நிலைப் பிரிவினரைத் தன்பால் ஈர்ப்பதிலும், அவர்களுடைய அடிமைத் தனத்தை அகற்றுவதிலும் வெற்றிகண்டது. மிகவும் பின்னடைந்திருந்த அவர்களின் சமுதாய நிலையில் இச்சிறு மாற்றத்தையே இஸ்லாம் சாதித்தாலும், அது அக்காலத்தில் முற்போக்குச் சக்திகளின் பணியைச் செய்திருக்கிறது. அழுகி நாற்றமெடுத்துக் கொண்டிருந்த நிலப் பிரபுத்துவச் சமுதாயத்தையும், அதன் சுயநலத்தையும் தாக்கி இஸ்லாம் எல்லா இடங்களிலும் புதிய சக்திகளுக்கு ஆக்கமும் ஊக்கமும் அளித்தது. ஆனால் இந்தப் புதிய சக்திகள்கூட வருங்காலத்தில் பிற்போக்குக் கொள்கையையே மேற்கொள்ளப் போகின்றனவென்பது வேறு விஷயம். ஆண்- பெண் அடிமைகளை எஜமானனின் சொந்தச் சொத்தாக்கியதற்காகவும், போர்களின் போது அவர்களையும் கொள்ளைப் பொருட்களாக்கியதற்காகவும் இஸ்லாம் ஒன்றையே குற்றஞ்சாட்டி விடமுடியாது. ஏனெனில் அக்காலத்திய நாகரீக மடைந்த நாடுகளான சீனா, இந்தியா, ஈரான், ரோம் ஆகியவை இதைத் தவறானதாகக் கருதவில்லை.

நபிகள் நாயகம் அராபிய இனத்தவரின் கண்ணோட்டத்திலிருந்து யூத, கிருஸ்துவ மத நூல்களை ஆழ்ந்து படித்தார். ஒரு வேளை அவர் படிப்பறிவு இல்லாதவராக இருந்திருந்தால், அந்நூல்களை மற்றவர் படிக்கக் கருத்தூன்றிக் கேட்டார். பின்னர் நாற்பது வயதில் நன்கு சிந்தித்து அவர் தம்மை அல்லாவால் அனுப்பப்பட்ட கடவுள் தூதராகப் பிரகடனப்படுத்திக் கொண்டார். அவருடைய வாழ்க்கையை இங்கு விரிவாக வர்ணிப்பது இந்நூலின் குறிக்கோளல்ல. முகமது நபிகள் தமது இல்லத்திலிருந்தே தனது கொள்கைகளை அமுல்படுத்த வாரம்பித்தார். அனைவருக்கும் முன்னதாக அவருடைய மனைவியான கதீஜாவே நபிகளின் மதத்தை ஏற்றுக்கொண்டார். எதிரிகள் அவரை எதிர்த்துக் கொண்டே இருந்தாலும், அவரைப் போன்ற மக்காவின் வணிக வீரர்கள் பெரும் எண்ணிக்கையில் அவரைப் பின்பற்ற வாரம்பித்தனர். அதனால் மக்காவிலிருந்த 'குரேஷ்' என்னும் பூசாரிகள் அவரைக் கொலை செய்யவும் தயாராகி விட்டபோது, கி.பி. 614-ல் முகமது மக்காவைவிட்டு, யஸ்ரிபுக்குச் சென்றுவிட (ஹிஜ்ரத்) நேர்ந்தது. இதன் நினைவாகவே முஸ்லிம்கள் 'ஹிஜ்ரி ஆண்டு' ஆரம்பித்தனர். யஸ்ரிப் மதீனத்-உல்-நபி (நபிகளின் நகரம்) ஆனதால்,

அதற்கு, 'மதீனா' என்று பெயர் வந்தது. மக்காவில் இருந்தவரை நபிகளும் இஸ்லாமும் மதத்தைச் சீர்திருத்தும் பிரசாரகர்களாக மட்டுமே இருந்தனர். ஆனால் மதீனாவில் நபிகள் தம்மைப் பின்பற்று பவர்களுடைய பொருளாதார, சமுதாயச் சிந்தனையாளராகவும், அவர்களிடையே கட்டுப்பாட்டைப் பாதுகாக்கும் அமைப்பாளரா கவும், படைத்தலைவராகவும் மாற நேர்ந்தது. இதன் பலனாக, கி.பி. 622-ல் அவர் காலமாகும்போது, மேற்கு அரேபியாவின் பல இனங்கள் இஸ்லாமை ஏற்றுக் கொண்டதோடல்லாமல், தமது தனித் தன்மையைக் குறைத்துக் கொண்டு, ஒரே அமைப்பாக உருப்பெற ஒப்புக் கொண்டன. எல்லா அராபிய மொழி பேசும் மக்களிடையேயும் இஸ்லாமைத் தழுவவேண்டுமென்ற தீவிர விருப்பம் பிறந்து விட்டது.

2. நபிகளின் வாரிசுகள்

முகமது நபிகள் அரசாட்சி முறைக்கு எதிரானவரல்ல. அதனால் தான் அவர் முதலில் தமது பக்கத்து அரசர்களான ஈரானின் ஜர்துஷ்த்தி ஷாவுக்கும், ரோமின் கைசருக்கும் இஸ்லாமில் சேர அழைப்பு விடுத்தார். இந்த அழைப்பும் அவர்களுடைய ஆட்சிகளில் எவ்விதத் தலையீட்டு எண்ணத்துடன் விடுக்கப்படவில்லை. ஆனாலும் அவர் அராபியரின் முன்பும், இஸ்லாமிய உலகின் முன்பும் வைக்க விரும்பிய அரசாட்சி முறையில் கொடுங்கோல் அரசாட்சிக்கு இடமில்லை. ஆட்சி முறை என்பதைக் காட்டிலும் நபிகள், சிறிய சிறிய இனங் களாகச் சிதறிக் கிடந்த பல்வேறு மக்களையும், ஒரேயொரு பெரிய இனமாக மாற்ற வேண்டுமென்ற கருத்தையே கொண்டிருந்தார். இஸ்லாமிய அரேபியாவிலும், மற்ற அரேபியா அல்லாத நாடுகளில் வாழ்ந்த முஸ்லிம்களும் தம்மை ஒரே இன மக்களாக எண்ண வேண்டுமென்பதே நபிகளின் நோக்கமாக இருந்தது. அவர் உயிரோடிருந்த வரையிலும் அவரே அம்மக்களுக்குக் கடவுளால் அனுப்பப்பட்ட தலைவராக இருந்து வந்தார்; ஆனால் அவருடைய மறைவுக்குப் பின்னர் வந்த தலைவர் எல்லோருடைய நம்பிக்கையைப் பெற்றவராக இருக்க வேண்டும். நம்பிக்கை பெற்றவராக இருக்கக் கூடிய விதிமுறைகளை நபிகள் வகுத்திருக்கவில்லை. சிறிய சிறிய இனக்கூட்டங்களின் அடிப்படையில் அமைந்த அமைப்பு முறை, உமையாக்களின் (கி.பி. 661-750) சிந்துவிலிருந்து ஸ்பெயின் வரை பரவியிருந்த ராஜ்ஜியத்தில் அமுல்படுத்த முடியவில்லை. ஒரு இனக் கூட்டத் தலைவரைப் போலவே, வருங்கால இஸ்லாமிய ஆட்சித் தலைவர் தனது மக்களுக்குப் பொறுப்பாளியாக இருக்க வேண்டு மென்றும், கைசர்களைப் போலவோ, ஷாக்களைப் போலவோ கொடுங்கோலர்களாக இருக்கக் கூடாதென்றும் நபிகள் எண்ணி

யிருந்தாரென்று நாம் சொல்லலாம். ஆனால் அவருடைய இந்தக் கருத்து, ஒரு சிறிய இனத்தில் வெற்றிகரமாக அமுல் செய்ய முடியுமே தவிர, பல்வேறு மொழிகளும், பண்பாடுகளும் கொண்டிருந்த ஒரு பரந்த இஸ்லாமியப் பேரரசில் நடைமுறைக்குக் கொண்டு வர இயலாது. நபிகளின் தன்னலமற்ற லட்சியத் தோழர்களான அபூபக்கர் (கி.பி. 622-42), உம்மர் (கி.பி. 642-44), உஸ்மான் (கி.பி. 644-56), அலி (கி.பி. 656-61)-க்குப் பின்னர், நபிகளின் எண்ணம் கற்பனைக் கனவாகவே முடிந்துவிட்டது. முகமது மறைந்த 39 வருடங்களுக்குப் பிறகு, அமீர் ம்வாவியா (கி.பி. 661-80)வின் கைக்கு ஆட்சி வந்ததிலிருந்து, அவருடைய வாரிசுகள் அனைவரும் கி.பி. 1037 வரையிலும் ஷாக்களைப் போலவே, கைசர்களைப் போலவே கொடுங்கோல் ஆட்சியாளர்களாக இருந்தனர்.

3. நபிகளைப் பின்பற்றியவர்களில் முதல் சச்சரவு

ஒரு இனக் கூட்டத்தினரின் கடவுளை, மற்ற இனக்கூட்ட மக்கள் ஒப்புக் கொள்ளாததால், இப்படிப்பட்ட பல்வேறு கடவுள்களை விலக்குவது இஸ்லாமுக்கு மிக அவசியமாக இருந்தது. பிறகு ஒரே அல்லாவையும், புதிய பொருளாதார விளக்கத்தையும், அடிப்படை யாகக் கொண்டு, ஒரே விதமான மொழியும், பண்பாடும், தேசியமும் படைத்த அரேபியரிடையே ஒற்றுமை ஏற்படுத்துவதில் சிரமம் இருக்கவில்லை. ஆனால் அராபியர் அல்லாத இனங்கள் இஸ்லாம் பேரரசில் சேர ஆரம்பித்த போது, ஒரு அல்லாவும், ஒரு தேவ தூதரும் போதுமானவர்களாக இல்லாமற்போனார்கள். இரண்டு வெவ்வேறு பண்பாடுகளின் பிரதிநிதிகளான இரு இன மக்களிடையே சம்மதத் துடனோ அல்லது வலுக்கட்டாயமாகவோ கலப்பு ஏற்படும்போது, இரு இனத்தவரும் மற்றவரின் கருத்துக்களையும், பழக்கவழக்கங் களையும் ஏற்றுக்கொள்வது இயற்கையாகும். ஆனால் ஒன்றை யொன்று அழித்துத் தனது செல்வாக்கை நிலைநாட்ட முற்படும் போதுதான் நிலைமை மோசமாகிவிடுகிறது. ஏனென்றால் அரசிய லமைப்பைவிட பண்பாடு ஆழமாக வேரூன்றி இருக்கும். இந்தப் பண்பாட்டுச் சண்டையே வருங்காலத்திலே அராபியரின் இஸ்லாமிய அரசை, அராபியரல்லாதவரின் இஸ்லாமிய அரசாக மாற்றிவிட்டது. ஆனால் அராபியர்- அராபியரல்லாதவர்களின் கலப்பால், அராபியரிடையே ஏற்பட்ட விளைவுகளை முதலில் கவனிப்போம்.

மூன்றாவது கலீஃபாவான (இஸ்லாமிய மன்னரான) உஸ்மான் (கி.பி. 644-56) உமையா இனத் தலைவரான வாவியாவை டமாஸ்கஸ் கவர்னராக நியமித்து, அங்கு அனுப்பினார். டமாஸ்கஸ் அப்பொழுது ரோமன் அரசரின் தலைநகராக இருந்தது. அங்கு அரசாட்சி

ரோமானிய சட்டத்தின்படியும், ரோமானிய அரசியலமைப்பின் படியும் நடந்து வந்தது. புதிய நாட்டின் அரசாங்கத்தை எப்படி நடத்துவதென்ற பிரச்சினை ம்வாவியாவின் முன் நின்றது. அங்கே அராபிய இனக்கூட்ட ஆட்சி முறையை அமல்படுத்துவதா அல்லது ரோமானிய நிலப்பிரபுத்துவ அமைப்பையே தொடர விடுவதா? இப்பிரச்சினையை வாளின் வலிமையால் தீர்க்க முடியாது. ஏனெனில் ஆட்சி முறையை மாற்றுவதைக் காட்டிலும், சட்டங்களையும், சமுதாய அமைப்பையும் மாற்றுவது மிகக் கடினமாகும். நிலப்பிரபுத்துவ அமைப்பு, இனக் கட்டமைப்பை விட வளர்ச்சியடைந்த நிலையாகும். நிலப்பிரபுத்துவ அமைப்பிலிருந்து, மீண்டும் பழைய இனக்கூட்ட அமைப்புக்கு மாறுவதென்பது, மனித சமுதாய முன்னேற்றத்தைப் பின்னுக்குத் தள்ளுவதாகும். அப்படிச் செய்ய வேண்டுமானால் சிரிய மக்களை முதலில் பல்வேறு இனக் கூட்டங்களாக்க வேண்டுமென்றும் ம்வாவியா தெரிந்து கொண்டார். ஆனால் அப்படிச் செய்வதைக் காட்டிலும் ரோமானிய நிலப்பிரபுத்துவ சமுதாய அமைப்பை அப்படியே விட்டுவிட்டு, அவர்களால் தனது ஆட்சியை ஒப்புக் கொள்ளச் செய்து, அதிகபட்சமானவர்களை இஸ்லாமை ஏற்றுக் கொள்ளச் செய்து, மதத்தை வலுப்படுத்த வேண்டுமென்று அவருடைய கூர்மையான அரசியலறிவு எடுத்துக் கூறியது. கடைசியில் ம்வாவியா ரோமானிய ஆட்சி முறையை ஏற்றுக் கொண்டார்.

இஸ்லாமை அரேபியர்வின் பிரிக்க முடியாத அங்கமென்று எண்ணியவர்களுக்கு இது பிடிக்கவில்லை. நபிகள் நாயகத்தின் எளிமையான வாழ்க்கையை நேரில் கண்டவர்களுக்கும், இனக்கூட்ட மக்களின் ஆடம்பரமற்ற, சகோதரத்துவமுடைய சமமான வாழ்க்கை யைப் பார்த்தவர்களுக்கும் ம்வாவியாவின் செயல் ருசிக்கவில்லை. முரட்டுப் போர்வை போர்த்திக் கொண்டு பேரீச்சம்செடிகளின் கீழே உறங்குபவரும், அடிமையை ஒட்டகத்தின் மேல் அமர்த்திக் கொண்டு ஜெருசலமுக்கு வருபவருமான உம்மர் ஆட்சியாளராக இருந்திருந்தால், ம்வாவியா அப்படியெல்லாம் செய்யத் துணிந்திருக்க மாட்டார் போலும்! ஆனால் காலம் மாறிவிட்டது. நபிகளின் மருமகனாரும், சிறந்த மத நம்பிக்கையாளருமான அலி, ம்வாவியாவின் செயலை அறிந்ததும் கண்டனம் செய்தார். இது இஸ்லாமுக்கு விரோதமான தாக்குதல் என்று கூறிக் கண்டனக் குரலெழுப்பினார். நமது ஆட்சி ரோமிலிருந்தாலும், ஈரானிலிருந்தாலும், அராபிய இனக் கூட்டங்களின் எளிமையையும், சமத்துவத்தையும் அடிப்படையாகக் கொண்டிருக்க வேண்டும் என்றார் அவர். ஆனால் அலியின் குரலைக் காதில் வாங்கிக் கொள்பவர் எவருமில்லை. வெற்றிகரமாக ஆண்டு கொண்டிருந்த ம்வாவியாவின் மேல் சினம் கொள்ள வேண்டிய அவசியம் கலீஃபா

உஸ்மானுக்கு இருக்கவில்லை. ஆனால் ம்வாவியாவுக்கும், அலிக்கு மிடையே நிரந்தரப் பகைமை தோன்றி விட்டது. இந்தப் பகைமை வெறும் இரு தனி நபர்களிடையே தோன்றியதல்ல. அதற்குப் பதிலாக, முன்னேறிய ஒரு சமுதாய அமைப்பான நிலப்பிரபுத்துவ அமைப்புக்கும், பின்னடைந்த ஒரு சமுதாய அமைப்பான இனக்கூட்ட அமைப்புக்கும் இடையே ஏற்பட்ட போட்டியின் விளைவாகும். இரண்டாவதாக இரண்டு நாகரீகங்கள் முட்டி மோதிக் கொண்ட போது, ஒன்று சமரசமாகவாவது போக வேண்டும் அல்லது இரண்டில் ஒன்றே இருக்க வேண்டும்.

அலி (கி.பி. 656-61) நபிகளின் மருமகனும், தன் நற்குணங் களால் அவருடைய அன்புக்குப் பாத்திரமானவரும் ஆவார். ஆகவே, நபிகளுக்குப் பிறகு, அலிக்கே அரசாட்சி கிடைத்திருக்க வேண்டு மென்று சிலர் கருதினர். ஆனால் மற்ற சக்திகள் மிகவும் வலுவாக இருந்ததினால், அபூபக்கர், உம்மர், உஸ்மான் ஆகியோர் இறந்த பிறகே அலிக்கு அரசாட்சி கிடைத்தது. டமாஸ்கஸ் கவர்னராக இருந்த வலிமை பொருந்திய ம்வாவியாவுக்கும் அலிக்கும் பலமான கருத்து வேற்றுமை நிலவிற்று. ஆனாலும் ம்வாவியாவைக் கவர்னர் பதவியிலிருந்து விலக்கி, அவருடைய குடும்பமான பனீ உமையா குடும்பத்தைத் தனது பகைவர்களென்று பிரகடனப்படுத்தி, உள்நாட்டுச் சண்டையைத் துவக்க மதினாவிலிருந்த அரசருக்கு, இனக்கூட்டங் களின் அமைப்பு அனுமதிக்காது. அலியின் ஆட்சிக் காலத்தில் ம்வாவியா மறைமுகப் புரட்சி செய்தார். வெளிநாட்டு நாகரீகங்களின் முத்திரை இஸ்லாமின் மீது விழத்துவங்கியது; அலியினால் ம்வாவியாவுக்கு அலியைக் குறித்தும், அவரது சந்ததியினரைக் குறித்தும் மிக அச்சத்துடனேயே இருந்தார். அலியின் மறைவுக்குப்பின், ம்வாவியா இஸ்லாமிய ஆட்சியைத் தனது வசம் எடுத்துக் கொள்ள முடிந்தாலும், நபிகளின் ஒரே மகளான பாத்திமாவும், அலியின் இரு புத்திரர்களான ஹஸனும் ஹுசேனும் உயிரோடிருக்கும்வரை, நிம்மதியுடன் இருக்க முடியுமா? கலீஃபாவின் (இஸ்லாமிய மன்னரின்) அளவற்ற ஆடம்பர வாழ்க்கையைக் காட்டி, எளிமையாக வாழ்ந்து கொண்டிருந்த அராபியரைக் கலீஃபாவுக்கு எதிராகத் தூண்டி விடுவது மிகவும் சுலபமாகும். ம்வாவியா ஹஸனை அவரது மனைவியின் மூலம் விஷம் கொடுத்துக் கொன்றுவிட்டார். ஹுசேனின் அபாயத்தி லிருந்து தப்பிக்க, ம்வாவியாவின் மகனான யஜீத் சதி செய்தான். ஹுசேனின் அதிகாரத்தை ஒப்புக் கொள்கிறோமென்று சொல்லி யஜீத் தனது மாநிலத் தலைநகரான கூஃபாவுக்கு ஹுசேனை வரவழைத்தான். வழியிலேயே 'கர்பலா' பாலைவனத்தில் ஹுசேனும்,

அவரது பரிவாரங்களும் நிர்தாட்சண்யமாகக் கொலை செய்யப்பட்ட கொடுமையை வரலாறு படித்த மாணவர்கள் அனைவரும் அறிவர்.

ஹுசேனின் உயிர்த் தியாகம் உள்ளத்தை உருக்குவதாகும். நல்லிதயம் படைத்த அனைவரின் அனுதாபமும் ஹுசேனுக்கும், அவரது 69 தோழர்களுக்கும் உரித்தாகும். கர்பலாவில் ஈவிரக்கமற்றுக் கொல்லப்பட்ட எழுபது பேரின் தலைகளும் தலைநகரான கூஃபாவுக்குக் கொண்டு வரப்பட்டன. கொடுமைக்காரனான யஜீத் ஹுசேனின் தலையைக் கைத்தடியால் நகர்த்தியபோது, அவனுக்குப் பயப்படாமல் ஒரு கிழவர், "அடேய்! மெள்ள... மெள்ள... இவன் நபிகளின் பேரன். அல்லாவின் ஆணையாகச் சொல்கிறேன், இதே இதழ்கள் நபிகளை முத்தமிட்டதை நான் பார்த்தேன்", என்று திடீரென்று கத்தினார். மனிதத் தன்மை என்ற நீதிமன்றத்தில் யஜீதை நாம் பெருங் குற்றவாளியாக நிறுத்தலாம்; ஆனால் இயற்கை மனிதத் தன்மையை ஆதரிப்பதில்லை. அதனுடைய ஒவ்வொரு முன்னே வைக்கும் அடியும் முந்தைய அழிவின் மேலாகவே இருக்கும். அலியும், ஹுசேனும், அவரது நண்பர்களும் நிலப்பிரபுத்துவ அமைப்பைக் கடந்த முன்னேற்றத்துக்கு முயற்சி செய்யாமல் வரலாற்றுச் சக்கரங்களைப் பின்னுக்கிழுத்து மீண்டும் சிறுசிறு கூட்டங்களுக்குப் பின் இழுத்துச் செல்லப் பார்த்தனர். அம்முயற்சியில் அவர்கள் வெற்றி பெற்றிருந்தால், நாம் இந்தியா, ஈரான், மெஸப்படோமியா, துருக்கி, ஸ்பெயின் ஆகிய நாடுகளில் இஸ்லாமிய கலை, இலக்கியம், தத்துவ இயல் வளர்ச்சியைக் கண்டிருக்க மாட்டோம்; கிரேக்கத் தத்துவ இயலின் வழியாக ஐரோப்பாவில் இஸ்லாம் மறுமலர்ச்சிக்கு வழி வகுத்திருக்காது. ஐரோப்பிய மறுமலர்ச்சியே பிற்காலத்தில் விஞ்ஞான முன்னேற்றத்தைத் தோற்றுவித்து, உலகத்தின் உருவத்தையே மாற்றிவிட்டது.

4. இஸ்லாமிய சித்தாந்தம்

'குரானில்' கூறப்பட்டுள்ள இஸ்லாமின் முக்கிய சித்தாந்தங் களாவன; கடவுள் ஒருவரே! அவர் பெரும்பாலும் உருவமுடையவரைப் போலிருக்கிறார். அவர் உலகத்திற்கு வெகு தூரத்தில் ஆறு வானங் களைக் கடந்து ஏழாவது வானத்தை இருப்பிடமாகக் கொண்டிருக் கிறார். அவர் 'குர்' (இருக்கிறாய்) என்று மட்டுமே கூறி, உலகத்தைப் படைக்கிறார். உயிருள்ளவைகளில் நெருப்பினாலான தேவர்களும் (ஃபரிஷ்தே) மண்ணாலான மனிதர்களும் சிறந்தவர்கள், தேவர்களில் சிலர் தவறான பாதையில் சென்று, அல்லாவின் நிரந்தரப் பகைவர் களாகி விட்டார்கள். அப்படிப்பட்டவர்கள் மனிதர்களையும் தவறான பாதையில் கொண்டு செல்ல முயற்சி செய்கிறார்கள். அவர்களையே "சைத்தான்கள்" என்கிறோம். சைத்தான்களின் தலைவனே 'இப்லீஸ்'

என்பவன். தேவனாக இருந்தபோது அவனுடைய பெயர் 'அஜாலீல்' ஆகும். மனிதன் ஒரேயொரு தடவை மட்டுமே உலகில் பிறக்கிறான். அவன் கடவுள் மொழி ('குரான்')யில் சொல்லப்பட்ட பாவ, புண்ணிய காரியங்களைச் செய்து, அவற்றின்படி நிரந்தரமாகச் சொர்க்கத்தையோ, நரகத்தையோ அடைகிறான். சொர்க்கத்தில் அழகிய மாட மாளிகைகளும், திராட்சைச் சோலைகளும், மது, தேனாறுகளும், எழிலரசிகள் பலரும், இளம் வேலைக்காரர்களும் இருக்கின்றனர். தயை, உண்மை பேசுதல், திருடாமல் இருத்தல் போன்ற எல்லா மதங்களிலும் சொல்லப்பட்ட நற்செயல்களுடன்கூட, 'நமாஸ்' (தொழுகை), 'ரோஜா' (உண்ணா நோன்பிருத்தல்), 'ஜகாத்' (தானம் செய்தல்), 'ஹஜ்' (வாழ்க்கையில் ஒரு முறை காபாவைத் தரிசிப்பது)- இந்நான்கும் முக்கியமானவையாகும். தடை செய்யப்பட்ட விஷயங் களாவன; பல்வேறு கடவுள்களையும், அவர்களுடைய விக்கிரகங் களையும் வழிபடுவது, சாராயம் குடித்தல், தடை செய்யப்பட்ட மாமிசத்தை (பன்றிக் கறியும், இஸ்லாமிய மந்திரம் ஓதாமல் கொல்லப்பட்டவைகளின் கறியும்) உண்பது ஆகியவை.

அத்தியாயம் இரண்டு

தத்துவ இயலின் முத்திரையும் இஸ்லாமில் கருத்து வேற்றுமையும்

1. இஸ்லாமில் கருத்து வேற்றுமை

குரானின் மொழி மிகவும் எளிமையானது. எந்த விஷயத்தையும் படிக்காத அப்பாவியும் சுலபமாகப் புரிந்து கொள்ளக்கூடிய முறையில் அது எடுத்துச் சொல்கிறது. குரானில் ஆங்காங்கே அடுக்கு மொழி, எதுகை, மோனை போன்றவை பயன்படுத்தப்பட்டிருந்தாலும், அவை கூடச் சாதாரண அராபிய மொழி தெரிந்தவர்களும் புரிந்து கொள்ளக்கூடிய அளவுக்குத்தான் பயன்படுத்தப்பட்டுள்ளன. நபிகள் நாயகம் வாழ்ந்திருந்த காலத்தில் அராபியரின் பகுத்தறிவு நிலையாக இருந்தவரை, இஸ்லாமிய அரசியலை அதுவே நடத்திச் சென்றவரை எவ்விதக் குழப்பமுமில்லாமல் காரியங்கள் நடந்து வந்தன. ஆனால் இஸ்லாமிய உலகு அரேபியாவை விட்டு வெளி நாடுகளிலும் பரவத் துவங்கியதும், அந்நாடுகளின் கருத்துக்களுடன் மோதல் ஆரம்ப மானதும் இஸ்லாமில் கருத்து வேற்றுமை தோன்றுவது தவிர்க்க முடியாததாகி விட்டது.

1. ஃபிகா அல்லது மத விளக்கம் செய்பவர்களின் செல்வாக்கு

நபிகள் உயிர் வாழ்ந்த வரைக்கும் குரானும், அவருடைய வாக்குமே எல்லாப் பிரச்சினைகளையும் தீர்க்கப் போதுமானவையாக இருந்தன. கி.பி. 622-ல் நபிகள் காலமான பின்னர் குரானும், நபிகளின் நடவடிக்கைகளும் சுன்னத் அல்லது நன்னடத்தை அத்தாட்சிகளாகக் கருதப்பட்டன. நபிகள் வாக்கியங்கள் அனைத்தும், நினைவுகளும் திரட்டுவதற்கான முயற்சி துவங்கியது. ஆனால் நபிகள் மறைந்த ஒரு நூற்றாண்டுக்குப் பிறகு, அவற்றில் மனித அறிவு தலையிடவாரம்பித்தது.

---

* இந்துக்களின் ஆறு தத்துவ இயல்களில் முற்பகுதி மீமாம்ஸமும், பிற்பகுதி மீமாம்ஸமும் சேர்ந்துள்ளன. இவற்றின் தத்துவாசிரியர்களை 'மீமாம்ஸகர்கள்' என்பர்- மொ-ர்.

அப்பொழுது அறிவுக்கும், மத நூலுக்கும் போட்டா போட்டி பிறந்தது. நமது இந்திய நாட்டின் மீமாம்சகர்களைப்* போலவே, இஸ்லாமிய மத நூல் விளக்கம் செய்பவர்களும் 'குரான்' தனக்குத் தானே அத்தாட்சியென்றும், அதன் பின்னர் நபிகள் வாக்கியமும், அவரது நன்னடத்தையும் சிரமேற்கொள்ளத்தக்கவை என்றும் விளக்கினர். இந்திய மீமாம்சகர்கள் நாம் செய்யும் காரியங்களை மூன்று பிரிவுகளாகப் பிரித்தனர்: 1. அவசியக் காரியங்கள், 2. அரை அவசியக் காரியங்கள், 3. செய்யாவிட்டாலும் பரவாயில்லை என்ற காரியங்கள். இதைப் போலவே 'ஃபிகா' என்னும் இஸ்லாமிய மத நூல் விளக்கம் செய்பவர்கள், கீழ்க்கண்டவாறு காரியங்களைப் பிரித்தனர்:

1. நாள்தோறும் தவறாமல் செய்ய வேண்டிய காரியம். இதைச் செய்யாவிட்டால் பாவம் ஏற்படும். உதாரணமாக நமாஸ் (தொழுகை).

2. மதம் சொல்லிய அரை அவசியக் காரியங்கள். இவற்றைச் செய்தால் புண்ணியம் கிடைக்கும்; ஆனால் செய்யாவிட்டால் பாவம் ஏற்படாது.

3. ஆமோதிக்கப்பட்ட செயல்கள். இவைகளை 'மதம் வலியுறுத்தாது.

4. ஒப்புக்கொள்ளப்படாத காரியங்கள். இவற்றைச் செய்ய மதம் ஒப்புக் கொள்ளாது; ஆனால் செய்தால் தண்டிக்கத் தகுந்தவையாகக் கருதுவதில்லை.

5. தடை செய்யப்பட்ட காரியங்கள். இவற்றைச் செய்வதிலிருந்து மதம் தடை செய்கிறது. மீறிச் செய்தவனைத் தண்டனைக்குரிய வனாக்குகிறது.

'ஃபிகா' என்னும் மத விளக்கம் செய்பவர்களில் நால்வர் முக்கியமானவர்கள்.

1. இமாம் அபூஹனீஃபா (கி.பி. 767): மெஸப்படோமியாவிலுள்ள கஃபாவைச் சேர்ந்தவர். இவரைப் பின்தொடர்பவர்களை 'ஹன்ஃபீ' என்கின்றனர். இந்தியாவில் இவர்களே அதிகம்.

2. இமாம் மாலிக் (கி.பி. 715-95): மதீனாவைச் சேர்ந்தவர். இவரைப் பின்பற்றுபவர்கள் 'மாலிகீ' எனப்படுகின்றனர். ஸ்பெயினிலும், மொராக்கோவிலும் முதலில் முஸ்லிம்கள் அனைவருமே 'மாலிக்கீ'க் களாக இருந்தனர். இமாம் மாலிக் நபிகள் வாக்கியங்களை ('ஹதீஸ்') மதத்தைப் பற்றிய முடிவுகள் எடுக்கும் போது, மிக அதிகமாக அடிப்படையாகக் கொண்டார். இதன் விளைவாக இஸ்லாமியப் பண்டிதர்கள் நபிகள் வாக்கியங்களைத் திரட்டவாரம்பித்தனர். பிற்காலத்தில் இவர்கள் ஒரு செல்வாக்கு மிகுந்த குழுவாக ('அஹ்லே ஹதீஸ்') ஏற்பட்டனர்.

3. இமாம் ஷாஃபயீ (கி.பி. 767-820) என்பவர் 'ஷாஃபயீ' என்னும் மூன்றாவது மதநூல் விளக்குபவர் பிரிவை ஏற்படுத்தினார். இக்குழு நபிகளின் நன்னடத்தையை வலியுறுத்துகிறது.

4. இமாம் அஹமத் இப்ன ஹம்பல் "ஹம்பலியா" என்னும் நான்காவது பிரிவைத் தோற்றுவித்தார். இப்பிரிவு கடவுளை உருவமுடையவராகக் கருதுகிறது.

ஹனஃபியும், ஷாஃபயீயும் உதாரணங்களின் மூலம் முடிவெடுப்பதை வலியுறுத்துகின்றன. இமாம் ஹனீஃபாவின் இக்கருத்தை உருவாக்கு வதில் கூஃபாவில் நிலவிய பகுத்தறிவுச் சூழ்நிலை பெரும் பங்காற்றியது. ஷாஃபயீ ஹன்ஃபியரிடமிருந்து எத்தனையோ விஷயங்களைச் சுவீகரித்துக் கொண்டது.

குரான், நபிகளின் நன்னடத்தை ஆகியவைகளுடன் பெரும் பான்மைக் கருத்தையும் ஒப்புக்கொள்ளத் துவங்கினர்.

2. கருத்து வேற்றுமைகளின் ஆரம்பம்

(1) ஹலூல்: இஸ்லாமிய வரலாற்றில் முதன் முதலாகக் கருத்து வேற்றுமை, ஏழாவது நூற்றாண்டில் இருந்த இப்ன ஸபாவால் ஏற்பட்டதென்று கூறுவர். இப்ன ஸபா யூதராக இருந்து முஸ்லிமானவர். அவர் மாற்றங்களைக் காட்டிலும் நபிகள் மருமகனாரான ஹஸரத் அலியிடம் வெகுவாகப் பக்தி கொண்டவர். இவர் 'ஹலூல்' (அதாவது ஜீவன் அல்லாவில் கலந்து விடுகிறது) என்னும் சித்தாந்தத்தைத் தோற்றுவித்தார்.

(பழைய ஷியாக்கள்): இப்ன ஸபாவுக்குப் பின்னர் ஷியாவும், மற்ற பிரிவுகளும் தோன்றின. ஆனால் அக்காலத்தில் இப்பிரிவுகளின் கருத்து வேற்றுமைகளெல்லாம் தத்துவ இயலைப் பற்றியவை அல்ல; குரானைப் பற்றியும், நபிகளின் வாரிசுகளுக்குப் பக்தி செலுத்துவது அல்லது செலுத்தாததைப் பற்றியுமாகத்தான் இருந்தன. நபிகளின் வாரிசுகளாகும் உரிமை அவரது மகளான ஃபாத்திமாவுக்கும், அலியின் குழந்தைகளுக்கும் மட்டும் இருக்கிறதென்று ஷியாக்கள் கூறினர். எனினும் இவர்கள் வருங்காலத்தில் தத்துவக் கருத்து வேற்றுமை களால் பயன்பெற்று, 'மோத்ஜலா' 'ஸூஃபிக்கள்' என்னும் பிரிவினரிட மிருந்து எத்தனையோ விஷயங்களை ஏற்றுக் கொண்டனர். கடைசியில் அராபியருக்கும், ஈரானியருக்கும் நிகழ்ந்த மோதலில் ஷியாக்கள் நல்ல லாபமடைந்தனர். பதினைந்தாம் நூற்றாண்டில் ஈரானில் 'ஸஃபாவி' வம்சத்தினரின் ஆட்சி (கி.பி. 1499-1536) ஏற்பட்டதுமே, அவர்கள் ஷியாப் பிரிவை அரசாங்க மதமென்று பிரகடனப்படுத்தினர்.

(2) ஜீவன் செயல்படுவதில் சுதந்திரம் படைத்தது: ஈரானைச் சேர்ந்த அபூயூனஸ் என்பவர் நபிகளின் தோழர்களில் ஒருவர். ஜீவன் செயல்படுவதில் சுதந்திரமுடையது; ஒருவேளை சுதந்திரமில்லாததாக இருந்தால், அதற்குத் தண்டனை கிடைக்கக் கூடாது என்னும் சித்தாந்தத்தை அபூயூனஸ் தோற்றுவித்தார். பனீ உமையாவின் ஆட்சிக் காலத்தில் இந்தச் சித்தாந்தம் அரசியல் இயக்கமாக உருப்பெற்றது. மாபத் பின் காலிக் ஜஹனீ என்பவர் 'செயலாற்றும் சுதந்திர'மென்னும் கோஷத்தால் மக்களை மன்னர்களுக்கு எதிராகத் தூண்டிவிடத் தொடங்கினார். இதற்கு எதிராக மறுபக்கம் ஆட்சியாளரான பனீ உமையா 'செயலாற்றும் சுதந்திரம்' இல்லை என்னும் சித்தாந்தமே இஸ்லாமுக்கு உகந்ததென்று பிரசாரம் செய்து கொண்டு இருந்தார்.

(3) கடவுள் குணநலன்கள் அற்றவர்: அல்லா குணங்களோ, குறிப்பிட்ட விசேஷத் தன்மைகளோ இல்லாதவர். அவரும் குணங்களும், தன்மைகளும் உள்ளவரென்று எண்ணினால், அவருடன் மற்ற பொருள்களின் இருக்கையும் ஒப்புக்கொண்டாக வேண்டும். கடவுளை ஞானமும், குணங்களுமுடையவராகக் கருதினால், கடவுள் அறிந்த பொருள்களும் எப்பொழுதுமே இருக்குமென்பதை ஒப்புக் கொள்ள வேண்டி வரும். அந்த நிலையில் இஸ்லாமின் கடவுளும், ஜீவனும் வேறல்ல என்னும் தத்துவம் அடிபட்டுப் போகும். ஆகவே அல்லா படைப்பவரோ, எல்லாம் அறிந்தவரோ, கேட்டவரோ, தண்டனையளிப்பவரோ எதுவுமே அல்ல. இக்கருத்து ஆதி சங்கரரின் கருத்துடன் எவ்வளவு தூரம் ஒன்றுபடுகிறதென்பதை நாம் பின்னால் பார்ப்போம். ஆனால் இந்தக் காலத்திற்குச் சங்கரர் (கி.பி. 788-820) பிறக்கவே இல்லை, எனினும் புதிய பிளாட்டோ வாதமும், பவுத்தர் களின் விஞ்ஞான வாதமும் அப்பொழுது இருந்தன.

(4) உட்பொருள் வாதம்: "குரானி'ல் கூறப்பட்டவைகளுக் கெல்லாம் இரண்டு பொருள்கள் இருக்கின்றன: ஒன்று வெளிப்படை யாகத் தெரிவது; மற்றொன்று உள்ளுக்குள் இருப்பது" என்னும் தத்துவத்தை ஈரானியர் தோற்றுவித்தனர். இந்தத் தத்துவத்தின்படி குரானின் ஒவ்வொரு வாக்கியத்தின் பொருளையும், அதன் சொல்லி லிருந்து வேறாக்கிக் காட்டலாம். இவ்விதமாக இஸ்லாமியப் பரம்பரை முழுவதையுமே திருப்பிவிடலாம். இச்சிந்தனையாளர்களை 'ஜிந்தீக்' என்கின்றனர். இவர்களைப் பின்தொடருபவர்களே முல்ஹித்துக்களும், பாதினிக்களும், இஸ்மாயிலீக்களும்! ஆகானைப் பின்பற்றும் முஸ்லிம்கள் இக்கருத்தை ஆதரிப்பவர்கள்தான்!

இஸ்லாம் தத்துவப் பிரிவுகள்

புராதன இஸ்லாம் எளிமையான பாலைவன மக்களின் கள்ளங்கபடமில்லாத மதமாக இருந்தது. ஆனால் போகப் போக

வரலாற்றுக் காரணங்களால், அதிலே குழப்பம் ஏற்படத் துவங்கியதை ஓரளவுக்கு விவரித்தோம். மெஸப்படோமியாவின் பஸ்ரா போன்ற நகரம், இஸ்லாமியக் கருத்து வேற்றுமைகளுக்கு துணை புரியக் கூடியதாக இருந்ததையும் நாம் உணரலாம்.

1. மோத்ஜலா பிரிவு

'மோத்ஜலா' பிரிவினரின் பிறப்பிடமும், செயல் அரங்கமும் பஸ்ரா நகரமாகும். இஸ்லாமின் முதல் பிரிவான மோத்ஜலா பிரிவு, தத்துவ இயலின் செல்வாக்கைத் தனது கருத்துக்களால் எதிரொலித்தது. அதன் பல்வேறு கருத்துக்கள் கீழே தரப்பட்டுள்ளன:

(1) ஜீவன் செயலாற்றுவதில் சுதந்திரம் படைத்தது: ஜீவன் சுதந்திரம் இல்லாததென்று எண்ணினால், அதற்குத் தண்டனை யளிப்பது அநியாயமாகும். அதனாலேயே அபூயூனஸைப் போலவே மேத்ஜலீக்களும் ஜீவன் சுதந்திரமானதென்று கூறுகின்றனர்.

(2) கடவுள் நல்லவைகளுக்கு மட்டுமே பிறப்பிடமாவார்: இஸ்லாமின் சாதாரண நம்பிக்கையின்படி, கடவுள் சர்வ வல்லமை படைத்தவரும், இணையில்லாதவருமாவார். அவரைக் காட்டிலும் உயர்ந்த சக்தி எதுவுமில்லை. மோத்ஜலீக்களின் வாதமாவது: உலகத்தில் நாம் நல்லவைகளை மட்டுமல்லாமல், கெட்டவைகளையும் காண்கிறோம். ஆனால் இந்தக் கெட்டவைகளின் பிறப்பிடம் கடவுளல்ல; ஏனெனில் அவர் நல்லவைகளுக்கு மட்டுமே பிறப்பிட மாவார். நல்லவைகளின் ஊற்றாக அவர் இருப்பதால், நரகம் போன்ற தண்டனைகளைக் கடவுளால் அளிக்க இயலாது.

(3) கடவுள் குணநலன்களற்றவர்: ஜஹம்பின்ஸஃப்வானைப் போலவே மோத்ஜலீக்களும் கடவுளை குணநலன்களற்றவராக எண்ணினர். கடவுளைக் கருணை முதலிய குணங்களுடையவராகக் கருதினால், அவர் தனது கருணையைப் பொழியும் பொருள்களையும் அனாதி காலந்தொட்டு இருந்து வருபவையாக ஒப்புக்கொள்ள வேண்டும். இதன்பொருள், கடவுளைத் தவிர மற்ற பொருள்களையும் அனாதியானவையாக ஏற்றுக் கொள்வது என்பதாகி விடும்.

(4) கடவுளின் சர்வ வல்லமை எல்லைக்குட்பட்டது: கடவுளின் வல்லமை எல்லையற்றது என்பது சாதாரணமாக இஸ்லாமின் நம்பிக்கையாகும். மோத்ஜலீக்களின் கேள்விகளாவன: கடவுளால் அநியாயம் செய்ய முடியுமா? செய்ய முடியாதென்றால், அவர் கெடுதல்களையும் செய்யக்கூடிய சர்வவல்லமை படைத்தவரல்ல! அவரால் கெடுதல்கள் செய்ய முடிந்தாலும், கடவுள் நல்லவைகளை மட்டுமே செய்பவராதலால் கெடுதல்கள் செய்யமாட்டார் என்று

பழைய மோத்ஜலீக்கள் சொல்லி வந்தனர். ஆனால் பிற்கால மோத்ஜலீக்கள் கடவுளில் இப்படிப்பட்ட சக்தியே இல்லை என்றனர்.

(5) கடவுளின் அற்புதங்கள் என்பது தவறாகும்: மற்ற மதங்களைப் போலவே இஸ்லாமிலும் குரானிலும் கடவுள், தேவதூதர்களின் விருப்பப்படி, இயற்கைக்கு மாறான நிகழ்ச்சிகள் நிகழ்வது ஆகியன ஒப்புக் கொள்ளப்பட்டுள்ளன. ஒவ்வொரு பொருளுக்கும் பிரத்தியேகமான குணங்களிலிருக்கும் என்றும், அவை எப்பொழுதுமே மாறாது என்றும் மோத்ஜலீ பிரிவைச் சேர்ந்த சிந்தனையாளர்கள் கூறினர். நெருப்பின் இயற்கைக் குணம் வெப்பமாகும். நெருப்பிருக்கும் வரை அதன் குணம் மாறாது. தேவதூதர்களின் வாழ்க்கைகளில் நாம் காணும் அற்புதச் செயல்களுக்கு வேறு ஏதாவது பொருள் இருக்க வேண்டும் அல்லது அவை நம்மால் புரிந்து கொள்ள முடியாத விதிகளின்படி நிகழ்ந்திருக்க வேண்டும். அதனால் நாம் அவைகளை இயற்கைக்கு மாறான செயல்களென்று சொல்லி விடுகிறோம்.

(6) உலகம் தொன்றுதொட்டு இருப்பதல்ல: மற்ற முஸ்லிம்களைப் போலவே மோத்ஜலீ பிரிவினரும் உலகம் கடவுளால் படைக்கப்பட்டதென்று எண்ணினர். அவர்களைப் போலவே இவர்களும் சூனியத்திலிருந்து உலகம் உண்டானதென்று கருதினர். இப்படி இவர்கள் அரிஸ்டாட்டிலின் உலகம் அனாதியானதென்றும் வாதத்தை மறுத்தவர்களானார்கள்.

(7) குரானும் அனாதியானதல்ல: பழமை விரும்பி முஸ்லிம்கள் உலகம் அனாதியானதல்ல என்னும் மோத்ஜலீக்களின் கருத்தை விரும்பமாட்டார்கள். ஏனெனில் அவர்கள் கடவுளால் சிருஷ்டிக்கப்பட்டதால் உலகம் அனாதியானதல்ல என்று எண்ணுவதைப் போலவே, கடவுளால் படைக்கப்பட்டதால் குரானையும் அவர்கள் அனாதியானதல்லவென்றே கருதினர். அல்லாவைப் போன்றே குரானையும் முதலும் முடிவும் இல்லாததாகக் கருதுவதை மோத்ஜலீக்கள் இருமை (துவைத) வாதம்,* விக்கிரக ஆராதனை போன்ற தீச்செயலாகவே எண்ணினர். செயலாற்றுவதில் சுதந்திரம் என்னும் முழக்கத்தைக் கொண்டு, ஜஹனீ என்பவர் உமையா மன்னர்களுக்கு எதிராக இயக்கம் நடத்தியதை ஏற்கனவே குறிப்பிட்டோம். பனீ உமையாவை அகற்றி அப்பாஸ் வம்சத்தினர் ஆட்சியாளரானதும் செயலாற்றும் சுதந்திரத்தைப் பிரசாரம் செய்தவர்கள் பாலும், அவர்களின் வாரிசுகளான மோத்ஜலீக்கள் பாலும் ஆதரவு காட்டியது இயற்கையேயாகும். பாக்தாதை ஆண்ட

---

* துவைதம்: இந்துக்களின் ஒரு பழமையான தத்துவம். இதில் ஆன்மாவையும் கடவுளையும் அல்லது ஜீவனையும் கடவுளையும் வெவ்வேறானதாகக் கருதி ஆராயப்படுகிறது- மொ-ர்.

மோத்ஜலீ மன்னர் குரான் தொன்றுதொட்டு இருப்பது என்ற வாதத்தினை நாஸ்திகம் என்று எண்ணினார். அப்படிச் சொல்பவர்களுக்கு அரசாங்கத் தண்டனையும் அளிக்கப்பட்டது. குரான் தொன்றுதொட்டு இருப்பதல்ல என்று சொல்லி, மோத்ஜலீக்கள் அல்லாவிடம் மிகுதியான பக்தி காட்டுகிறார்கள் என்பதல்ல. அவர்கள் அப்படிச் சொல்லியதன் பொருள், குரானும் சாஸ்வதமற்ற நூல்களில் ஒன்றே என்பதாகும். அப்படிக் கருதினால்தான் அதை விளக்கப் போதுமான சுதந்திரம் இருக்கும். அப்பொழுது நூலை அத்தாட்சியாகக் கொள்வதைக் காட்டிலும், பகுத்தறிவுக்கு முக்கியத்துவம் அளிக்க முடியும். அவர்களுடைய கருத்தாவது: கடவுள் உலகையும், மனிதனையும் படைத்தபோது, நல்லதும் கெட்டதும் உண்மையும்-பொய்யும் பரிசீலனை செய்து, கடவுளை அறிந்து கொள்ளும் அறிவையும் அளித்தார். இவ்விதமாக அவர்கள் நூலில் கூறப்பட்ட தர்மத்தைக் காட்டிலும், அறிவால் நிரூபிக்கப்பட்ட தர்மத்திற்கு அதிக முக்கியத்துவம் அளித்தனர். இதனால் பழமை விரும்பி முஸ்லிம்கள் மோத்ஜலீக்களை மன்னிக்க மாட்டார்கள். அதனாலேயே அவர்கள் காஃபிர் (முஸ்லிம்கள் அல்லாதார்), மோத்ஜலி, நாஸ்திகர்கள் ஆகிய சொற்களை ஒரே பொருளில் பயன்படுத்துகின்றனர்.

(8) இஸ்லாமியவாத இயலைத் துவக்கியவர்கள்: மோத்ஜலீக்கள் மத நூலை முழுமையாக ஆதரிப்பவர்கள் அல்லவென்றாலும், அதன் முக்கியத்துவத்தைப் பூரணமாக நிராகரிப்பவர்களுமல்ல. பகுத்தறிவு உலகில் அராபியரின் அப்பாவித்தனமான பக்தியினாலேயே எல்லாமும் நடக்குமென்று அவர்கள் கருதவில்லை. அதனால் அவர்கள் குரானையும், அறிவையும் ஒன்றுபடுத்த விரும்பினர். ஆனால் இதனால் அவர்கள் எத்தனையோ பழைய நம்பிக்கைகளை மறுக்க வேண்டி நேர்ந்தது. குரானை விளக்க அதிகச் சுதந்திரமும் தேவை என்பதையும் உணர்ந்தனர். இதற்காக அவர்கள் இஸ்லாமிய வாத இயலைத் தோற்றுவித்தனர். பாக்தாத் நகரின் துவக்கக் கால இஸ்லாமிய மன்னர்கள் காலத்தில், மோத்ஜலீக்களின் செயல் ஆதரிக்கப்பட்டாலும், பிற்காலத்தில் அஷரி, கஜாலி போன்ற "புராண வாதிகள்" அதைத் தீச்செயலாகவே கருதினர்.

இஸ்லாமில் மோத்ஜலீக்களின் நம்பிக்கையைச் சந்தேகிக்கவே முடியாது. இதற்கு எடுத்துக்காட்டு, கிரேக்கத் தத்துவ இயலையும் அரிஸ்டாட்டிலின் தர்க்க இயலையும் அவர்கள் கடுமையாக எதிர்த்தது தான்! ஆனால் இந்த எதிர்ப்பிற்காக அவர்கள் பகுத்தறிவைத்தான் அதிகமாகப் பயன்படுத்த வேண்டியிருந்தது. இதனால் அவர்கள் பல தடவை இஸ்லாமின் 'நேர்ப்பாதை'யிலிருந்து பிறழ்ந்தும் போயினர்.

(9) மோத்ஜலீ ஆசாரியர்கள்: ஹாரூன் மாமூன் (கி.பி. 786-833) ஆட்சிக் காலம், மற்ற மொழிகளிலிருந்து அராபிய மொழியில் பல நூல்கள் மொழி பெயர்க்கப்பட்ட பொற்காலமாகும். இம்மொழி பெயர்ப்புக்களால் பகுத்தறிவு மறுமலர்ச்சி ஏற்பட்டது. அதன் காரணமாக மக்களுக்கு இஸ்லாமைப் பற்றி ஐயப்பாடுகள் தோன்ற ஆரம்பித்தன. அதை எதிர் கொள்ளவே மோத்ஜலா பிரிவு தோன்றிற்று. மோத்ஜலா பதாகையின் கீழே நின்று போராடிய ஆசாரியர்களில் சிலர்:

(க) அல்லாஃப் அபுல் ஹுஸைல் அல் அல்லாஃப்: இவர் மோத்ஜலீக்களில் எல்லாரைக் காட்டிலும் சிறந்த அறிஞராவார். இவர் ஒன்பதாம் நூற்றாண்டின் மத்தியில் காலமானதால், ஆதிசங்கரரின் சம காலத்தவராவார். சங்கரரைப் போலவே அல்தாஃபும் நல்ல வாதத் திறமையுள்ளவர். இவர் தனது நோக்கத்துக்காகத் தத்துவ இயலை நன்கு பயன்படுத்திக் கொள்ள முயற்சி செய்து கொண்டிருந்தார். கடவுளும் ஒருமைவாதமும் குணங்களற்றவை என்பதை நிரூபிக்க, சங்கரரைப் போலவே இவரும் வாதம் செய்து கொண்டிருந்தார். அல்லாவில் (கடவுள் அல்லது பிரம்மத்தில்) எந்தக் குணமும் (சிறப்பும்) இருக்க முடியாது. ஏனெனில் குணம் இரு வகையாகத்தான் இருக்க இயலும்; ஒன்று, குணம் தனிநபரிடமிருந்து பிரிந்திருக்க வேண்டும். அல்லது, அந்தத் தனிநபர் உருவமாகவே இருக்கவேண்டும். குணம் தனியாக இருக்கிறதென்றால், ஒருமை வாதம் இல்லை (ஆன்மாவும், கடவுளும் வெவ்வேறானவை என்பது இல்லை) என்றாகி விடும். ஒன்றாகவே இருக்கிறதென்று கருதினால், குணங்களில்லாக் கடவுளுக்கும், குணங்கள் நிறைந்த கடவுளுக்கும் வித்தியாசம் இல்லாமற் போய் விடும். மனிதனின் செயலை அல்தாஃப் இருவிதமாகக் கருதினார்: 1. இயற்கையான அல்லது உடலுறுப்புக்களின் செயல்கள் 2. நடத்தை தொடர்பான (பாவ-புண்ணியங்கள் தொடர்பான) அல்லது இதயத்தின் செயல்கள். பாவ- புண்ணியங்கள் என்று சொல்லப்படும் நடத்தை தொடர்பான செயல்கள், நாம் எவ்விதத் தடையுமின்றிச் செய்யக் கூடியவை. இவை மனிதன் தானாகச் சம்பாதித்துக் கொண்டவை. இவை அவனது முயற்சியின் விளைவுகளாகும். அறிவு மனிதனுக்குக் கடவுளிடமிருந்து குரானைப் போன்ற புனித நூல்களாலும், இயற்கையின் வெளிப்படுத்தலாலும் கிடைக்கிறது. எந்தப் புனித நூலும் தோன்று வதற்கு முன்பும் கூட இயற்கை வழியாக மனிதனுக்கு எப்படிக் கடமையாற்ற வேண்டுமென்று தெரிந்து கொண்டே இருந்தது. அதிலிருந்து அவன் கடவுளையும் அறிந்து கொள்கிறான். நல்லதையும்-கெட்டதையும் பகுத்துணர்கிறான். நன்னடத்தை, உண்மை, ஸ்திரத் தன்மையுள்ள வாழ்க்கையும் வாழ்கிறான்.

(ங) நஜ்ஜாம்: நஜ்ஜாம் அல்தாஃபின் சீடராக இருந்திருக்கக்கூடும். இவர் கி.பி. 845-இல் காலமானார். நஜ்ஜாமை சிலர் பைத்தியக் காரராகவும், சிலர் நாஸ்திகராகவும் கருதி வந்தனர். அவருடைய கருத்துப்படி கடவுள் கெடுதல் செய்யக் கொஞ்சமும் சக்தி இல்லாதவர். அவர் தனது உள்ளத்தில் சேவகனுக்கு எது நல்லதென்று எண்ணு கிறாரோ, அதை மட்டுமே அவரால் செய்ய இயலும். அவர் வாஸ்தவத்தில் எவ்வளவு செய்ய முடியுமோ, அதுவே அவரது சர்வ வல்லமையின் எல்லையாகும். கோரிக்கை என்பது கடவுளின் குணமாக முடியாது; ஏனெனில் குறை நிறைந்தவர்களுக்கே கோரிக்கை பிறக்க முடியும். கடவுள் சிருஷ்டியை ஒரு தடவை மட்டுமே படைக்கிறார். அப்பொழுதே ஒவ்வொரு பொருளிலும் அதன் வருங்கால வளர்ச்சிக்குத் தேவையான சக்தியை நிரப்பி விடுகிறார். நஜ்ஜாம் பரமாணுவாதத்தை ஒப்புக் கொள்பவரல்லர். பொருட்கள் பரமாணுக் களால் அல்லாமல் நிகழ்ச்சிகளால் ஆனவை என்னும் நஜ்ஜாமின் இக்கருத்தில் புதுமை பிரதிபலிக்கிறது. உருவம், சுவை, மணம் போன்ற குணங்களையும் நஜ்ஜாம் பொருட்களாகவே கருதினார். ஏனெனில் குணமும், குணமுடையதும் வெவ்வேறு பொருட்களல்ல. மனிதனின் ஆன்மா அல்லது அறிவைக் கூட அவர், ஒரு விதமான பொருளாகவே கருதுகிறார். ஆன்மா மனிதனின் மிகவும் சிறப்பான பகுதியாகும். அது அவனது உடலெல்லாம் நிறைந்துள்ளது, உடல் ஆன்மாவின் சாதனமாகும். கற்பனையும், உணர்ச்சியும் ஆன்மாவின் இயக்கங்கள் என்கின்றனர். மதத்தில் எதை நாம் பிரமாணமாக (அத்தாட்சியாக) கொள்ள வேண்டும்? நஜ்ஜாம் இதற்கான விடையை ஷியாக்களைப் போலவே தந்தார்: மத விளக்கம் செய்பவர்களின் ரோமத்தைப் பிளக்கும் வாதங்களால் இந்த முடிவு செய்ய முடியாது. நமது நம்பிக்கைக்குரிய மதத் தலைவரின் சொல்லே நமக்கு அத்தாட்சியாக இருக்க முடியும். முஸ்லிம்களின் பெரும்பான்மைத் தத்துவத்தை நஜ்ஜாம் ஒப்புக்கொள்ளவில்லை. உதாரணத்துக்கு, சமுதாயம் முழுவதுமே கூடத் தவறான கருத்து கொண்டிருக்கலாம். இஸ்லாமியச் சமுதாயம் முழுவதுமே மற்ற எல்லாத் தேவதூதராக அனுப்பப்பட்டா ரென்று நினைக்கிறது; ஆனால் எல்லாத் தேவதூதர்களுமே உலகம் பூராவுக்காகவும் அனுப்பப் பட்டனரென்று நஜ்ஜாம் கூறினார்.

(ச) ஜஹீஜ் (கி.பி. 869): நஜ்ஜீமின் சீடரான ஜஹீஜ் ஒரு சிறந்த எழுத்தாளரும், தத்துவச் சிந்தனையாளருமாவார். அவர் மதமும், இயற்கை விதிகளும் ஒன்றுபடுவது உண்மைக்கு மிகவும் அவசியமான தென்று கருதினார். ஒவ்வொரு பொருளிலும் இயற்கை விதி செயலாற்றிக் கொண்டிருக்கிறது. அந்த ஒவ்வொரு செயலிலும்

கடவுள் பிரதிபலிக்கிறார். படைப்பாளியான கடவுளை மனித அறிவு அறிந்து கொள்ளலாம்.

(ஞ) முவம்மர்: முவம்மர் கி.பி. 900 வாக்கில் வாழ்ந்திருந்தார். தனது முற்கால மோத்ஜலீக்களைக் காட்டிலும் இவர் 'குணங்களற்ற கடவுள் வாத'த்தைப் பலமாக வலியுறுத்தினார். கடவுள் எல்லாவிதப் பிணைப்புகளிலிருந்தும் விடுபட்டவர். ஆகவே எவ்விதமான குணமும், சிறப்பும் அவரை அண்டுவதற்கு வாய்ப்பே இல்லை. கடவுள் தன்னையும் அறியமாட்டார்; தன்னிலிருந்து வேறான பொருள் அல்லது குணத்தையும் அறியமாட்டார்; ஏனென்றால் அவர் அறிவார் என்று சொன்னால், 'அறிந்தவர்', 'அறியப்படுவது' போன்ற கணக்கற்ற வேற்றுமைகள் ஏற்பட்டுவிடும். முவம்மர் கருத்தின்படி, இயக்கநிலை, சமத்துவம் - அசமத்துவம் முதலியவை வெறும் கற்பனைக் கருத்துக் களேயாகும். இவற்றின் பின்னால் உண்மையான சக்தி எதுவுமில்லை. மனிதனின் கோரிக்கைக்கு எவ்விதத் தளையும் இல்லை. மனிதனின் ஒரேயொரு செயல் கோரிக்கையேயாகும்; மற்ற செயல்கள் அனைத்தும் உடல் சம்பந்தப்பட்டவையேயாகும்.

(ட) அபூ ஹாஷிம் பஸ்ரீ: கி.பி. 933இல் வாழ்ந்திருந்த அபூஹாஷிம் இருப்பதற்கும், இல்லாமைக்குமிடையே பல நிலைகள் இருக்கின்றன வென்றும், அவைகளில் கடவுளின் குணங்கள், நிகழ்ச்சிகள், பொது அறிவு ஆகியவை சேர்ந்துள்ளனவென்றும் கூறினார். எல்லா அறிவு களிலுமே ஐயம் இருப்பது தவிர்க்க முடியாததாகும்.

2. கராமி பிரிவு

மோத்ஜலி பிரிவினர் குரானைத் தம்மிச்சைப்படி விளக்கியதைப் பார்த்து, முஸ்லிம் பக்தர்கள் வரவிருக்கும் அபாயத்தை உணர்ந்தனர். ஒன்பதாம் நூற்றாண்டில் மோத்ஜலீக்களுக்கு எதிராகக் குரலெழுப்பியவர் களில் கராமி பிரிவினரும் இருந்தனர். இப்பிரிவை நிறுவியவர் முகம்மது பின் கரீம், ஈரானில் ஸீஸ்தானைச் சேர்ந்தவர். மோத்ஜலீக்கள் கடவுளை உடலுடன் கூடியவராக மட்டுமல்லாமல், குணங்கள் உடையவராகக் கூட ஒப்புக் கொள்ளவில்லை. ஆலுல் இப்னகராம் கடவுளை ஒரு மனிதராகவே - மன்னராகவே - பிரகடனப்படுத்தினார். உருவமற்ற பொருள் இருக்கவே முடியாதென்பது அவரது கருத்தாகும்.

3. அஷரி பிரிவு

மோத்ஜலீக்களின் உருவமற்ற கடவுள் வாதமும், கராமிக்களின் உருவமுடைய கடவுள் வாதமும் மோதிக் கொண்டிருந்த காலத்தில், மோத்ஜலிக் குடும்பமொன்றில் அபுல் ஹஸன் அஷரி (கி.பி. 873-935) பிறந்தார். மோத்ஜலா பிரிவு பலதரப்பட்ட தாக்குதல்களிலிருந்து

இஸ்லாமைப் பாதுகாத்து வருவதை அலட்சியம் செய்ய முடியாது என்பதை அவர் கண்டார். ஆகவே ஓரளவுக்கு மோத்ஜலீக்களின் அறிவு சார்ந்த கருத்துக்களை எடுத்துக் கொண்டு முன்னேற வேண்டு மென்று அவர் முடிவு செய்து கொண்டார். ஆனால் அதே சமயத்தில் வெறும் பகுத்தறிவு மட்டுமே இஸ்லாமுக்குக் கேடு விளைவிக்கு மென்று அவர் உணர்ந்தார். இதேபோல் தொன்றுதொட்டு வரும் சம்பிரதாயங்களை அலட்சியப்படுத்துவதால் கூட, இஸ்லாம் மீதுள்ள நம்பிக்கை தளர்ந்து விடக் கூடுமென்பதைக் கராம் கவனித்தார். என்றாலும் பகுத்தறிவையும் அலட்சியப்படுத்துவது அபாயகரமான தாகும். அப்படி அலட்சியப்படுத்தினால் கல்வியறிவு படைத்த அறிஞர்களை இஸ்லாமின்பால் ஈர்க்க முடியாதென்று அவர் எண்ணினார். அதனாலேயே அஷரி கடவுள், மன்னரோ மனிதனைப் போன்றவரோ அல்லவென்று சொன்னார். அஷரி பிரிவின் முக்கிய சித்தாந்தங்கள் வருமாறு:

(1) காரண- காரிய விதியை மறுத்தல்: பொருளின் இயற்கைக் குணங்கள் மாறுவதில்லையாதலால், இயற்கைக்கு விரோதமான அற்புதச் செயல்கள் என்பது தவறானதாகுமென்று மோத்ஜலி பிரிவினர் கருதினர். காரண-காரிய விதி தவிர்க்க முடியாததென்பது தத்துவ அறிஞர்களின் கருத்தாகும். காரணமில்லாமல் காரியம் நிகழ முடியாது. ஆகவே கடவுளைச் சிருஷ்டிகர்த்தா என்று ஒப்புக் கொண்டால், அவருக்கும் காரணம் (காரியமாக உருமாறும் காரணம்) தேவைப்படுகிறது. உலகத்தின் காரியமாக உருமாறும் காரணமென்று இயற்கையை அங்கீகரித்தால், கடவுள் ஆன்மாவிலிருந்து பிரிக்கப்பட முடியாதவரென்பதையும், உலகம் தொன்றுதொட்டே இருப்பதல்ல வென்பதையும் ஒப்புக்கொள்ள வேண்டும். அப்படி ஒப்புக்கொள்வது இஸ்லாமிய சித்தாந்தங்களுக்கு எதிரானதாகி விடும். இந்த இரண்டு சிக்கல்களிலிருந்தும் தப்பித்துக் கொள்ள அஷரி காரண- காரிய தத்துவத்தை ஏற்றுக் கொள்ளவே மறுத்து விட்டார். எந்தப் பொருள் தோன்றுவதானாலும் அதற்குக் காரணம் தேவையில்லை. கடவுள் காரியத்தையும், அதற்கு முன் உண்டாக்கிய பொருளைப் போலவே, படைத்தார். இதையே நாம் தவறுதலாகக் காரணம் என்கிறோம். ஒவ்வொரு பொருளும் பரமாணுக்களால் ஆனது, ஒவ்வொரு பரமாணுவும் ஒரு வினாடி மட்டுமே இருக்கக்கூடியது, முதல் பரமாணுக்களுக்கும், அடுத்த பரமாணுக்களுக்குமிடையே எவ்விதத் தொடர்பும் இருக்காது. கடவுள் அவ்விரண்டையும் உண்டாக்கிய போது எவ்விதக் காரணமுமில்லாமலேயே உண்டாக்கினார். அஷரின் கருத்தின்படி சூரியனின் வெப்பம் நீரை ஆவியாக்குவதில்லை, ஆவி மேகமாவதில்லை, காற்று மேகத்தை அடித்துச் செல்வதில்லை, மேகம்

மழை பொழிவதில்லை. அல்லாவே சூனியத்திலிருந்து ஒவ்வொரு மழைத்துளியையும் பொழிகிறார். கடவுள் ஆவியென்னும் காரியமாக மாறும் காரணமில்லாமலேயே, மேகத்தை ஒரேயடியாக உண்டாக்கு கிறார். சர்வ வல்லமை படைத்த கடவுளின் காரண- காரிய தொடர்பற்ற ஒவ்வொரு செயலையும் எழுத்தாளன் ஒருவனின் உதாரணத்தைக் கொண்டு அஷரி விவரிக்கிறார். முதலில் கடவுள் மனிதனைப் படைக்கிறார். அதன்பிறகு அவனுள் கோரிக்கையை உண்டாக்கு கிறார். பின்னர் எழுத்தாற்றலையும், அதற்குப்பிறகு அவனுடைய் கைகளில் இயக்கத்தையும், பேனாவில் அசைவையும் ஏற்படுத்துகிறார். இங்கே கடவுள் ஒவ்வொரு காரியத்தையும் தனித்தனியாகவும், நேரிடையாகவும் காரண-காரியத் தொடர்பின்றிச் செய்கிறார். காரண- காரியத் தொடர்பின்றி அறிவும் பெற முடியாது. இதற்குப் பதிலளிக்கும்போது கடவுள் ஒவ்வொரு பொருளையும் அறிவார். அவர் உலகத்திலுள்ள பலதரப்பட்ட பொருட்களைப் படைப்பதுடன், அவைகளைப் பற்றிய அறிவையும் மனிதனுடைய உள்ளத்தில் உண்டாக்குகிறார்.

(2) கடவுளின் குரலான 'குரான்' ஒன்று மட்டுமே அத்தாட்சி யாகும்: இந்த மீமாம்சகர்களைப் போலவே, அஷரி பிரிவினரும் உண்மையான ஞானத்தைப் புனித நூலைப் பிரமாணமாகக் கொண்டே பெற இயலுமென்று கூறுகின்றனர். 'குரானி'ன் உதவியில்லாமல் அலௌகீகமான சொர்க்கம், நரகம், தேவர்கள் முதலியவைகளைப் புரிந்து கொள்ள முடியாது. சாதாரணமாகப் புலன்கள் நம்மைத் தவறான பாதையில் கொண்டு செல்ல மாட்டா; ஆனால் அறிவு நம்மைச் சுலபமாகத் தவறான பாதையில் அழைத்துச் சென்றுவிடும்.

(3) கடவுள் அனைத்து விதிகளுக்கும் அப்பாற்பட்டவர்: கடவுள் சர்வ வல்லமையுள்ள படைப்பாளர். அவர் எவ்விதக் காரியமாக மாறும் காரணமின்றியே ஒவ்வொரு பொருளையும் ஒவ்வொரு வினாடியும் புத்தம் புதியதாகச் சிருஷ்டிக்கிறார். இவ்விதமாக அவர் உடலில் காணப்படும் எல்லா விதிகளையும் கடந்தவர். அவர் எல்லாவிதக் கடமைகளின் பொறுப்பிலிருந்தும் விடுபட்டவர். இச்சித்தாந்தத்தை மேலும் விவரித்துக் கூறப்படுவ தாவது. "மனிதனை அவன் பொறுக்க முடியாத அளவுக்குக் கடவுள் துன்புறுத்துவது சரியானதுதான்! தான் படைத்த மனிதன் குற்றம் செய்தாலும் செய்யாவிட்டாலும் கடவுள் அவனுக்கு வரமோ, தண்டனையோ எது அளித்தாலும் அது சரியானதுதான். கடவுள் தமது சேவகர்களை எப்படியாவது நடத்தலாம். கடவுள் தமது அடியாளின் எண்ணங்களைப் பொருட்படுத்த வேண்டிய அவசியமில்லை.

கடவுளை அவரது குரலினால் (குரானால்) மட்டுமே அடையாளங் கண்டு கொள்ள இயலுமே தவிர, அறிவினால் அல்ல."

இக்கருத்துக்கு ஆதரவாக அஷரி கீழ்க்கண்ட குரான் வாக்கியங் களை எடுத்துக்காட்டுகிறார்.

"அவர் தமது அடிமைகளின் மேல் எல்லாவித உரிமைகளும் கொண்டிருக்கிறார்."

"எல்லாமுமே அல்லாவிடமிருந்து வந்தவைதான் என்று சொல்!"

"கடவுள் விரும்பாத வரை, நீ எந்த விஷயத்தையுமே விரும்ப முடியாது."

இவ்விதம் கடவுளின் எல்லையற்ற சர்வ வல்லமை, அஷரிக்களின் முக்கிய சித்தாந்தங்களில் ஒன்றாகும்.

(4) நாடு, காலம், இயக்கம் ஆகியவற்றில் தொடர்பற்ற புள்ளி வாதம்: அஷரி உலகத்தில் காரண- காரியத் தொடர்பை ஒப்புக் கொள்வதில்லையென்று ஏற்கெனவே சொல்லியுள்ளோம். அவர் உலகத்திலுள்ள பொருள்களை நாடு, காலம், இயக்கம் ஆகியவற்றின் தடையில்லாத பிரவாகத்தின் விளைவுகளென்று கூடக் கருதுவதில்லை. ஒன்று, இரண்டு, மூன்று என்னும் எண்களில் நாம் தடையில்லாத வரிசையைப் பார்ப்பதில்லை. 'ஒன்று' என்னும் எண் முடிந்ததுமே, 'இரண்டு' என்னும் எண் நம்முன் வந்து நிற்கிறது. எண் என்ற அறிவு, ஒன்றிலிருந்து இரண்டுக்குள் பாம்பைப் போல் ஊர்ந்து வருகிறதா, தவளையைப் போல் தாவி வருகிறதா என்று கேட்டால், தாவி வருகிறதென்பதே பதிலாகும். இயக்கம் என்பது நாடு அல்லது திசையில் பொருளில் இருக்கும். அம்பு ஓரிடத்திலிருந்து மற்றோர் இடத்துக்குப் போவதைப் பார்க்கிறோம். அம்பு ஓரிடத்திலேயே இருந்தால் அதிலே இயக்கம் இருப்பதில்லை. அப்பொழுது அதை இயக்குகிறதென்று சொல்வது தவறாகும். நமது பார்வையும் பாம்பு போல் ஊர்ந்து செல்லாமல் எண் போல் தாவிச் செல்கிறது. பரமாணு காரணமின்றியே பிறந்து, ஒரு வினாடிக்குப் பிறகு அழிந்து விடுகிறது. இரண்டாம் பரமாணுவும் காரணமில்லாமலேயே தனது நாட்டுக் காகவும், காலத்துக்காகவும் பிறந்து அழிந்து விடுகிறது. முதல் பரமாணுவுக்கும், இரண்டாம் பரமாணுவுக்குமிடையே சூனியம் - இயக்க சூனியமும், நாட்டுச் சூனியமும் - இருக்கும். இது மட்டுமல்ல, முதல் வினாடிக்கும் இரண்டாம் வினாடிக்குமிடையே யாதொரு தொடர்புமில்லாததால், காலச் சூனியமும் இருக்கும். காலமானது 'இப்பொழுது' ஆகும். 'இப்பொழுது' இல்லாதது காலமல்ல,

இவ்விரண்டு 'இப்பொழுதுகளுக்' கிடையே நமக்கு ஒன்றும் தெரிவதில்லை. இதையே 'காலச் சூனியம்' என்கிறோம். இவ்விதமாக அஷரி 'தவளைத் தாவல்' சித்தாந்தத்தால் கடவுளின் சர்வ வல்லமை, காரண- காரிய மறுப்பு, பொருள் இயக்கம், நாடு - காலம் ஆகியவற்றின் பரமாணுருவத்தை நிரூபிக்கிறார். ஆனால் அஷரி சம்பிரதாயத்தினர் இந்தத் 'தவளைத் தாவல்', 'தடைப்பட்ட பிரவாகம்', 'புள்ளி நிகழ்ச்சி', 'தடைப்பட்ட பரமாணுக் கூட்டம்' ஆகிய தத்துவங்களைப் பொருள் நிலையால் ஏற்படும் பிரச்சினைகளைத் தீர்க்க பயன்படுத்தவில்லை. ஐன்ஸ்டீனின் இன்றைய 'சார்புநிலை' சித்தாந்தமும், 'க்வாண்டம்' சித்தாந்தமும் பவுத்தர்களின் 'அழிவுடை அனாத்மவாதமும்', மார்க்ஸீய 'பொருள்முதல்வாத'மும் பொருள் நிலைப் பிரச்சினை களைத் தீர்க்கப் பயன்படுத்தவில்லை. அஷரி இதனால் கடவுளின் அற்புதச் செயல்களையும், சர்வாதிகாரத் தன்மையையும் நிரூபிக்க விரும்புகிறார். இப்படிப்பட்ட சித்தாந்தங்களால் அல்லாவின் சர்வாதிகாரம் என்னும் திரையின் பின்னே முஸ்லிம் மன்னர்கள் தமது கொடுங்கோலாட்சியை மறைக்க நல்வாய்ப்பு கிடைக்கிறதென்பதில் ஐயமில்லை.

(5) **தேவதூதரின் தன்மை:** கடவுளால் அனுப்பப்பட்ட தேவதூதர் யார் என்பதைக் குறித்துக் கூறியிருப்பதாவது: 'உன்னை நான் மக்களிடம் அனுப்புகிறேன். என்னுடைய செய்தியை மக்களுக்குத் தெரிவி' என்று அல்லா யாரிடம் கூறுகிறாரோ, அவர்தான் தேவ தூதராவார். இப்படிப்பட்ட தேவதூதராவதற்கு எவ்வித விதிமுறை களோ, யோக்கியதாம்சங்களோ இல்லை. அல்லா தமது ஊழியர் களில் எவரை விரும்புகிறாரோ, அவர் மேல் தமது அருளைப் பொழிந்து தேவதூதராக்குகிறார்."

(6) **அற்புதச் செயல்கள்:** 'கடவுளால் அனுப்பப்பட்ட தேவதூதன் நானே' என்று யாரும் சொல்லக்கூடும். அதனாலேயே அஷரீக்கள் கடவுள் அத்தாட்சியைப் போலவே, அற்புதச் செயல்கள் புரிவதும், தேவதூதருக்கு அடையாளம் என்று கருதுகின்றனர். அற்புதச் செயல்கள் என்பதை வலியுறுத்துவதற்காகவே அவர்கள், காரண- காரியத் தொடர்பையும் மறுத்துவிட்டனர்; கடவுள் ஒவ்வொரு வினாடியும் புதிய புதிய பரமாணுக்களை உண்டாக்குகிறார் என்னும் கற்பனையும் செய்தனர்.

அத்தியாயம் மூன்று

கிழக்கத்திய இஸ்லாமியத் தத்துவ அறிஞர்கள் (1)

(உடற் சம்பந்தமான பிரம்மவாதிகள்)

1. அஜுத்தின் ராஜி (கி.பி. 923)

உடற் சம்பந்தமான பிரம்ம வாதம் அல்லது இயற்கை இஸ்லாமிய ஆதரவாளர்களில் இமாம் ராஜீயும், 'புனிதச் சங்கமும்' முக்கிய மானவர்கள். பல்வேறு காரணங்களால் புனிதச் சங்கம் கெட்ட பெயரெடுத்துக் கொண்டு விட்டதால், முஸ்லிம்களை அது கவர முடியவில்லை. ஆனால் அதிர்ஷ்டவசமாக ராஜிக்கு அப்படிப்பட்ட கெட்ட பெயரேதுமேற்படவில்லை; அதன் காரணம், ராஜியின் சித்தாந்தத்தில் தீவிரத்தன்மை இல்லாதது தான்.

(1) வாழ்க்கை: *அஜுத்தின் ராஜி மேற்கு ஈரானிலுள்ள 'ரே' நகரத்தில் பிறந்தார். மற்ற மதத் தத்துவங்களுடன் கணிதம், மருத்துவம் பித்தாகோர் தத்துவ இயல் ஆகியவற்றை அவர் ஆழமாகக் கற்றார். அவர் தனது காலத்திய புகழ்பெற்ற மருத்துவராக விளங்கினார். தர்க்க இயலில் அவருக்கு அவ்வளவு அக்கறை இருந்ததில்லை. ராஜி அரிஸ்டாட்டிலின் ஒரேயொரு நூலையே படித்திருந்தார். அரசாங்க மருத்துவராக அவர் முதலில் ரேயிலும், பின்னர் பாக்தாத் நகரிலும் மருத்துவ நிலையத் தலைமை மருத்துவராக இருந்தார். பிறகு அவர் மனம் வெறுத்து நாடு முழுவதும் சுற்றித் திரியவாரம்பித்தார். அப்பொழுது ராஜி பல சிறு மன்னர்களால் ஆதரிக்கப்பட்டார். அந்தச் சிறு மன்னர்களில் ஈரானின் ஸாமானி வம்சத்தைச் சேர்ந்த (கி.பி. 900-999) மன்னரான மன்சூர் இப்ன இஸ்ஹாக்கும் ஒருவர். அவருக்கு ராஜி தனது மருத்துவ நூல் ஒன்றினைச் சமர்ப்பணம் செய்திருக்கிறார்.*

(முக்கிய கருத்துக்கள்): *மருத்துவத்தை ராஜி தனது உள்ளத்தில் மிகவும் விரும்பினார். மருத்துவ இயல் ஆயிரமாயிரம் ஆண்டுகளின்*

அனுபவத்தின் விளைவாகும். ஒரு குறுகிய மனித வாழ்க்கையின் அனுபவத்தைக் காட்டிலும், ஆயிரக்கணக்கான ஆண்டுகளின் அனுபவத்தால் திரட்டப்பட்ட அறிவு மிகவும் சிறந்ததென்பது ராஜியின் கருத்து.

தத்துவக் கருத்துக்கள்

(க) ஆன்மாவும் உடலும்: ஆன்மா, உடல் இரண்டில் ராஜி ஆன்மாவுக்கு முக்கியத்துவம் தருகிறார். ஆன்மாவின் அனாரோக்கியம் உடலையும் பாதிக்கிறதாகையால், ஆன்மாவுக்கும் மருத்துவம் செய்ய வேண்டியது அவசியம் என்று ராஜி கருதினார். ஆனாலும் ஆன்ம நோய்கள் பலவற்றிலும் மருத்துவம் வெற்றி பெறாததால், ராஜி நிராசைக்குள்ளானார். உலகத்தில் நல்லதைவிடக் கெட்டதே அதிகமாக நிறைந்துள்ளதல்லவா!

ராஜி ரசாயன இயலை அதிகமாக விரும்பினார். பவுதீக மூலகங்கள் ஒன்றாகவே இருப்பதால், பல்வேறு விதங்களால் அவற்றை ஒன்றாக்கினால், உலோகத்தில் மாற்றம் ஏற்படுமென்று அவர் எண்ணினார். பலதரப்பட்ட ரசாயனங்களின் சேர்க்கையால் பல்வேறு விசித்திரத் தன்மைகள் தோன்றுவதைக் கண்டு, உடலுக்குத் தானாகவே இயங்கும் சக்தி இருப்பதாக ராஜி அனுமானித்தார். அவருடைய இந்த அனுமானம் மிக முக்கியத்துவம் வாய்ந்ததென்றாலும், ஆராய்ச்சி யினால் அதை அவர் மேலும் வலுப்படுத்தவில்லை.

(ங) ஐந்து சாஸ்வத தத்துவங்கள்: ராஜி ஐந்து தத்துவங்களை சாஸ்வதமானவையென்று கருதினார்: 1. படைப்பாளர் (புருஷர் அல்லது கடவுள்) 2. உலக ஜீவன் 3. பவுதீக மூலகங்கள், 4. பரமார்த்த திசை 5. பரமார்த்த காலம். இவ்வைந்து தத்துவங்களும் ராஜியின் கருத்துப்படி எப்பொழுதும் நிரந்தரமாகச் சேர்ந்திருப்பவையாகும். இவ்வைந்தும் உலகப் படைப்புக்குத் தேவையான பொருள்களாகும். இவையில்லாமல் உலகம் சிருஷ்டிக்கப்பட முடியாதது.

வெளிப்புறப் பொருட்கள்- பவுதீக தத்துவங்கள்- இருக்கின்றன வென்று புலன் அனுபவம் நமக்குத் தெரிவிக்கிறது. அவைகளில்லா விட்டால் புலன்கள் எதை உணரும்? பல்வேறு பொருட்களின் (விஷயங்களின்) நிலை, அவைகளின் இருப்பிடத்தையும், திசையையும் தெரிவிக்கிறது. பொருட்களில் நிகழும் மாற்றத்தின் தோற்றம்- முதலில் இப்படி இருந்தது. இப்பொழுது இப்படி இருக்கிறதென்பது- நமக்குக் காலத்தின் நிலையைத் தெரிவிக்கிறது. உயிர்களின் நிலையும், அவை உயிரில்லாதவைகளுடன் வேறுபட்டிருப்பதையும் பார்த்தால், ஆன்மாவும் ஒரு பொருளென்பது தெரிய வருகிறது. பல ஆன்மாக்கள் அறிவு, கலை போன்றவற்றைப் பூரணமாக வளர்க்கும் திறமை

யுடையவையாகும். இவ்வறிவின் பேரூற்றாக ஒரு திறமையான படைப்பாளர் இருக்கிறாரென்று இதனால் தெரிய வருகிறது.

(ச) உலகத்தின் வளர்ச்சி: ராஜி தனது ஐந்து தத்துவங்களை எப்பொழுதும் ஒன்றாகச் சேர்ந்திருப்பவை என்று எண்ணினாலும், அவைகளில் ஒன்று படைப்பாளரென்று கருதுவதால், சாஸ்வத மென்பதைச் சில விதிகளுக்குட்பட்டே ஒப்புக் கொள்கிறார். சிருஷ்டியை அவர் இவ்விதம் வர்ணிக்கிறார்: முதலில் ஒரு எளிமையான புனித ஆன்மீக ஜோதி உண்டாக்கப்பட்டது. இதுவே, காரியமாக மாறும் காரணமாகும். இது ஒளி படைத்த எளிமையான ஆன்மீக தத்துவமாகும். ஆன்மாவின் முந்தைய இருப்பிடமான ஒளியுலகம் அல்லது மேலுலகம், அறிவு அல்லது கடவுள் ஜோதியின் ஒளியென்று கூறப்படுகிறது. பகலினை இரவு பின் தொடர்வதைப்போல, வெளிச்சத்தினை இருள் பின் தொடர்கிறது. இந்த இருளிலிருந்தே மிருகங்களின் ஆன்மாக்கள் பிறக்கின்றன. அறிவுபடைத்த ஜீவனான மனிதனுக்குப் பயன்படுவதே அவைகளின் வேலையாகும்.

எளிமையான ஆன்மீக ஜோதி தோன்றியபோதே, அத்துடன் ஒரு கலப்படம் நிறைந்த பொருளும் உண்டாயிற்று. அதுவே மாபெரும் உடலாகும். அம்மாபெரும் உடலின் நிழலிலிருந்து வெப்பம், குளிர், காய்ந்த தன்மை, ஈரம் ஆகியவை பிறக்கின்றன. இந்த நான்கு 'தன்மைகளி'லிருந்து கடைசியில் வானமும், பூமியின் கருவான உடலும் தோன்றின. இப்படி அவைகளினால் படைக்கப்பட்ட போதிலும், ராஜி ஐந்து தத்துவங்களைச் சாஸ்வதமானவையென்று ஏன் கூறினார்? இதற்கு ராஜி இப்படிப் பதிலளித்தார்: ஏனெனில் இந்தச் சிருஷ்டி எப்பொழுதுமே தொடர்ந்துவந்து கொண்டிருக்கிறது. கடவுள் செயலற்றவராக இருந்த காலமே இல்லை. இவ்விதமாக ராஜி உலகத்தின் சாஸ்வதத் தன்மையை ஒப்புக் கொண்டு, உலகம் தோன்று தொட்டு இருந்ததில்லை என்ற இஸ்லாம் சித்தாந்தத்துக்கு எதிராகச் சென்றார். எனினும் ராஜிக்கு 'இமாம்' (மதத் தலைவர்) என்னும் விருது அளித்ததானது, மக்கள் உள்ளத்தில் அவருக்கிருந்த மதிப்பை உணர்த்துகிறது.

(ஞ) மத்தியவழித் தத்துவம்: ராஜி வாழ்ந்த காலத்திற்கு முன்பிருந்தே உலகத்தைப் படைத்தவர் யாருமில்லையென்று வாதிட்டு வந்த நாத்திக, பொருள்முதல்வாதத் தத்துவ அறிஞர்கள் இருந்தனர். அவர்களின் கருத்துப்படி உலகம் தானாகவே அமையும் திறன் படைத்தது. மறுபக்கம் கடவுளை நம்பும் முஸ்லிம் மதாசாரியர் களும் இருந்து வந்தனர். அவர்கள் அனாதி ஜீவன் பவுதீகப் பொருட்கள், திசை, காலம் போன்ற தத்துவங்களை அல்லாவின்

பெருமைகளைத் தாழ்த்துவதாகக் கருதினர். ராஜி பொருள் முதல்வாதி களின் கருத்தையோ முல்லாக்களின் (முஸ்லிம் மதாசாரியார்களின்) கருத்தையோ சரியென நினைக்கவில்லை. அதனால் அவர் மத்திய வழியை ஏற்றுக் கொண்டார். தனது கருத்துக்களை அறிவு பூர்வமானவை என்று எடுத்துக்காட்ட, கடவுளும் ஜீவனும், இயற்கையும் திசையும், காலமும் போன்றவற்றை எடுத்துச் சொன்னார். அத்துடன் பகுத்தறி வுள்ள மனிதனைக் கடவுள் படைத்தாரென்றும் கூறினார்.

2. புனிதச் சங்கம்

மோத்ஜலா, கராமி, அஷரி ஆகிய மூன்று பிரிவினருமே தத்துவ இயலுக்குத் துரோகம் புரிந்தவர்களே! ஆனால் அதே காலத்தில் பஸ்ரா நகரில் தத்துவ இயலின் பலமான ஆதரவாளர்களாக ஒரு பிரிவினர் தோன்றினர். அவர்கள் இஸ்லாமைத் தத்துவ இயலுடன் சேர்க்க விரும்பினர். இந்தப் பிரிவின் பெயர் 'அக்வானுஸ்ஸஃபா' (புனிதச் சங்கம், புனிதத் தோழமைக் கழகம், புனிதக் குடும்பம்) ஆகும். புனிதச் சங்கம் வெறும் மத, தத்துவப் பிரிவு மட்டுமல்ல; அதற்கொரு அரசியல் திட்டமும் இருந்தது. அவர்கள் தத்துவ இயலை மன மகிழ்ச்சிக்கான சாதனமாக மட்டும் கருதாமல், அதன் மூலம் புதியதொரு சமுதாயத்தை அமைக்க விரும்பினர். இதற்காக அவர்கள் 'குரானி'ல் தமக்குகந்த பொருளைத் தேடினர். அவர்கள் இவ்வுலகத்தில் ஒரு கற்பனை மத ராஜ்ஜியத்தை அமைக்க விரும்பினர்.

1. முதிய இப்ன மைமூன் (கி.பி. 850): மோத்ஜலி பிரிவின் நிறுவகரான அல்லாஃப் ஒன்பதாம் நூற்றாண்டின் மத்தியில் காலமானார். இதே சமயத்தில் அப்துல்லா இப்ன மைமூன் பிறந்தார். இஸ்லாம் ஈரானியரை முஸ்லிம்களாக்கிப் பெருந்தீங்கிழைத்து விட்டது. இஸ்லாமில் தோன்றிய பல்வேறு கருத்து வேற்றுமை களையும் தொடங்கி வைத்தவர்கள் ஈரானியரே! இப்ன மைமூனும் ஈரானைச் சேர்ந்தவர்தான். டமாஸ்கஸை ஆண்ட ம்வாவியா வம்சத்தினர் தம்முடைய ஆட்சிக்குட்பட்டிருந்த வெளிநாட்டு நாகரிக இன மக்களுடன் முதல் ஒப்பந்தம் செய்து கொண்டு, அவர்களது தொடர்ந்த பகைமையைக் குறைத்துக் கொண்டனர். பாக்தாத் அப்பாஸி வம்சத்தினர் இவ்விஷயத்தில் மேலும் முன்னேறி, தமது ஆட்சியை ஈரானிய ஆட்சியைப் போலாக்கினர். அவர்கள் ஈரானிய அறிஞர்களைக் கவுரவித்தது மட்டுமில்லாமல், பராம்கா போன்ற ஈரானிய அரசியல்வாதிகளைப் பிரதம மந்திரியாக்கி, அவர்களுக்கு அரசியலிலும் முக்கிய பங்களித்தனர். ஆனால் இதனாலெல்லாம் ஈரானியர் திருப்தியடைந்ததாகத் தெரியவில்லை. இப்ன மைமூன் தலைமையிலான கரம்தீ அரசியல் குழு அப்பாஸி அரசைக் கவிழ்த்து

விட்டுத் தனது அரசை நிறுவ விரும்பியது. அது எப்படிப்பட்ட அரசென்பதைப் பின்னால் கூறுவோம். இப்ன மைமூனை அவருடைய எதிரிகள் பெரிய சதியாளரென்றும், கொள்கையற்ற மனிதரென்றும் எண்ணினர். ஆனால் மற்றவர்கள் அவரைப் பெரிய மகானென்றும், உயர்ந்த தத்துவச் சிந்தனையாளரென்றும் பாராட்டினர். அவருடைய புனிதச் சங்கத்தினர் வெண்ணிறத்தைத் தமது வண்ணமாக அமைத்துக் கொண்டனர். ஏனெனில் அவர்கள் தமது சம்பிரதாயத்தைப் புனித ஒளியுடையதாக எண்ணினர். இந்த ஒளியை அடைவதே ஆன்மாவின் இறுதிக் குறிக்கோளாக அவர்கள் கருதினர்.

(உபதேசம்): கரமதி பிரிவினரின் உபதேசங்களாவன: உடல், செல்வம் ஆகியவற்றைக் காட்டிலும் கடமையை முக்கியமாகக் கருது. புனிதச் சங்கத்தைச் சேர்ந்த சகோதரர்களின் நலனைப் பேணி வளர்! சங்கத்திற்காகத் தன்னையே அர்ப்பணித்துக் கொள்ளுதல், தலைவர்களிடம் முழு பக்தி, கடமையாற்றுவதில் முழு மனத்தை ஈடுபடுத்துவது- இது ஒவ்வொரு பிரிவைச் சேர்ந்தவனின் கடமையாகும். சங்கத்தின் நலனுக்காகவும், தலைவரின் உத்தரவை நிறைவேற்றுவதற்காகவும் தன்னுயிரையும் பொருட்படுத்தக் கூடாது.

(1) புனிதச் சங்கத் தொடக்கம்: பஸ்ரா நகரமும் கூஃபா நகரமும் கரமதி பிரிவினரின் கோட்டைகளாகும். பத்தாம் நூற்றாண்டின் இரண்டாம் பகுதியில் பஸ்ராவில் ஒரு சிறிய புனிதச் சங்கம் நிறுவப்பட்டது. முதல் பகுதியில் 15-30 வயதுடைய இளைஞர்கள் இருந்தனர். இவர்கள் தமது ஆத்ம வளர்ச்சிக்கு தமது குருநாதர்களின் (ஆசிரியர்களின்) கட்டளைகளை நிறைவேற்றுவது மிகவும் அவசியமாகும். இரண்டாம் பகுதியில் 30-40 இடையிலுள்ள வயதினர் அங்கம் வகித்தனர். இவர்கள் ஆன்மீகப் பயிற்சியுடன் வெளியுலக விஷயங்களையும் கற்க வேண்டும். மூன்றாம் பகுதியில் 40-50 வயதினர் இருந்தனர். இவர்கள் உலகத்தின் தெய்வீகச் சட்டத்தை அறிந்து கொள்ளும் தகுதியைத் தோற்றுவித்தனர். இவர்களுக்குத் தேவ தூதர்களின் மதிப்பிருந்தது. நான்காம் உயர்ந்த அமைப்பில் 50க்கு மேற்பட்ட வயதுள்ளவர்கள் இருந்தனர். இவர்கள் சத்தியத்தை உணர்ந்தனர், இவர்கள் தேவர்களைப்போல் கருதப்பட்டனர். இயற்கை, சித்தாந்தம், மதம் - எல்லாவற்றுக்கும் மேம்பட்ட நிலை அவர்களுக்கு இருந்தது. இப்ன மைமூனின் கரமதி பிரிவினரையும், பிளாட்டோவின் 'குடியரசு' நூலையும் புனிதச் சங்கம் தன்னுள் மேற்கூறிய நான்கு அமைப்புகளை அமைத்துக் கொண்டது எனலாம். ஆனால் இவ்வமைப்பைப் புனிதச் சங்கம் அமுல்படுத்தியதா என்பது சந்தேகம்தான்.

(2) புனிதச் சங்க நூல்களும், தலைவர்களும்: புனிதச் சங்கம் தனது காலத்திய அறிவையெல்லாம் நூல்களில் திரட்டி வைத்தது. இதைப் 'புனிதச் சங்க நூல் வரிசை' என்கின்றனர். இவை மொத்தம் 50 நூல்கள். நூல்களின் வர்ணனைகளையும், நடையையும் காணும் போது, இந்நூலாசிரியர்கள் வெவ்வேறானவர்களென்று தெரிகிறது. அவற்றினிடையே பொதுத்தன்மை கொண்டு வரவும் முயற்சி செய்யப்படவில்லை. இந்நூல்களில் அரசியலுடன் கூட இயற்கை விஞ்ஞானத்தை அடிப்படையாகக் கொண்டு பகுத்தறிவு ஆராயப் பட்டுள்ளது. புனிதச் சங்கத் தலைவர்களும், நூலாசிரியர்களும் கீழ்க்கண்டவர்களாவர்:

1. முகத்தஸீ,
2. ஜஞ்ஜானி,
3. நஹ்ராஜுரி,
4. அபுஃபீ
5. ரிஃபாவ்

பத்தாம் நூற்றாண்டின் கடைசிப் பகுதியில் புனிதச் சங்கம் செயல்படத் துவங்கிய காலத்தில் பாக்தாத் மன்னர்கள் தமது செல்வாக்கை இழந்து விட்டிருந்தனர். ஆங்காங்கே சுயேச்சையுள்ள அரசர்கள் தோன்றியிருந்தனர். பாக்தாத் கலீஃபாவை கிருத்துவ மதத்தலைவர் போப்பைப்போலவே மற்ற சிறு மன்னர்கள் மதித்து, அவருக்கு அவ்வப்போது காணிக்கைகளை அனுப்பி, அவரிடமிருந்து விருதுகளைப் பெற போட்டி போட்டுக் கொண்டிருந்தனர். பாக்தாத் துக்குப் பக்கத்திலேயே ஈரானின் மேற்குப் பகுதியில் 'புவாயஹீ' வம்சத்தார் ஆண்டுகொண்டிருந்தனர். இவர்கள் ஷியா சம்பிரதாயத் தைப் பின்பற்றுபவர்கள். புனிதச் சங்க நூல்களனைத்தும் மோத்ஜலா, ஷியா கிரேக்கத் தத்துவ இயல்களை அடிப்படையாகக் கொண்டவை. அதற்கு இந்தக் காலம் எவ்வளவு அனுகூலமாக இருந்ததென்பதை எளிதாகவே உணரலாம்.

(3) புனிதச் சங்கச் சித்தாந்தங்கள்: புனிதச் சங்கம் தனது காலத்தில் மத சகிப்புத்தன்மை இல்லாததை நன்கு உணர்ந்திருந்தது. அதனால் அது இப்ராஹீம் மூஸா, ஜர்த்துஷ், முகமது அலி அனைவரையுமே கடவுளின் தூதர்களாக - தேவதூதர்களாக- மதிக்க விரும்பியது. அத்துடன் மதத்தையும், பகுத்தறிவையும் இணைப்பதற் காகப் பித்தாகோர், சாக்ரடீஸ், பிளாட்டோ ஆகிய தத்துவ அறிஞர் களாகவும் ரிஷிகளாகவும், தேவ தூதர்களாகவும் எண்ணியது. அது

சாக்ரடீஸ், ஏசு, மற்ற கிருத்துவத் தியாகிகளை ஹஸன், ஹுஸேனைப் போலவே, புனிதத் தியாகிகளாகக் கருதின.

(க) தத்துவ இயல் முக்கியமானது:

மதநம்பிக்கை, சடங்கு சம்பிரதாயங்கள் சாதாரண அறிவு படைத்த மக்களுக்குப் போதுமானவை; ஆனால் உயர்ந்த அறிவு படைத்த மேதாவிகளுக்குத் தத்துவ, மானசீகச் சிந்தனை தேவையென்று புனிதச் சங்கம் கூறியது.

(ங) உலகம் படைக்கப்பட்டதென்பதோ அல்லது தொன்று தொட்டு இருக்கிறதென்பதோ தவறு: பத்தரைப் போலவே புனிதச் சங்கத்தாரும் உலகம் சிருஷ்டிக்கப்பட்டதென்ற பிரச்சினையை வீணானதென்று கருதினர். நாம் என்னவென்பதைத் தெரிந்து கொள்வதே நமக்குத் தேவையானதும், பயனுள்ளதாகும் "மனித அறிவு இதைக் கடந்து செல்ல விரும்பும்போது, அது தன் எல்லையை மீறுகிறது. தன்னை உயர்த்திக் கொண்டே போய் இறுதியில் மகத்தான இறைத் தத்துவமான புனித ஞானத்தை அடைவதுதான் ஆன்மாவின் குறிக்கோளாகும். ஆன்மா அதைத் துறவினாலும், நன்னடத்தை யாலுமே அடைய முடியும்."

(ச) எட்டு பொருள்கள்: புனிதச் சங்கத்தினர் கிரேக்க இந்தியத் தத்துவச் சிந்தனையாளர்களைப் போல், தத்துவங்களை வரிசைப் படுத்தினர். முதல் தத்துவம் கடவுள், பரமாத்மா, ஒருமைவாதத் தத்துவமாகும். எஞ்சியவை கீழ்க்கண்டவையாகும்.

1. படைப்பாளர் விஞ்ஞானம்
2. அடிப்படை விஞ்ஞானம் அல்லது சர்வ விஞ்ஞானம்
3. அடிப்படை இயற்கை அல்லது அடிப்படைப் பவுதீக சக்தி
4. உலக வாழ்க்கை (மனித ஜீவன்களின் சமூகம்)
5. பரம உடல், மகத்தான தத்துவம்
6. தேவர்கள் அல்லது தேவர் உலகம்
7. நீர், நிலம், காற்று, நெருப்பு ஆகிய நான்கு பூதங்கள்
8. பூதங்களிலிருந்து தோன்றிய கனிகள், செடி கொடிகள், உயிர்கள் ஆகிய மூன்று விதமான பொருள்கள்.

படைப்பாளர் விஞ்ஞானம், அடிப்படை விஞ்ஞானம், அடிப்படை இயற்கை, உலக வாழ்க்கை- இவை கலப்படமில்லாத பொருட்கள். மற்ற நான்கும் கலப்படமுள்ள பொருட்கள். இக்கலப்படம் மூலப் பொருட்களும் குணங்களும் (நிகழ்ச்சிகளும் கலந்து உருவாகிறது).

முதல் மூலப் பொருள்களாவன: அடிப்படை இயற்கையும், உருவமும்: மூதல் குணங்களாவன: (நிகழ்ச்சிகளாவன). திசை (நாடு), காலம், இயக்கம் இவற்றில் ஒளியையும், அளவையும் கூடச் சேர்த்துக் கொள்ளலாம்.

அடிப்படை இயற்கை ஒன்றேயாகும். அது எப்பொழுதுமே ஒரே மாதிரியாகவே இருக்கும். உருவத்தின் காரணத்தால் வேறுபாடும், பல்வேறு நிலைகளும் காணப்படுகின்றன. பித்தாகோரின் கருத்தும் இதுவேயாகும். கற்பனையிலும், உண்மை நிலையிலும் கூட இயற்கையும், உருவமும் பூரணமாக வெவ்வேறு பொருள்களேயாகும்.

அடிப்படை இயற்கையைக் கடந்த படைப்பாளர் விஞ்ஞானம் ஜட, உயிர்த்தத்துவங்களின் அடிப்படையான காரியமாக உருமாறும் காரணமாகும்.

(ஞ) மனித ஜீவன்: மனித ஜீவன் (மனம்) அடிப்படை விஞ்ஞானத்திலிருந்து தோன்றியது. அனைத்து மனித ஜீவன்களின் சமூகம் ஒரு தனிப்பொருளாகக் கருதப்பட்டது. இதைப் 'பரம மனிதன்' அல்லது 'மானுடத்தின் ஆன்மா' என்றும் சொல்லலாம். ஒவ்வொரு மனித ஜீவனும் பூதங்களிலிருந்து மலர்கிறது. ஆனால் மெல்ல மெல்ல மலர்ந்து ஆன்மாவாகி விடுகிறது. குழந்தையின் ஜீவன் (மனம்) வெள்ளைக் காகிதம்போல் வெறுமையாக இருக்கும். ஐந்து புலன்கள் வெளிப்புற உலகத்தில் இருந்து அறிந்த விஷயங்கள், மூளையின் முன்னாலுள்ள பகுதியில் முதலில் வைக்கப்படுகின்றன. பின்னர் மூளையின் மத்தியப்பகுதியில் அவை ஆராயப்பட்டு முடிவுகள் செய்யப்படுகின்றன. கடைசியாக மூளையின் பின் பகுதியில் அவை குணாதிசயங்களாக நிலுவை செய்யப்படுகின்றன. வெளிப்புலன்கள் மனிதர்களிலும், மிருகங்களிலும் ஒரே எண்ணிக்கையில் இருக்கின்றன. ஆனால் மனிதர்களின் சிறப்பியல்புகள் சிந்தனை (முடிவுகள் செய்யும் சக்தி) சொல், செயல் ஆகியவையாகும்.

(ட) கடவுள்: (முழுமுதல்): படைப்பாளர் விஞ்ஞானம் கடவுளாகும். இதிலிருந்தே எல்லாச்சக்திகளும் தோன்றினவென்று ஏற்கெனவே கூறினோம். இந்த எட்டுத் தத்துவங்களுக்கும் மேலே கடவுள் அல்லது முழுமுதல் உள்ளது. இம் முழுமுதல் எல்லாவற்றிலும் நிறைந்துள்ளது. இதுவே எல்லாமும்கூட.

(ண) குரானுக்கு உள்ள இடம்: புனிதச் சங்கத்தினர் குரானை எப்படிப் பார்த்தனரென்பது கீழ்க்கண்ட அவர்களது கூற்றிலிருந்து தெரிகிறது: "இந்த உலகத்தின் அழகைக் குறித்தோ, பரலோக ஆன்மீக உருவத்தைக் குறித்தோ அறிந்திராத அநாகரீகமான பாலைவன இனத்தாரிடம் நமது தேவ தூதரான முகம்மது நபிகள் அனுப்பப் பட்டார். அந்த மக்களுக்கு அருளப்பட்ட குரானின் எளிய மொழியின் பொருளை, நாகரீக மக்கள் ஆன்மீகமாக எடுத்துக்கொள்ள வேண்டும்." இம்மேற்கோளால் புனிதச் சங்கம் பாரசீக மதத்தையும், கிருஸ்துவ மதத்தையும் அதிக மரியாதையுடன் பார்த்ததாகப் புலனாகிறது. கடவுளின் கோபம் நரகத் துன்பங்கள் என்பவை யெல்லாம் மூட- நம்பிக்கைகள். அவர்களின் கருத்துப்படி மூடர்களும், பாவிகளுமான ஜீவன்கள் தற்கால வாழ்க்கையிலேயே நரகத்தில் வீழ்ந்துள்ளன. இறுதிநாள் தீர்ப்பையும் அவர்கள் புதிய அர்த்தத்தில் இருவிதமாகக் கருதினர். உடலிலிருந்து ஜீவன் தனியாகப் பிரிவது சிறிய இறுதிநாள் தீர்ப்பாகும். எல்லா ஆன்மாக்களும் முழுமுதலில் கலந்து விடுவது பெரிய இறுதிநாள் தீர்ப்பாகும்.

(த) புனிதச் சங்கத்தின் மத நடவடிக்கைகள்: தியாகம், தவம், மனக்கட்டுப்பாடு- ஆகியவற்றைப் புனிதச் சங்கம் வலியுறுத்தியது. வெளித் தூண்டுதலின்றிச் சுயேச்சையாக, தனது அறிவுக்குச் சரியெனப்பட்டுச் செய்யப்படும் காரியம்தான் பாராட்டத்தக்க காரியமாகும். தெய்வீக உலக விதியை அனுசரிப்பது எல்லாவற்றையும் விடச் சிறந்த மதாசாரமாகும். இவ்வனைத்துக்கும் மேலே அன்புக்குச் சிறப்பிடம் அளிக்கப்படுகிறது, ஜீவன் பரமாத்மாவுடன் கலக்கத் துடிக்கும் துடிப்பே அன்பாகும். இந்த அன்பின் ஒரு பகுதி, இவ்வுலகத்தில் எல்லா உயிர்களிடத்திலும் மன்னிப்பு, அனுதாபம், கருணை ஆகியவைகளின் மூலம் வெளிப்படுகிறது. அன்பு நமது வாழ்வில் மன நிம்மதியும், மனச் சுதந்திரமும் தந்து, எல்லா உயிர் களிடமும் அமைதியை நிலைநாட்டுகிறது. அது மறு உலகத்திலுள்ள அந்த நிரந்தர ஜோதியுடன் நம்மைக் கலக்கிறது.

புனிதச் சங்கம் ஆன்மீக வாழ்வைத்தான் அதிகமாக வற்புறுத்துகிற தென்றாலும், உடலின் முக்கியத்துவத்தை முழுதாக மறுத்து விடவில்லை. "உடலை நன்றாகப் பேணி வளர்க்க வேண்டும். அதில் ஜீவனுக்குத் தன்னைப் பூரணமாக வளர்த்துக் கொள்ளும் வாய்ப்பு கிடைக்க வேண்டும்."

"கிழக்கத்திய ஈரானியரைப் போன்று நற்குடும்பத்தில் பிறந்தவனாக அராபியரைப் போன்ற பக்தி நிறைந்தவனாக, ஈராக்கியரைப்போல்

கல்வியறிவு உள்ளவனாக, ஏசுவின் சீடர்களைப்போல் நன்னடத்தையுள்ளவனாக, கரியானிச் சாதுக்களைப் போன்று புனித எண்ணமுடையவனாக, கிரேக்கர்களைப்போல் பல தரப்பட்ட விஞ்ஞானங்களிலும் நிபுணனாக, இந்துக்களைப்போல் ரகசியங்களை விவரிப்பவனாக, ஸூஃபிக்களைப் போன்ற சந்நியாசியாகச் சிறந்த மனிதன் இருக்க வேண்டும்."

புனிதச் சங்கத்தின் பல சித்தாந்தங்களை ஷியா, இஸ்மாயிலி, தருஷ் ஆகிய பல்வேறு இஸ்லாமியப் பிரிவுகளிலும் காணக் கிடக்கின்றன. இதனால் அவை ஒவ்வொன்றின் மேலும் மற்றவற்றின் கருத்துக்கள் செல்வாக்குப் பெற்றிருப்பது தெரிய வருகிறது.

3. ஸூஃபி பிரிவு

அரேபியாவில் தோன்றிய இஸ்லாமிய மதம் பக்தியைச் சிறப்பாகக் கொண்டது. அதேபோல் கிருஸ்துவ, யூத மதங்களும் பக்தியை முக்கியமாகக் கொண்டவை. கிரேக்கத் தத்துவ இயல் தர்க்கத்தை அடிப்படையாகக் கொண்ட மதம், மனித அறிவைத் திருப்திப்படுத்த முடியாது. அதேபோல் வெறும் தர்க்கத்தை முக்கியமாகக் கொண்ட தத்துவ இயல் பக்தர்களை மன நிறைவு கொள்ளச் செய்ய இயலாது. சமுதாயத்துக்கு நிலையான தன்மை அளிக்க பக்தி சிரத்தையுள்ளவர்கள் மிகவும் அவசியமாகும். பக்தர்களின் பக்தி, சிரத்தைகளைத் தடுமாறச் செய்து, மூக்கணாங்கயிறில்லாத ஒட்டகத்தைப்போல் தன்னிச்சையாகப் பாய்ந்தோடும் அறிவைச் சிக்கவைப்பது அவசியமாகும். இதை எண்ணியே கிரேக்கர்கள் பின்னால், இந்தியர்களின் ரகசிய வாதம் கலந்த புதிய 'பிளாட்டோ தத்துவ இயலு'க்கு அடிக்கல் நாட்டினார்கள். இஸ்லாமுக்கும் அப்படிப்பட்ட ஆபத்து நேர்ந்தபோது, இஸ்லாமியரும் தயாராக இருந்த அதே ஆயுதத்தைப் பயன்படுத்தினர். கிருஸ்துவத் தியானிகளும், இந்து- பவுத்த யோகிகளும் அக்காலத்திலும் இருந்தனர். இந்தத் தியானிகளும், யோகிகளும் பக்தர்கள், தத்துவச் சிந்தனையாளர் ஆகிய இரு தரப்பாரின் பக்திக்குரியவர்களாக இருக்கிறார்களென்பதை இஸ்லாமியச் சிந்தனையாளர்கள் கவனித்தனர். இதனாலேயே இஸ்லாமும் 'ஸூஃபி வாதம்' என்ற பெயரில் குடும்பஸ்தர்களும், துறவிகளும் கொண்ட ஒரு குழுவை உண்டாக்கியது.

(1) 'ஸூஃபி' என்னும் சொல்: 'ஸோஃபி' என்பது கிரேக்க மொழிச் சொல்லாகும். எட்டாம் நூற்றாண்டில் கிரேக்கத் தத்துவ இயல் அராபிய மொழியில் மொழிபெயர்க்கப்பட்ட போது, 'ஸோஃபி' என்னும் சொல், 'தத்துவம்' என்ற பொருளில் அராபிய மொழியில்

பயன்படுத்தப்பட்டது. பிற்காலத்தில் 'ஸோஃபி' 'ஸூஃபி'யாக உருமாறிவிட்டது.

முதன் முதலில் அபூ ஹஷீம் ஸூஃபிக்கு 'ஸூஃபி' என்னும் விருது கிடைத்தது. அவர் ஏறக்குறைய கி.பி. 770இல் காலமானார். நபிகள் வாழ்ந்த காலத்தில் சிறப்பான மதப்பற்றுடையவர்களை 'ஸஹாபா' (தோழர்கள்) என்று கூறினர். இவர்களைப் பிற்காலத்திலும் இதே பெயரில் குறிப்பிட்டு வந்தனர். அதன் பின்னால் தோன்றிய மகான்களை முதலில் 'தாபயீன்' (பின்பற்றுவர்) என்றும், பிறகு 'தபவ்தாபயீன்' (பின்பற்றுபவரின் சீடர்) என்றும் சொல்லி வந்தனர். அதன் பின்னால் 'ஜாஹித்' (தூய நடத்தையுடையவர்) பின்னர் (ஆபித் பக்தர்) அதற்குப் பிறகு 'ஸூஃபி' என்னும் சொல் வந்தது. முஸ்லிம் எழுத்தாளர்கள் 'ஸூஃபி' என்னும் சொல்லைக் கீழ்க்கண்ட பொருள் களில் பயன்படுத்தியிருக்கின்றனர்.

"எல்லாவற்றையும் விட்டுக் கடவுளைத் தழுவியவர்களே ஸூஃபிக்களாவார்கள்" - ஜுன்ஜன் மிஷ்ரி.

"கடவுள் மீதே வாழ்வையும், மரணத்தையும் வைத்திருப்பவர்கள்" - ஜனீத் பாக்தாதி.

"எல்லா நன்னடத்தைகளும் நிறைந்தவர்கள்; எல்லாக் கெட்ட நடத்தைகளிலிருந்தும் விலகி நிற்பவர்கள்" - அபூபகர் ஹரீரி.

"எவராலும் விரும்பப்படாதவர்கள்; எவரையும் விரும்பாத வர்கள்" - மஞ்சூர் ஹீல்லாஜ்.

"தம்மைக் கடவுளின் கரங்களில் ஒப்படைத்து விட்டவர்கள்" - ரோயம்.

"புனித வாழ்வு, தியாகம், நற்குணங்கள் ஆகிய அனைத்தும் ஒருங்கே சேர்ந்திருப்பவர்கள்" - ஷஹாபுத்தீன் சுராவர்தி.

'ஸூஃபி சம்பிரதாயம் ஞானமும், நடைமுறையும் ஒருங்கிணைத்து' என்று கஜாலி (கி.பி. 1059-1111) ஸூஃபி சொல்லை விளக்கியிருக்கிறார். ஷரீயத்தில் (குரான் வாக்கியத்தில்) ஞானத்துக்குப் பிறகு நடைமுறை வருகிறது. ஆனால் ஸூஃபி சம்பிரதாயத்தில் நடைமுறைக்குப் பின்னர் ஞானம் வருகிறது.

(2) ஸூஃபி சம்பிரதாயத் தலைவர்கள்: இஸ்லாமிய ஸூஃபி தத்துவம் புதிய பிளாட்டோ ரகசியவாத தத்துவ இயலும், இந்திய யோகமும் கலந்ததாகும் என்பதை ஏற்கெனவே கூறினோம். இவ்விதமான சித்தாந்தம் தாய்லாந்து, ஈரான், எகிப்து ஆகிய நாடுகளில்

அதற்கு முன்னரே இருந்து வந்ததால், இஸ்லாமுக்குள் சந்தடியில்லாமல் நுழைந்தது பெரிய விஷயமல்ல. நபிகளின் மருமகனாரான அலியே ஸூஃபி தத்துவத்தின் ஆரம்ப கர்த்தாவென்று பலரும் கருதுகிறார்கள். ஆனால் அலி இஸ்லாமில் அராபியத் தன்மை இருக்க வேண்டும் என்று எவ்வளவு பலமாக வலியுறுத்தி வந்தாரென்பதை ம்வாவியாவுடன் நடந்த தகராறின் போது கண்டோம். அந்த நிலையில், அலியைப் போன்ற சமூகப் பிற்போக்காளர், கருத்துச்சுதந்திரத்தைத் தாராளமாக வற்புறுத்தும் ஸூஃபி தத்துவத்தை ஆரம்பித்து வைக்கும் முற்போக் காளராக இருப்பதென்பது நடக்காத காரியம். ஈரானியர்கள் வெற்றி கொண்ட அராபியரை அடக்கித் தமது தேசியச் சுதந்திர அபிலாஷை களைப் பூர்த்தி செய்து கொள்வதற்காக, அராபிய கோஷ்டிச் சண்டைகளால் பயனடைய அலியின் சந்ததியினரிடமும், ஷியா பிரிவினரிடமும் அனுதாபம் காட்டத் துவங்கினர். இதேபோல் இஸ்லாமின் அராபிய ஷரீயத்திலிருந்து விடுதலைபெற 'ஸூஃபி'ப் பிரிவை முன்னுக்குக் கொண்டு வந்து அதை அலியுடன் இணைத்து விட்டனர்.

'ஸூஃபி' சம்பிரதாயம் முதலில் முல்லாக்களின் (முஸ்லிம் மதாசாரியர்களின்) பயத்தால் ரகசியமாக ஒரு அமைப்பில்லாமல் இயங்கி வந்தது. ஆனால் இமாம் கஜாலி (கி.பி.1059-1111) போன்ற பெரும் புலவரான மதாசாரியார் அதைப் பகிரங்கமாக ஆதரித்தது மட்டுமல்லாமல், ஸூஃபி உபதேசங்களைச் சிறந்த முறையில் எழுதி வைத்த பின்னர் அது உலகில் வேகமாகப் பரவத் தொடங்கிற்று.

(3) ஸூஃபி சித்தாந்தங்கள்: புனிதச் சங்கமும் ஸூஃபிக்களைப் புகழ்ந்துரைத்திருக்கிறதென்பதை ஏற்கெனவே கூறினோம். ஜீவன் முழுமுதலின் அம்சமென்றும், ஜீவன் முழு முதலில் இணைவதே தனது மகத்தான குறிக்கோளாகக் கருதுகிறதென்றும் ஸூஃபி தத்துவம் சொல்கிறது. ஜீவன் மட்டுமல்ல; உலகமும் முழுமுதலிலிருந்து வேறுபட்டதல்ல. சங்கரரின் பிரமம் அத்வைத வாதத்திற்கும், ஸூஃபிக் களின் ஒருமைவாதத்திற்கும் வேற்றுமையொன்றும் இல்லை. இந்தியாவில் முஸ்லிம் ஸூஃபிக்கள் இத்தனை புகழ் பெற்றதில் ஆச்சரியமேதுமில்லை. அதுவும் அமைதியான முறைகளிலேயே வெற்றி பெற்றனர். ஜீவன் முழுமுதலுடன் இணைவதற்கு ஒரேயொரு வழி இருக்கிறது. அது அன்பாகும் (காதலாகும்). இந்தக் காதல் புனிதமான ஆன்மீகக் காதலாக இருந்தாலும், அது பல தடவை உலகியல் காதலாகவும் பரிணமித்திருக்கிறது. காவியத் துறையில் - ஈரானிலும், இந்தியாவிலும்- இந்தக் காதல் உணர்வு மாபெரும் கவிஞர்களைப் படைத்தது. ஷம்ஸ், தப்ரேஜ், உமர்கய்யாம், மவுலானா

ரூமி, ஜாய்ஸி, கபீர் ஆகிய சிறந்த கவிஞர்களை ஸூஃபி தத்துவம் வழங்கியது.

(4) ஸூஃபி யோகம்: இந்திய யோகத்தைப் போலவே, ஸூஃபி யோகத்திலும் பல நிலைகள் இருக்கின்றன. இவற்றில் சில இந்திய யோகத்திலிருந்து எடுத்துக் கொள்ளப்பட்டவையே ஆகும்:

1. துறவு: அன்பிற்குரியவர், குடும்பம், இனம், பணம், செல்வம் ஆகியவைகளைத் துறப்பது ஸூஃபி தத்துவத்தின் முதல் நிலையாகும்.

2. தனிமைச் சிந்தனை: மனதைக் கவரக்கூடிய விஷயங்கள் இல்லாத தனிமையான இடத்தில் இருந்துகொண்டு, கடவுளைத் தியானிப்பது.

3. ஜபம்: கடவுளைத் தியானிக்கும்போது, நாவால் கடவுளின் நாமமான 'அல்லா', 'அல்லா' என்று ஜபித்துக் கொண்டிருப்பது. நாவும் அசையக்கூடாது; ஆனால் அதே சமயத்தில் நாவிலிருந்து நாம ஜபம் தியானத்தில் வெளிவருவதைப் போல் தோன்ற வேண்டும்.

4. மனோ ஜபம்: தியானத்தின்போது மனத்தால் ஜபிப்பது போல் தெரிய வேண்டும்.

5. கடவுளில் ஆழ்ந்த தன்மை: மனோஜபம் வளர்ந்து வளர்ந்து எழுத்துக்கள், உச்சரிப்பு போன்றவற்றின் எண்ணமே இல்லாமற் போகுமளவுக்கு மனம் ஒருநிலைப்பட வேண்டும். கடவுள் (அல்லா) தன்னைவிட்டுப் பிரியாதவர்போல் தோன்றுமளவுக்கு அவரைப் பற்றிய தியானம் உள்ளத்தில் நிறைந்துவிட வேண்டும்.

6. யோகி தரிசனம்: இப்படிப்பட்ட தன்னை மறந்த நிலை ஏற்படும்போது, யோகி தரிசனம் நிகழ்கிறது. யோகிதரிசனம் ஏற்படும் போது, அனைத்து ஆன்மிக உண்மைகளும் தெளிவாகக் காணப்பட வாரம்பிக்கின்றன. இந்த ஆன்மிக உண்மைகளை இதுவரை மனிதன் வெறும் பக்தியினாலும், பரம்பரையினாலுமே நம்பிவருகிறான். தேவதூதன் தோன்றுவது, வானத்தின் வழியாகக் கடவுளின் மொழியைக் கேட்பது, தேவர்கள், சைத்தான், சொர்க்கம், நரகம், பாவ புண்ணியங்களின் குறை நிறைகள் இறுதித் தீர்ப்புநாள் முதலிய விஷயங்கள் அனைத்தையும் வெறும் பக்தியினால் மட்டுமே நம்பி வருகின்றனர். அவையெல்லாம் இப்போது கண்கள் முன்னால் அசைவதைப்போல் தெரிகின்றன.

இமாம் கஜாலி இந்த யோகி தரிசன நிலையைக் கீழ்க்கண்ட உதாரணத்தின் மூலம் விளக்கியிருக்கிறார்.

"ஒரு சமயம் ரோமானிய, சீன ஓவியர்களிடையே போட்டி ஏற்பட்டது. 'நாங்கள்தான் சிறந்த ஓவியர்களெ'ன்று இருவருமே கூறிக்கொண்டனர். அப்போதைய பேரரசர் இரு குழுக்களும் தமது ஓவியக்கலைக் கைவண்ணத்தைக் காட்ட எதிரும் புதிருமாய் இரண்டு சுவர்களை எழுப்பினர். ஒருவர் ஓவியத்தை மற்றவர் 'காப்பி' யடிக்காமலிருக்க இரண்டு சுவர்களுக்குமிடையே ஒரு திரையைப் போட்டுவிட்டார். சில நாட்களுக்குப் பிறகு ரோமானிய ஓவியர்கள் பேரரசருக்குத் தமது வேலை முடிந்துவிட்டதென்று தெரிவித்தனர். சீன ஓவியர்களும் அப்படியே தெரிவித்தனர். திரையை அகற்றிப் பார்த்த போது இரண்டு சுவர்களிலுமிருந்த ஓவியங்களில் கொஞ்சமும் வித்தியாசம் காணப்படவில்லை. காரணம் ரோமானியர்கள் சித்திரம் வரையாமல் சுவற்றை 'பாலிஷ்' செய்து கண்ணாடி போலாக்கி விட்டனர். திரை அகற்றப்பட்டதுமே எதிரிலுள்ள சீனர்களின் சுவரோவியம் இதில் பிரதிபலித்தது."

முதலில் வேகமாகத் தோன்றி மறையும் மின்னலின் ஒளியால் யோகி தரிசனம் முன்னதாக அறிவிக்கப்படுகிறது. இந்த ஒளி மெல்ல மெல்ல நின்றவாறு நிலைத்து விடுகிறது.

அத்தியாயம் நான்கு

கிழக்கத்திய இஸ்லாமியத் தத்துவ அறிஞர்கள் (2)

க. ரகசிய வாதம் - பொருள் வாதம்

கி.பி. 58-75-இல் சீனத்தை ஆண்ட சக்ரவர்த்தியான மிங் புத்தரைத் தனது கனவில் கண்டார். பின்னர் அவர் பவுத்த மதத்தையும் பவுத்த நூல்களையும் தேடிப்பிடித்து, அவற்றை மொழிபெயர்க்கும் வேலையைத் தொடங்கி வைத்தார்.* கலீஃபா மாமூன் (கி.பி. 811-63) கூடக் கனவில் அரிஸ்டாட்டிலைக் கண்டு, தனது தத்துவம் பற்றி அரிஸ்டாட்டில் சொல்லக் கேட்டாராம். அவ்வளவுதான்! மறுநாளே அரிஸ்டாட்டிலின் நூல்களைத் தேடிக் கண்டுபிடித்து பாக்தாத் நகருக்குக் கொண்டுவர, பலரையும் மைனர் ஆசியப் பகுதிகளுக்கு அனுப்பி விட்டாராம். அந்நூல்களை எல்லாம் அரபி மொழியில் மொழிபெயர்த்துவிட வேண்டுமென்பது அவரது நோக்கம். மாமூன் அரசவையில் அடிக்கடி அரிஸ்டாட்டிலின் புகழ் பாடப்பட்டிருக்கலாம். அதன் விளைவாக மாமூன் தனது கனவில் அரிஸ்டாட்டிலைப் பார்த்திருந்தால் வியப்பேதுமில்லை. கிரேக்க நூல்களின் மொழி பெயர்ப்பாலும், அவற்றைப் பற்றி விவாதித்ததிலும் இஸ்லாமில் தோன்றிய தத்துவச் சிந்தனையாளர்களைக் குறித்து இனி நாம் விவரிக்கப் போகிறோம். பாக்தாத் நகரம் தத்துவ நூல்களின் மொழி பெயர்ப்புக்கும், தத்துவ சர்ச்சைக்கும் கேந்திரமாக விளங்கியது. இதனால் முதல் இஸ்லாமிய தத்துவ அறிஞர்கள் கிழக்குப் பகுதியிலேயே தோன்றியது இயற்கையேயாகும். இத்தத்துவ அறிஞர்களில் முதல்வர் கீந்தி என்பவர். ஆகவே அவரிடமிருந்தே நாம் இந்த விளக்கத்தைத் துவங்குவோம்.

---

* "Indian Literature in China and Far East" by P.K. Mukherjee, Calcutta, 1931, p. 5.

1. அபூயாகூப் கீந்தி (கி.பி. 870)

(1) வாழ்க்கை: *அபூயூசுப் யாகூப் இப்ன இஸ்ஹாக் அல் கீந்தி (கிந்தி வம்சத்தவரான இல்ஹாக்கின் புத்திரரான அபுல்யாகூப்) 'கிந்தா' என்னும் அராபிய இனக் கூட்டத்துடன் தொடர்புடையவர். கிந்தா இனக்கூட்டம் தென் அரேபியாவில் இருந்து வந்தாலும், தத்துவ அறிஞர் கீந்தி பிறந்த குடும்பம் மட்டும் பல தலைமுறைகளாக ஈராக்கில் (மெஸப்படோமியாவில்) வாழ்ந்து வந்தது. அபூ யாகூப் பிறந்த சமயத்தில் அவரது தகப்பனார் இஸ்ஹாக் கீந்தி கூஃபாவின் கவர்னராக இருந்தார். கீந்தி பிறந்த வருடம் நிச்சயமாகத் தெரியா விட்டாலும் அவர் ஒன்பதாம் நூற்றாண்டுத் துவக்கத்தில் பிறந்திருக் கலாம். அவர் இயற்றிய ஒரு ஜோதிட நூலின் மூலம், அபு யாகூப் கீந்தி கி.பி. 870இல் இருந்ததாகத் தெரிய வருகிறது. அப்பொழுது நிகழ்ந்து கொண்டிருந்த ஜோதிடச் சகுனங்களைக் கொண்டு, கரமதி குழுவினர் ஆட்சியிலிருந்த அப்பாஸி வம்சத்தினரை ஒழித்துக்கட்ட விரும்பினர். கீந்தி முதலில் பஸ்ராவிலும், பின்னர் அக்காலத்திய கல்வி, பண்பாட்டு மையமாக விளங்கிய பாக்தாத்திலும் கல்வி பயின்றார். அராபிய வம்சத்தைச் சேர்ந்த சிறந்த இஸ்லாமியத்தத்துவ அறிஞரென்று நாம் கீந்தியைத்தான் சொல்ல முடியும். அதுவும் தந்தை வழியில் மட்டுமே அவர் அராபிய வம்சத்தவரென்று கூற இயலும். பாத்தாத் அக்காலத்தில் பெயரளவுக்குத்தான் அராபிய கலீஃபாவின் தலைநகராக இருந்தது. ஆனால் உண்மையில் அது ஈரானிய நாகரீகத்துக்கும் கிரேக்கச் சிந்தனைக்கும் கேந்திரமாக விளங்கிற்று. பழைய அராபிய எளிமையும், இஸ்லாம் மத நம்பிக்கையும் ஈரானிய, கிரேக்க இனத்தவரின் நாகரீகம், கல்வியின் முன்னால் எடுபடவில்லை யென்பதைக் கீந்தி பாக்தாத்தில் இருக்கும்போது புரிந்து கொண்டார். கீந்தியின் வம்சமும் சேர்ந்த தென் அராபிய இனக் குழுக்களின் முதல்வரான கஹ்தான், கிரேக்க இன மூலவரின் சகோதரரே என்று சொல்லுமளவுக்கு கீந்தி கிரேக்கச் சிந்தனையால் கவரப்பட்டிருந்தார். பாக்தாத் நகரில் பல்வேறு இனங்களிடையே சகிப்புத்தன்மை பூரணமாக நிறைந்திருக்கும் முறையில், அராபியர் கரியானிக்கள், யூதர்கள், ஈரானியர்கள், கிரேக்கர்கள் ஆகிய அனைவரும் இரண்டறக் கலந்து விட்டிருந்தனர்.*

கீந்தி அப்பாஸின் அரசவையில் எவ்வளவு காலம் இருந்தாரென்பது தெரியவில்லை. கிரேக்க நூல்களை மொழிபெயர்த்தவர்களில் அவருடைய பெயரும் வருகிறது. அவர் சுயமாக நூல்களை மொழி பெயர்த்தது மட்டுமல்லாமல், மொழிபெயர்ப்பு நூல்களைத் திருத்தியும் வெளியிட்டார். அவர் ஜோதிடராகவும், மருத்துவராகவும் இருந்ததால்,

அவற்றினாலும் அவர் அரசவையில் இருந்திருக்கக்கூடும். எது எப்படியிருப்பினும், பிற்காலத்தில் கீந்தி அப்பாஸி அரசரால் விரும்பப் படாதவராகி விட்டார். கலீஃபா முதவக்கில் (கி.பி. 847-61) தனது முந்தைய மன்னர்களின் தாராள மனப்பான்மையை விட்டுவிட்டு, சனாதன முஸ்லிம்களின் கருத்தை ஆதரித்தார். இதனால் கருத்துச் சுதந்திரத்தின் மீது தாக்குதல் ஆரம்பமாகிவிட்டது. கீந்தியும் அத்தாக்குதலுக்கு இரையாகாமல் இருக்க முடியவில்லை. அவரது நூல் நிலையம் பல காலம் வரை பறிமுதல் செய்யப்பட்டுக் கிடந்தது.

கீந்தி எல்லாத் துறைகளிலும் திறமையுள்ளவர். தனது காலத்திய கலைப் பண்பாடுகளையும் கல்வி விஷயங்களையும் நன்கு கற்றறிந்தவர். நிலவியல் வரலாறு, ஜோதிடம், கணிதம், மருத்துவம், தத்துவ இயல் ஆகிய எல்லாத் துறைகளையும் கற்றறிந்தவர். அவருடைய பெரும் பாலான நூல்கள், கணிதம், ஜோதிடம், நிலவியல், மருத்துவம், தத்துவ இயல்களின் மேல் எழுதப்பட்டுள்ளன. கீந்தி ஒரு பக்கம் ரசாயன இயலைத் தவறென்று கூறி, அதை நம்புபவர்களை அறிவற்றவர் களென்று சொன்னார். மறுபக்கம் கிரகங்களின் கைகளில் மனிதர் களின் எதிர்காலத்தை ஒப்படைத்து விடுவதைப் பெரிய விஞ்ஞானம் என்று எடுத்துரைத்தது வியப்புக்குரியதாகும்.

(2) மதக் கருத்துக்கள்: கீந்தி வாழ்ந்த காலத்தில் குருட்டு மதவெறி அதிகரித்து விட்டிருந்தது. அதனால் சொந்தக் கருத்துக்களைப் பகிரங்கமாக வெளியிடுவது அபாயத்தை விலை கொடுத்து வாங்குவ தாகும். இதன் காரணமாகவே கீந்தி வெளியிட்ட கருத்துக்களில் அவருடைய சொந்தக் கருத்துக்கள் எத்தனை என்பதை உறுதியாகக் கூற இயலாது. அவன் மோத்ஜலா பிரிவினரின் எத்தனையோ கருத்துக் களுடன் உடன்பாடு கொண்டிருந்தாரென்பது தெரிகிறது. நற்குணங் களையும், கடவுளுடன் ஒன்றிவிடுவதையும் அவர் வலியுறுத்தினார். அக்காலத்திய இஸ்லாமியத் தத்துவாசிரியர்கள், இந்தியத் தத்துவப் பிரதிபலிப்பான ஞானத்தையடைய அறிவே பிரமாணமானது. தேவ தூதர்களின் வாக்கியமோ, வேதாகமங்களின் வாக்கியமோ பிரமாண மானதல்ல என்று பரவலாகக் கருதிவந்தனர். கீந்தி மதப்பற்றுடை யோரை ஆதரித்து, நபிகளின் சொற்களும் பிரமாணமானவையே என்று கூறினார். அதனுடன் பகுத்தறிவையும் இணைக்கும் முயற்சியும் செய்தார். பல்வேறு மதங்களிலும் பொதுவாக இருக்கும் 'நிரந்தர மான' கடவுளுடன் இணைந்திருக்கும் மூல காரணம் என்னும் சித்தாந்தத்தை அவர் கண்டார். இம்மூல காரணத்தைப் புரிந்து கொள்ள நமது அறிவு போதுமானதல்ல. மனிதர்கள் அம்மூல காரணமான கடவுளைப் புரிந்து கொள்ளவே தேவ தூதர்கள் அனுப்பப்படுகின்றனர்.

(3) தத்துவக் கருத்துக்கள்: கீந்தியின் காலத்தில் புதிய பித்தாகோர் தத்துவமான இயற்கைத் தத்துவம் (இயற்கை பிரம்மத்தின் உடலாகும். ஆகவே இயற்கையின் செயல்கள் முழுமுதலின் செயல்களேயாகும்) பரவியிருந்தது. கீந்தி தனது நூல்களில் அரிஸ்டாட்டிலைப்பற்றி எவ்வளவோ எழுதியிருக்கிறார். இப்படியாகக் கீந்தியின் தத்துவத்தை உருவாக்குவதில் மேற்கூறியவர்களின் கருத்துக்கள் பெரும்பங்கு வகித்துள்ளன.

(1) பகுத்தறிவு வாதம்: கீந்தி பகுத்தறிவு வாதத்தை ஆதரித்தாலும், தேவதூதர் தத்துவத்துக்கு இடமளிக்கவே செய்கிறார்.

(2) தத்துவக் கருத்துக்கள்: (க) கடவுள்: கீந்தி இவ்வுலகத்தை கடவுளின் சிருஷ்டியென்று கருதினார். அவர் காரண- காரிய விதியை ஆதரிக்கிறார். காரண- காரிய விதி உலகம் பூராவும் பரவியிருக்கிற தென்று சொல்லும் அதே நேரத்தில் அவர், அதனாலேயே நட்சத்திரங் களின் எதிர்கால அமைப்பிலிருந்து நிகழவிருக்கும் நல்லவைகளையும், கெட்டவைகளையும் சொல்லலாமென்றும் கூறியுள்ளார். கடவுள் எல்லாவற்றின் அடிப்படைக் காரணமாக இருந்தாலும், உலகத்தில் நிகழவிருக்கும் காரியங்களுடன் அவர் நேரடித் தொடர்பு வைத்துக் கொள்ளாமல், இடைப்பட்ட காரணங்களின் மூலம் காரியங்களாற்று கிறார். மேலேயுள்ள காரணம் தனக்குக் கீழேயுள்ள காரியமாற்றுகிறது. இந்தக் காரணம் காரியமாக மாறி, வரப்போகும் காரியத்தைச் செய்கிறது. ஆனால் ஒரு காரியம், தனக்கு மேலே இருக்கும் காரணத்தை எவ்விதத்திலும் பாதிக்காது. உதாரணமாக மண், தனது காரியமான குடத்தைச் செய்கிறது; ஆனால் குடம் மண்ணை ஒன்றும் செய்ய முடியாது.

(ங) உலகம்: கடவுளின் படைப்பான உலகம் இரண்டு விதமானது. இயற்கை உலகம், உடல் உலகம். உடலைக் கடந்த உலகம் அனைத்தும் இயற்கை உலகமாகும்.

(ச) உலக வாழ்க்கை: கடவுளுக்கும் (அடிப்படைக் காரணத் திற்கும்) உலகத்துக்குமிடையே உலக உணர்வு அல்லது உலக வாழ்க்கை உள்ளது. இந்த உலக வாழ்க்கையிலிருந்தே முதலில் தேவர்களும், பின்னர் மனித உயிர்களும் தோன்றுகின்றனர்.

(ஞ) மனித ஜீவனும், அதன் குறிக்கோளும்: உலக வாழ்க்கை யிலிருந்து தோன்றிய மனித ஜீவன் தனது பழக்க வழக்கங்களுக்காக உடலுடன் பிணைந்துள்ளது. ஆனால் அது தனது உருவத்தில் உடலிலிருந்து சுயேச்சைத் தன்மை உள்ளதாகும். அதனால் ஜீவனின் உருவத்தைப் பொறுத்தவரை, அதன் மேல் கிரகங்களின் சாயல்

விழுவதில்லை. ஜீவன் என்பது அழிவில்லாத இயற்கைப் பொருளாகும். அது விஞ்ஞான உலகத்திலிருந்து (ஆன்மீக உலகத்திலிருந்து) புலனுலகத்திற்கு வந்தது. இருப்பினும் அதிலே தனது பழைய நிலை, குணங்கள் நிறைந்திருக்கும். இந்த உலகத்தில் அதனுடைய பெரும் பாலான கோரிக்கைகள் நிறைவேறாமலிருப்பதால், அதற்கு நிம்மதி கிடைப்பதில்லை. இதனால் அது மனநிம்மதி இழக்க வேண்டி நேருகிறது. ஒவ்வொரு வினாடியும் மாறிக் கொண்டே இருக்கும் இவ்வுலகத்தில் எந்த ஒரு பொருளும் நிலையாக இருப்பதில்லை. ஆகவே நாம் பிரியமானவை என்று கருதுபவற்றிடமிருந்து எப்பொழுது பிரிய வேண்டி ஏற்படுமோ சொல்ல இயலாது. விஞ்ஞான உலகத்தில் (கடவுளின் உலகத்தில்) மட்டுமே நிலையான தன்மை இருக்கும். இதனால் நாம் நமது கோரிக்கைகளை நிறைவேற்றிக் கொள்ள வேண்டுமென்றாலும், பிரியமானவைகளிடமிருந்து பிரியாமல் இருக்க வேண்டுமென்றாலும் விஞ்ஞானத்தின் குழந்தைகளான கருணை, கடவுள், அச்சம், இயற்கை விஞ்ஞானம், நற்செயல்களை நோக்கி மனத்தையும், உடலையும் செலுத்த வேண்டும்.

(3) **விஞ்ஞானம்:** விஞ்ஞானம் அல்லது ஆன்மா (நிரந்தர விஞ்ஞானம்) கிரேக்கத் தத்துவத்தில் சிந்தனைக்குரிய ஒரு விஷய மாகும். இந்த விஞ்ஞான சித்தாந்தத்தைப் பற்றி கீந்தி முதன் முதலில் விவாதம் தொடங்கியதும், இஸ்லாமியத்தத்துவ இலக்கியத்தில் அதைப் பற்றிய சர்ச்சைக்குக் கதவு திறக்கப்பட்டு விட்டது. கீந்தி விஞ்ஞானத்தை நான்கு பிரிவுகளாக்கினார்.

(க) முதல் விஞ்ஞானம் (கடவுள்): உலகத்திலுள்ள பழைமையான சத்தியமும், ஆன்மீகத்திற்குமான காரணமும், சாரமும், பரமாத்மாவான கடவுளாகும்.

(ங) ஜீவனுக்குள் இருக்கும் திறமை: இரண்டாம் பிரிவு அறிவாகும். மனித ஜீவனின் புரிந்து கொள்ளும் தகுதியும், தன்னை வளர்த்துக் கொள்ளும் திறமையும் இதில் அடங்கும்.

(ச) ஜீவனின் செயல் திறமை (பழக்கம்): மனித ஜீவன் விரும்பும்போது பயன்படுத்தக்கூடிய குணமும், பழக்கமும் இப்பிரிவில் வரும். உதாரணமாக, ஒரு எழுத்தாளனின் எழுத்தாற்றல், ஓவியனின் ஓவியத் திறமை.

(ஞ) ஜீவனின் இயக்கம்: ஜீவனுக்குள் மறைந்திருக்கும் உண்மையான உருவமற்ற திறமை வெளியுலகில் வெளிப்படுகிறது. இதில் உடல், சொல், மனம் ஆகிய மூன்றுவிதமான இயக்கங்களும் இணைந்துள்ளன.

(4) அறிவின் தோற்றுவாய் (க) கடவுள்: கீந்தி நான்காம் விஞ்ஞானத்தை ஜீவனின் வேலையாகக் கருதுகிறார். ஆனால் இரண்டாவதான ஜீவனுக்குள் மறைந்திருக்கும் திறமையையே முதலாவதான கடவுளின் அருளென்று எண்ணவில்லை. அதற்குப் பதிலாக, மறைந்திருக்கும் திறமையை, மூன்றாவதான ஜீவனின் செயல்திறமை உருவத்தில் மாற்றக்கூடியதான சக்தியாக முதலாவதான கடவுளையே கருதுகிறார். ஆகவே மூன்றாவதான செயல்திறமை ஜீவனைச் சேர்ந்ததல்ல. மேலேயிருந்து அனுப்பப்பட்டதேயாகும். நமது அறிவின் தோற்றுவாய் ஜீவனல்ல; முதல் விஞ்ஞானமான கடவுளேயாகும் என்பது இதன் பொருளாகும். 'கடவுளிடமிருந்தே அனைத்து அறிவும் தோன்றுகிறது' என்ற கருத்து இஸ்லாமியத் தத்துவ இயல் முழுதும் எதிரொலிக்கிறது. பழைய இஸ்லாம் ஜீவனுக்குச் சொந்தமாகச் செயல்படும் சுயேச்சைகூட இல்லை என்று சொல்லிற்று; இனி அறிவைப் பற்றிக் கூறவே வேண்டாம். ஜீவனுக்குத் தானாக இயங்கும் சுதந்திரம் இல்லை என்பதால், அதனால் விளையும் தொல்லைகளை அகற்றுவதற்காகக் கீந்தி, கடவுள் தனது காரியங்களின் விளைவுகளில் நேரிடையாகத் தலையிடுவதில்லையென்று சொல்லித் தப்பித்துக் கொண்டார். தத்துவச் சிந்தனையாளர் கருமத்தைக் காட்டிலும் (செயலைக் காட்டிலும்) ஞானத்தின் தோற்றுவாயாகக் கடவுளை உருவாக்கி, எல்லாமுமே கடவுளின் இச்சைப்படிதான் இயங்குகின்றன என்னும் இஸ்லாமியத் தத்துவத்துக்கு வலுவூட்டினார்.

கீந்தியின் விஞ்ஞான சித்தாந்தத்தை அரிஸ்டாட்டிலின் விரிவுரையாளரான அஃப்பாதியஸிடமிருந்து எடுத்துக் கொண்டதைப் போல் தோன்றுகிறது. ஆனால் அஃப்பாதியஸ் தனது "ஜீவனைப் பற்றி" என்னும் நூலில் விஞ்ஞானம் மூன்றுவிதமானதென்று அரிஸ்டாட்டில் கூறியதாகக் குறிப்பிட்டுள்ளார். ஆனால் கீந்தி தனது 'விஞ்ஞான வாதம்' பிளாட்டோ, அரிஸ்டாட்டில் ஆகியோரின் சித்தாந்தங்களை அடிப்படையாகக் கொண்டதாகக் கருதுகிறார். உண்மையில் இது புதிய பித்தாகோரின், புதிய பிளாட்டோ ரகசிய வாதத் தத்துவத்தை அடிப்படையாகக் கொண்டதாகும்.

(ங) புலன்களும் மனமும்: கீந்தி விஞ்ஞான சித்தாந்தத்தால் அறிவின் தோற்றுவாய் ஜீவனுக்கு வெளியே இருக்கிறதென்று எண்ணினாலும், அவர் ரகசிய வாதத்திலிருந்து கீழிறங்கி, யதார்த்த நிலையையும் கணக்கிலெடுத்துக் கொள்ள விரும்புகிறார். நமக்குஅறிவு புலன்களாலும், சிந்தனையினாலும் (மனத்தின் கற்பனையினாலும்) கிடைக்கிறதென்று அவர் கூறுகிறார். புலன்கள் தனிநபர் அல்லது

பவுதீக உருவத்தை மட்டுமே ஏற்றுக் கொள்கிறதென்பதும், பொதுவான அபவுதீக உருவம் அவற்றின் விஷயமல்லவென்பதும் அவரது கருத்தாகும். பவுத்தத் தத்துவ அறிஞர்களான திக்நாகர், தர்மகீர்த்தி ஆகியோரின் 'புலன்களால் கிடைத்த கற்பனையில்லாத பிரத்யட்ச ஞானமும்' இதுவேயாகும். திக்நாகரும், தர்மகீர்த்தியும் பொதுவானவற்றைக் கற்பனை என்று சொல்லி, அவற்றை உண்மைப் பொருளென்று ஒப்புக் கொள்ள மறுத்துவிட்டனர். ஆனால் அவற்றை நடைமுறைப் பொருளென்று ஒப்புக்கொள்ள அவர்களுக்கு ஆட்சேபணையில்லை. ஆனால் கீந்தி அறிவை ஜீவனிடம் தற்காலிக மாக வந்திருப்பதாகக் கருதுகிறார். அவர் சிந்தனா சக்தியால் கிடைத்த அறிவை உண்மைப் பொருளாக எண்ணுகிறார்:

(ச) விஞ்ஞான வாதம்: எது எப்படியாயினும் வழி தவறிய இருவரும், ஓரிடத்திலேயே வந்து சேருகின்றனர். ஆனால் அந்த இடம் யதார்த்த உலகிலிருந்து மிகத் தொலைவில் இருக்கிறது. அது 'விஞ்ஞான வாதம்' என்னும் புரியாத புதிராகும். கீந்தி வேறு பல காரணங்களாலும், அல்லது அவருக்குத் தெரியாமலேயே பவுத்தர் களுடைய யோகாசார விஞ்ஞான வாதத்தைப் பகிரங்கமாக அங்கீகரிக்கத் தயாராயில்லாவிட்டாலும், அவர் எடுத்துக் கூறியது உண்மையில் விஞ்ஞான வாதமேயாகும். தன்னுடைய விஞ்ஞான வாதம் அழிவுடையதா அல்லது நிரந்தரமானதா என்ற சர்ச்சையில் அவர் புகவில்லை. ஆனால் கீந்தி முதலாவதான ஆலய விஞ்ஞானத்தை நான்காகப் பிரித்தார். ஒன்று மற்றொன்றாக மாறுமென்றும் தெரிவித்தார். இதனால் அவர் விஞ்ஞானத்தை நிரந்தரமானதென்றும், நிலையானதென்றும் கருதவில்லையென்பது தெரிகிறது. பவுத்த விஞ்ஞானவாதிகளைப் போலவே, கீந்தியின் அறிவுத் தோற்றுவாயையும் புரிந்து கொள்ள வேண்டும். வழி தவறிய இருவருமே, 'எல்லாமுமே விஞ்ஞானமேதான்! விஞ்ஞானம் தவிர வேறெந்தப் பொருளுமே இல்லை' என்னும் விஞ்ஞானவாதத்தில் ஒன்றுபடுகின்றனர். புலன் களால் அறியப்படும் நேரிடை அறிவும், தெரிந்து கொள்ளக்கூடிய விஷயங்களும் ஒன்றே! இதேபோல் மனத்தால் (கற்பனையால்) அறியப்படும் பொருளான மதமும் முதல் விஞ்ஞானம் (ஆலய விஞ்ஞானம்) என்பது கீந்தி, தர்மகீர்த்தி ஆகியோரின் ஒன்றுபட்ட கருத்தாகும். இருவருக்கும் ஒரு சிறு வேற்றுமை. தனது சொந்த மதத்தவரான முஸ்லிம்களுக்குப் பயந்து, கீந்தி தனிமையில் நெருங்கிய நண்பனுக்குத் தன்னுடைய சித்தாந்தத்தைத் தெரிவித்து மகிழ்ச்சி யடைகிறார். ஆனால் தர்மகீர்த்தியோ தனது சொந்த மதத்தவரான பவுத்தர்களுக்குப் பயந்து தனது சொந்த தத்துவமான பொருள்

வாதத்துக்குப் பதிலாக விஞ்ஞான வாதத்தின் முக்கியத்துவத்தை ஒப்புக் கொள்ளும்போது மனதிற்குள் வேதனையடைந்து கொண்டிருந் தார்.

கீந்தியின் தத்துவ இயல் புதிய பிளாட்டோ தத்துவம் கலந்த அரிஸ்டாட்டிலின் தத்துவ இயலேயாகும்.

ஃபாராபி (கி.பி. 870-950)

1. வாழ்க்கை

கீந்திக்குப் பின்னர் இஸ்லாமிய தத்துவ இயல் வளர்ச்சியில் முக்கிய இடம் வகிப்பவர் அல்ஃபாராபியாவார். அபூநஸ்ர ஃபாராபி ஆமூ நதிக்கரையிலிருந்த ஃபாராப் மாவட்டத்தில் வஸிஜ் என்னுமிடத்தில் பிறந்தார். வஸிஜ்ஜில் ஒரு சிறு கோட்டையில் படைத்தளபதியாக அபூ நஸ்ரவின் தந்தை இருந்தார். ஃபாராபியின் முழுப்பெயரையும் கவனித்தால், அவருடைய தந்தை மட்டுமே முஸ்லிம் என்றும், அவரது தாத்தாவும், முப்பாட்டனாரும் முஸ்லிம்களல்லாதவர்களாக- முழுத் துருக்கியராகத் தெரிகின்றனர்; ஆகவே அபூ நஸ்ர ஃபாராபி இரண்டு தலைமுறைகளாக மட்டுமே முஸ்லிமாக இருக்கும் துருக்கியராவார். ஃபாராபியின் தந்தை ஈரானியப் படைத்தளபதியென்று குறிப்பிடப் பட்டிருக்கிறார். ஆகவே அவர் ஸஃப்பாரி (கி.பி. 871-903)க்கோ வேறு ஒரு ஈரானிய மன்னருக்கோ கீழ்ப்படிந்தவராக இருந்திருப்பார். மத்திய ஆசியாவில் இஸ்லாமிய ஆட்சி நிலைபெற்று நூற்றைம்பது ஆண்டு களாகி விட்டிருந்தாலும், அங்கு வாழ்ந்த எல்லோருமே- குறிப்பாகத் துருக்கியர் முஸ்லிம்களாகவில்லை என்று ஃபாராபியின் முன்னோர் களைப் பற்றி ஆராயும் போது தெரிகிறது. ஃபாராபியின் தத்துவ இயல் அறிவையும், கருத்துச் சுதந்திரத்தையும் நோக்கும்போது, ஃபாராபிக்கு முன்னர் - இருநூற்றைம்பது வருடங்களுக்கு முன்னர்- அப்பகுதியில் சுற்றுப் பயணம் செய்த சீனப்பயணி ஹுவான் சாங் வர்ணனையையும் கவனிக்க வேண்டும். அவர் இப்பகுதியில் நூற்றுக்கணக்கான பவுத்தக் கல்வி நிலையங்களும், பல்லாயிரம் கல்வி கற்க பவுத்தத் துறவிகளும் இருந்ததாக எழுதியிருக்கிறார். இரண்டு தலைமுறைகளாக மட்டுமே முஸ்லிம்கள் அங்கே இருந்து வருகிறார்களென்பதால், ஃபாராபி பிறந்த மண்ணில் பவுத்தத் தத்துவ இயல் கொஞ்சமாவது எஞ்சி இருந்திருக் கலாம். ஆமூ நதிக்கரையிலிருந்த இந்தத் துருக்கியர் கல்வியிலும், பண்பாட்டிலும் சிறந்திருந்தனர் என்பதில் ஐயமில்லை.

ஃபாராபி துவக்கக் கல்வியைச் சொந்த வீட்டிலேயே பயின்றிருக் கலாம். அதன் பிறகு அக்காலத்தில் கல்விக்குப் புகழ்பெற்ற புகாரா அல்லது ஸமர்கண்டில் போய்ப் படித்தாராவென்பது தெரியவில்லை.

அவர் எந்த வயதில் இஸ்லாமின் நாளந்தாவான பாக்தாத்துக்குக் கல்வி கற்கச் சென்றாரென்பதும் தெரியவில்லை. அப்போதைக்குக் கீந்தி இறந்துவிட்டிருந்தாலும், ராஜி உயிருடனிருந்தார். பிறந்த மண்ணில் ஃபாராபிக்குக் கருத்துச் சுதந்திரம் இருக்கவேண்டுமென்ற எண்ணம் கொஞ்சமாவது ஏற்பட்டிருக்கலாம். பாக்தாத்தில் அவர் யோஹன் இப்ன ஹைலானின் சீடராகி விட்டார். யோஹன்னாவைப் போன்ற முஸ்லிம் அல்லாத கிருஸ்துவ அறிஞரைத் தனது ஆசிரியராக ஏற்றுக்கொண்டதுகூட, ஃபாராபியின் மனப்போக்கை எடுத்துக் காட்டுகிறது. பாக்தாத்தில் முஸ்லிம்களின் பழைய சமுதாயத்திற்கு வெளியே கருத்துச் சுதந்திரம் பரவியிருந்தது. ஃபாராபி தத்துவ இயலுடன் இலக்கியம், கணிதம், ஜோதிடம் மருத்துவம் முதலியவையும் கற்றார். அவர் இசை குறித்தும் எழுதியிருக்கிறார். ஃபாராபியை எழுபது மொழிகளில் புலவர் என்கின்றனர். துருக்கி மொழி அவரது தாய்மொழியாகும். பாரசீகம் அவரது பிறந்த மண்ணில் பரவியிருந்தது. அராபிய மொழி இஸ்லாமின் சொந்த மொழியாகும். ஆக இம்மூன்று மொழிகளிலும் ஃபாராபிக்கு நல்ல புலமை இருந்திருக்குமென்பதில் சந்தேகமில்லை. சுரியானி, இப்ரானி, கிரேக்க மொழிகளும் அவருக்குத் தெரிந்திருக்கலாம்.

கல்வி கற்பது முடிந்த பிறகும், ஃபாராபி பல காலம் பாக்தாதி லேயே இருந்தார். ஒன்பதாம் நூற்றாண்டு முடியும் போது, பாக்தாதில் கலீஃபாக்களின் அரசியல் சக்தி வீழ்ந்து விட்டிருந்தது. பல்வேறு மாநிலங்களிலும், நாடுகளிலும் நடந்த புரட்சிகளின் பிரதிபலிப்பு பாக்தாதிலும் ஏற்பட்டுக் கொண்டிருந்தது. இப்படிப் பட்ட அமைதியின்போதுதான் ஃபாராபி பாக்தாதை விட்டு, அலெப்போவில் வாழ முற்பட்டிருக்கலாம். அலெப்போவின் குறுநில மன்னரான ஸைஃபுத்தவுலா கல்வி விரும்பி மட்டுமல்லாமல் தத்துவ இயல் அன்பரும்கூட! ஃபாராபிக்கு இப்படிப்பட்ட ஆதரவாளரே தேவை.

ஃபாராபி அண்மையில் பவுத்த நாடாக இருந்து முஸ்லிம் நாடாக மாறிய நாட்டிலும், குடும்பத்திலும் பிறந்தவர் மட்டுமல்லாமல், பவுத்தத் துறவிகளைப் போலவே, அமைதியையும், தனிமை வாழ்க்கை யையும் மிகவும் விரும்பியவர். இஸ்லாமில் ஸூஃபி சம்பிரதாயமே அவர் சுபாவத்துக்கு ஏற்றதாக இருந்தது. அதனால் ஃபாராபி ஸூஃபிக் களின் நடையுடைகளைப் பின்பற்றினார். அவரது வாழ்க்கையும் மற்ற இஸ்லாமியத் தத்துவாசிரியர்களை விட, கிரேக்க ஸோஃபிஸ்ட்டுகள், பவுத்த பிட்சுக்கள் ஆகியோர் வாழ்க்கையை நெருங்கியிருந்தது.

கி.பி. 750இல் ஃபாராபி காலமானபோது, அவர் அலெப்போவி லிருந்து டமாஸ்கஸ் சென்றிருந்தார். அலெப்போவின் குறுநில மன்னர் ஸூஃபி உடையில் ஃபாராபியின் கல்லறையில் தொழுகை நடத்தினார். அவர் இறக்கும்போது அவரது வயது எண்பது என்று சொல்லப்படுகிறது. அவர் காலமாவதற்குப் பத்தாண்டுகளுக்கு முன்பே ஃபாராபியின் உதவியாளர் (மொழி பெயர்ப்பாளர்) அபூ மிஷ்ர மத்தா இறந்து விட்டிருந்தார். அவரது சீடரான அபூ ஐக்ரியா யஹ்யா இப்ன ஆதி கி.பி. 971இல் தனது எண்பத்தி ஓராம் வயதில் காலமானார்.

2. ஃபாராபியின் நூல்கள்

ஃபாராபி தனது இளமையில் சில சிறு சிறு புத்தகங்கள் எழுதினார். அவற்றில் வாத விவாதக் கலையும், உடலுருவான பிரம்ம வாதமும், இயற்கைத் தத்துவமும் வர்ணிக்கப்பட்டுள்ளன. ஆனால் அவர் தனது முதிர்ந்த அறிவை அரிஸ்டாட்டில் நூல்களின் விமரிசனத்திலும், விரிவுரையிலும் வெளிப்படுத்தியுள்ளார். இவற்றுக் காகவே அவர் 'இரண்டாம் அரிஸ்டாட்டில்' என்றும், 'இரண்டாம் ஆசாரியர்' என்றும் குறிப்பிடப்பட்டார். அரிஸ்டாட்டிலின் ஆழ்ந்த தத்துவ இயலும், பொருள்வாத ஞானமும் (விஞ்ஞானமும்) ஐரோப்பாவின் மறுமலர்ச்சிக்கும், புத்தம் புது விஞ்ஞான யுகத் துவக்கத்துக்கும் எத்தகைய பணியாற்றியுள்ளன என்று நாம் கூறத் தேவையில்லை. அரிஸ்டாட்டிலைப் புத்துயிர் பெறச் செய்வதில் ஃபாராபியின் சேவைகளைக் குறைத்து மதிப்பிட முடியாது. அரிஸ்டாட்டில் நூல்களின் எண்ணிக்கையையும், வரிசையையும் ஃபாராபி நிச்சயப்படுத்தியதே இன்று வரை தொடர்ந்து வருகிறது. "அரிஸ்டாட்டிலின் மத இயல்" போன்ற அரிஸ்டாட்டிலின் பெயரால் புழக்கத்திலிருக்கும் வேறு நபர்கள் எழுதிய நூல்களையும் ஃபாராபி இவற்றில் சேர்த்துக் கொண்டார். அரிஸ்டாட்டிலின் தர்க்க இயலைச் சேர்ந்த எட்டு நூல்களுக்கும், பவுதீக இயலைச் சேர்ந்த எட்டு நூல்களுக்கும், ஆன்மீக இயலுக்கும், நீதி இயலுக்கும், அரசியலுக்கும், ஃபாராபி விளக்கவுரைகளும், விரிவுரைகளும் எழுதியிருக்கிறார்.

3. தத்துவக் கருத்துக்கள்

ஃபாராபிக்குத் தத்துவ இயலை ஆழ்ந்து சிந்திக்கும் வாய்ப்பு கிடைத்ததைப் போல் அவருக்கு முன்னாலிருந்தவர்களுக்கோ, அவருடைய நூல்களின் உதவியின்றி அவருக்குப் பின்னால் வந்தவர் களுக்கோ நல்வாய்ப்பு கிடைத்ததில்லை என்று மேலே கூறியதிலிருந்து உணரலாம். அக்காலத்தில் ஆமூ நதியோரம், மெர்வ், பாக்தாத், அலெப்போ, டமாஸ்கஸ் போன்ற எல்லாமுமே தத்துவ இயலின்

விளைநிலங்களாக இருந்தன. ஃபாராபி அவற்றால் மிகவும் பயனடைந்தார்.

(1) பிளாட்டோவையும் அரிஸ்டாட்டிலையும் இணைத்தல்: பிளாட்டோவின் தத்துவ இயல் பொருளற்ற விஞ்ஞான வாதமாகும். ஆனால் அரிஸ்டாட்டில் கடவுளர்களையும், விஞ்ஞானவாதத்தையும் குறிப்பிட்டிருப்பினும், எல்லாரையும் விட அதிகமாகப் பொருளை வற்புறுத்தியவரான ஃபாராபி இவ்வேற்றுமையை நன்கு உணர்ந் திருந்தார். அவர் பாரபட்சமில்லாதவராக மட்டும் இருந்திருந்தால் பவுதீக விஞ்ஞானத்தின் பக்தராகிவிட்டிருப்பார். ஆனால் ஏற்கெனவே அவர் புதிய பிளாட்டோ ரகசிய வாதத்தை ஏற்றுக் கொண்டிருந்ததால், பிளாட்டோ, அரிஸ்டாட்டில் ஆகியோரின் சித்தாந்தங்களைப் பூசி மெழுகும் முயற்சி செய்திருக்கிறார். எனினும் அவரது வலுவான அறிவு அரிஸ்டாட்டிலை விட்டுவிடத் தயாராயில்லை. அப்படிப் பட்ட நிலையில் இருவரின் தத்துவங்களையும் இணைப்பதைத் தவிர வேறு வழியில்லை. இந்த இணைப்பில் ஃபாராபி இஸ்லாமுக்கும் கூட இடம் வைத்திருந்ததால், நாஸ்திகன் (காஃபீர்) என்னும் பட்டத் திலிருந்தும் அவரால் தப்பித்துக் கொள்ள முடிந்தது. ஃபாராபியின் கருத்துப்படி, பிளாட்டோவுக்கும், அரிஸ்டாட்டிலுக்கும் வர்ணனை யிலும், நடையிலும் மட்டுமே வேற்றுமை இருக்கிறதே தவிர, இருவருடைய கருத்துக்களும் ஒன்றேயாகும். இருவருமே உயர் தத்துவ ஞான ரிஷிகளாவர். ஃபாராபியின் உள்ளத்தில் இவ்விரு கிரேக்கத் தத்துவ அறிஞர்களுக்கிருந்த மதிப்பு வேறெவருக்குமே இருந்த தில்லை என்பது தெளிவு.

(2) தர்க்கம்: தர்க்கம் என்பது வெறும் உதாரணங்களால் விளக்கப்பட்ட ஆய்வோ அல்லது ஊகம் மட்டுமோ அல்ல என்பது ஃபாராபியின் கருத்தாகும். அறிவு நிரூபணமும், இலக்கணத்தின் பல விஷயங்களும் தர்க்கத்தில் வருகின்றன. தெரிந்த, நிரூபிக்கப்பட்ட பொருளால், தெரியாத பொருளை அறிவதோ- பிரமாண சித்தாந்தமே- தர்க்கமாகும்.

(3) பொதுத் தன்மை: கிரேக்கத் தத்துவ இயலிலும், அதைப் பின்பற்றிப் பிற்காலத்தில் தோன்றிய இந்திய 'நியாய வைசேஷிக' சித்தாந்தங்களிலும் பொதுத் தன்மையை ஒரு சுயேச்சையான உண்மைப் பொருளென்று நிரூபிக்கப் பெருமுயற்சி செய்யப் பட்டுள்ளது. ஃபாராபி ஃபோர்ப்போரியஸின் நூலான "இஸாகோஜி" குறித்து எழுதுகையில் இவ்வாறு கூறியிருக்கிறார். பொருள்களிலும், புலன்களின் அனுபவத்திலும் மட்டுமல்ல, கருத்துக்களிலும் நமக்கு **விசேஷத் தன்மையானது** கிடைக்கிறது. இதேபோல்

பொதுத்தன்மையும் பொருள்களிலும், நபர்களிலும் வெறும் நிகழ்ச்சிகளால் மட்டுமே இருப்பதில்லை; மனத்திலும் அது ஒரு பொருளாக உறைந்திருக்கும். மனம் பொருட்களிலிருந்து பொதுத் தன்மையை (பசுத்தன்மை) ஊகிக்கிறதென்றாலும் பொதுத்தன்மை அப்பொருட்களிலும் நபர்களிலும் வருவதற்கு முன்பேயும் இருந்த தென்பதில் ஐயமில்லை.

(4) இருத்தல்: இருத்தல் என்பது என்ன? பொருளின் இருக்கை பொருளேயாகுமென்பது ஃபாராபி தரும் பதிலாகும்.

(5) கடவுளின் ஒருமைத் தத்துவம்: ஃபாராபி கடவுள் இருக்கிறா ரென்பதை நிரூபிக்க இருக்கைத் தத்துவத்தைப் பயன்படுத்துகிறார். 'இருக்கை' இருவிதமாகவே இருக்க முடியும். அது தவறாமல் இருக்கிறது அல்லது இருக்க வாய்ப்பிருக்கிறது. ஒரு பொருள் இருக்க வாய்ப்பிருக்கிறதென்றால், அதற்கு ஏதாவதொரு காரணம் நிச்சயம் இருக்க வேண்டும். இவ்விதம் இருக்கும் ஒவ்வொரு வாய்ப்பும் காரணத்துடன் இருக்கும். ஆனால் காரணத் தொடரை நாம் எல்லையில்லாக் காலத்துக்கும் வளர்க்க இயலாது. ஏனெனில் தொடரை உருவாக்கும் வளையங்கள் எல்லையில்லாதவையல்ல; எல்லைக்குட்பட்டவையாகும். இப்படியாக, எல்லாவற்றுக்கும் காரணமான காரணமில்லாத ஒரு சக்தியை ஏற்றுக் கொள்வது நமக்கு அவசியமாகி விடுகிறது. அது மிகவும் பூரணத்துவமுடையதும், மாற்றமில்லாததும், மன நிறைவுள்ளதும், முழுமுதலும், உணர்வும், பரமமனமும் (விஞ்ஞானமும்) ஆகும். இது இயற்கையில் உள்ள எல்லா நல்லுருவங்களையும் எழில்களையும்- அவையெல்லாம் தனது உருவங்களேயாதலால்- விரும்புகிறது. இந்தக் கடவுளின் இருக்கையை அத்தாட்சிகளைக் கொண்டு நிரூபிக்க முடியாது. ஏனெனில் அதுவே அத்தாட்சியும், உண்மையுமாகும். அது யதார்த்தத்தைத் தன்னுள்ளே வைத்துக்கொண்டிருக்கும் பொருள்களின் மூல காரணமாகும். அப்படிப்பட்ட இருக்கை அவசியமாவதைப் போலவே, அதனுடைய ஒருமையும் இருப்பது அவசியமானதாகும். இரண்டும் வெவ்வேறாக இருந்தால், அவற்றுள் ஒற்றுமைகளும் வேற்றுமைகளும் இருக்கத்தான் செய்யும். அதனால் இரண்டிற்கும் மோதல் ஏற்பட்டு, ஒவ்வொன்றின் எளிமையும் அழிந்து விடும். முழுமையான சக்தி ஒன்றாகவே இருப்பது அவசியமாகும்.

முதல் சக்தி ஒருருவமாகப் பொருள் நிறைந்ததாகும். இதுவே கடவுள் என்று கூறப்படுகிறது. எல்லாவற்றுக்கும் அடிப்படைக் காரணமான அந்த ஒரே சக்தியில் எல்லாப் பொருள்களும் கலந்து விடுகின்றன. அங்கே எவ்விதமான வித்தியாசமும் இருப்பதில்லை.

அதனாலேயே அதை இன்னதென்று குறிப்பிட்டுச் சொல்ல முடியாது. என்றாலும் மனிதர்கள் அழகிய கருத்துக்களை வெளிப்படுத்தும் நல்ல நல்ல பெயர்களை அதைக் குறிக்கப் பயன்படுத்துகின்றனர். நல்ல குணங்களையும், எழிலார்ந்த விசேஷங்களையும் அதற்குச் சூட்டுகின்றனர். ஆனால் அவைகளையெல்லாம் நாம் காவிய உவமைகளாகவே கருத வேண்டும். பரம சக்தியின் முழு ஒளியை நமது வலுவற்ற கண்கள் (அறிவு) பார்க்க முடியாது. புலன்களின் நிறைவற்ற தன்மை நமது அறிவையும் நிறைவற்றதாக்கி விடுகிறது.

(6) ஒருமைத் தத்துவத்திலிருந்து உலக வளர்ச்சி: பரமதத்துவம், அத்வைத தத்துவம் அல்லது கடவுளிலிருந்து உலகம் வளர்ச்சியடைந்ததை ஃபாராபி ஆறு பகுதிகளாகப் பிரித்தார். அவற்றில் உருவமற்ற ஆறு பகுதிகள் வருகின்றன:

1. சர்வ வல்லமையுள்ள படைப்பாளி புருஷரான கடவுளைப் பற்றி இப்போதே கூறினோம். அவருக்குள்ளேயே (பித்தாகோரின்) உருவங்கள் அனந்த காலத்திலிருந்து வாசம் செய்து கொண்டிருக்கின்றன.

2. படைப்பாளி புருஷரிடமிருந்து ஒன்பது தேவதூதர்கள் அல்லது தேவாத்மாக்கள் தோன்றுகின்றன. இவற்றில் முதலாவது படைப்பாளி புருஷரைப் போலவே, மிகத் தொலைவுவரை விண்வெளியை இயக்குகிறது. இந்த முதல் தேவாத்மாவிலிருந்து மற்ற எட்டு தேவ தூதர்கள் அல்லது தேவாத்மாக்கள் அல்லது 'கர்வம் படைத்த' தேவர்கள் தோன்றுகின்றனர்.

இவ்விரு பிரிவுகளும் எப்போதுமே 'ஒன்று போலவே' இருக்கும்.

3. மூன்றாம் பிரிவில் செயலாக்கமுள்ள விஞ்ஞானமிருக்கும். அதைப் புனித ஆன்மா என்றும் கூறுவர். இந்தச் செயலாக்கமுள்ள விஞ்ஞானமே (அறிவே) சொர்க்கத்தையும் (வானத்தையும்) பூமியையும் இணைக்கிறது.

4. நான்காம் பிரிவு ஜீவனாகும்.

அறிவு, ஜீவன் என்னும் இரு பிரிவுகளும் ஒரே மாதிரியாக இணைந்த உருவமாக இல்லாமல் மனிதர்களின் எண்ணிக்கைப்படி, பெரும் எண்ணிக்கையில் இருக்கும்.

5. உருவம்: பித்தாகோரின் உருவம் பவுதீகச் சக்தியுடன் கலந்து, பல்வேறு பொருட்களைத் தயாரிப்பதில் துணை செய்கிறது.

6. பவுதீகச் சக்திகள்: நிலம், நீர், நெருப்பு, காற்று ஆகியவை உருவமில்லாதவை.

இவைகளில் முதல் மூன்றான கடவுள், தேவாத்மா, அறிவு ஆகியவை விஞ்ஞான மயமாக உருவமற்று இருக்கும். கடைசி மூன்றான ஜீவன், உருவம், பவுதீகச் சக்தி ஆகியவை அடிப்படையில் உருவமற்றவையாக இருப்பினும், உடலை ஏற்று அவை தம்முள் தொடர்பை ஏற்படுத்திக் கொள்கின்றன.

இரண்டாம் பகுதியில் உருவமுள்ள ஆறு பிரிவுகளாவன:

1. தேவ உடலுடையவர்கள்: உடலுடன் கூடிய தேவ தூதர்கள்.

2. மனித உடலுடையவர்கள்: உடலுடன் கூடிய மனிதர்.

3. விலங்கு உடலுடையவை: உடலுடன் கூடிய மிருகங்களும், பறவைகளும்.

4. தாவர உடலுடையவை: செடி கொடிகள், மரங்கள் போன்ற உருவமுடைய பொருள்கள்.

5. கனி உடலுடையவை: பொன், வெள்ளி போன்ற உருவமுள்ள பொருட்கள்.

6. பூத உடலுடையன: நிலம், நீர், நெருப்பு, காற்று ஆகியவை உருவங்களில்.

(7) அறிவின் தோற்றுவாய்: *கிந்தியைப் போலவே ஃபாராபியும் அறிவை, மனிதன் தனது முயற்சியின் விளைவாகப் பெறுவதற்காகக் கருதாமல், கடவுள் அருளியதாகக் கருதுகிறார். ஜீவனை விளக்கி ஃபாராபி கூறுகிறார்: ஜீவன் உடலுக்கு முழுமையைத் தருகிறது. ஆனால் ஜீவனுக்கு முழுமையை அளிப்பது விஞ்ஞானமே (அறிவே)யாகும். அந்த விஞ்ஞானமே உண்மையான மனிதனாகும். இவ்விஞ்ஞானம் (அறிவு) குழந்தையின் ஜீவனில் இருக்கிறது. ஆனால் அப்பொழுது அது உறங்கிக் கிடக்கிறது. அதாவது அதன் திறமை உறைந்து கிடக்கிறது. புலன்களும், கற்பனைச் சக்தியும் இயங்கத் தொடங்கியதுமே, சிறுவனுக்கு உருவமுள்ள பொருள்கள் தெரிய வாரம்பிக்கின்றன. ஆனால் இந்த விஞ்ஞானம் (அறிவு) உறங்கிய நிலையிலிருந்து விழித்த நிலைக்கு வருவது மனித முயற்சியின் பலனாக அல்ல; கடைசி ஒன்பதாம் தேவாத்மாவான சந்திரனின் அருளாலாகும். தேவாத்மாக்களும் சுயமாகச் சக்தி படைத்தவையல்ல; இவைகளும் அடிப்படை விஞ்ஞானத்தைச் (கடவுளை) சார்ந்திருப்பவையே!*

(8) கடவுளுடன் ஜீவனின் ஐக்கியம்: *அடிப்படை விஞ்ஞானத்தில் (கடவுளில்) இரண்டறக் கலந்து விடுவதுதான் மனிதனின் குறிக் கோளாகும். ஃபாராபி இதைச் சாதிக்க இயலுமென்கிறார். மனிதனின்*

அறிவு தனக்கருகிலுள்ள கடைசி தேவாத்மாவான சந்திரனுக்குச் சமமாக இருக்கிறது. மனிதனின் அறிவு சந்திரனில் ஐக்கியமாவது கடினமான தல்ல. இது அடிப்படை விஞ்ஞானத்தில் (கடவுளில்) ஐக்கியமாவதை நோக்கி அழைத்துச் செல்கிறது.

இந்த ஐக்கியம் எப்படி நிகழ்கிறதென்பதைக் குறித்து ஃபாராபி கூறுவதாவது: இந்த வாழ்க்கையில் முக்கிய விஷயம் அறிவுக்குகந்த ஞானமேயாகும். ஆனால் மனிதன் இறந்துவிட்ட பிறகு, இந்த ஞானம் படைத்த ஜீவனுக்கு விஞ்ஞானத்தில் கிடைப்பதைப்போல், முழுச் சுதந்திரம் கிடைக்கிறது. தேவாத்மாவில் ஐக்கியப்பட்டு விட்ட நிலைக்குப் பின்னர் அம்மனிதன் தனது தனித்தன்மையை இழந்து விடுகிறானோ அல்லது அப்படியே இருக்கிறானோ? இக்கேள்விக்குத் தெளிவாகப் பதில் சொல்ல ஃபாராபி விரும்பவில்லை. மனிதன் மரணத்துக்குப்பின் மறைந்து விடுகிறான். ஒரு தலைமுறைக்குப் பிறகு மறு தலைமுறை வருகிறது. ஒவ்வொன்றும் முன்னதைப் போலவே தோன்றுகிறது. ஞானம் படைத்த ஜீவன்களுக்கு நாடுகளின் எல்லைகள் கிடையாது. ஆகவே அவைகளின் எண்ணிக்கையைப் பெருக்குவதற்கு எல்லை தேவை இல்லை. கருத்துக்கள் கருத்து ஐக்கியமாவதற்கும், சக்திக்குள் சக்தி ஐக்கியமாவதற்கும் எல்லையோ, அளவோ அவசிய மில்லை. ஒவ்வொரு ஜீவனும் தன்னையும் தன்னைப் போன்றவற்றையும் கவனிக்கிறது. அது எவ்வளவுக்கெவ்வளவு கவனிக்கிறதோ, அவ்வளவுக் கவ்வளவு ஆனந்தம் அடைகிறது.

(9) ஜோதிடத்திலும், ரசாயன இயலிலும் நம்பிக்கையின்மை: அரிஸ்டாட்டில் போன்ற மாபெரும் தத்துவ அறிஞர்களின் கருத்துக்களை விளக்குவதே ஃபாராபியின் முக்கிய பணியாக இருந்தது. அவர் அவ்வளவாகச் சுதந்திரச் சிந்தனை செய்யவில்லை. ஆகவே தத்துவ இயலை அவரிடமிருந்து நாம் அதிகமாக எதிர்பார்க்க முடியாது. ஃபாராபி மதத்திற்கும், ரகசிய (ஸூஃபி) வாதத்திற்கும் அஞ்சினாலும், தர்க்கமும், சுதந்திரச் சிந்தனையும் அவரை ஆட்கொண்டி ருந்தது. இதன் விளைவாக அவர் ஜோதிடத்தையும், ரசாயன இயலையும் மூட நம்பிக்கைகளாகக் கருதினார். (அக்காலத்தில் ரசாயன ஆராய்ச்சி களால் மலிவான இரும்புத் தாதுக்களைத் தங்கமாக மாற்றும் விருப்பமும், முயற்சியும் மக்களிடம் இருந்தது.)

4. நீதி இயல்

ஃபாராபி அறிவின் தோற்றுவாய் ஜீவனிடம் அல்லாமல், அடிப்படை விஞ்ஞானத்திடம் (கடவுளிடம்) நோக்குகிறாரென்பதை முன்னமேயே குறிப்பிட்டோம். இந்நிலையில் நீதி இயலைச் சேர்ந்த நல்லது, கெட்டது, பாவம், புண்ணியம் ஆகியவையும் மேலிருந்தே

வந்தவையென்று ஃபாராபி கூறுவாரென்று நாம் எதிர்பார்ப்போம். ஃபாராபி அடிப்படை விஞ்ஞானத்திலிருந்து (கடவுளிடமிருந்து) உலகம் இஸ்லாம் கூறுவதைப் போல், சூனியத்திலிருந்து தோன்றிய தாகக் கருதவில்லை. உலகம் வளர்ச்சிப் போக்கில் காரண- காரியத் தொடர்பால் தோன்றியதாக அவர் எண்ணுகிறார். ஆன்மீகத்திலிருந்து பவுதீகத் தத்துவத்திற்கான வளர்ச்சி மேல் நோக்கியதாக இல்லாமல், கீழ்நோக்கியதாக இருந்ததென்பதிலும் அதிக பொருள் முதலாக இருந்ததென்பதிலும் சந்தேகமில்லை. எப்படியிருப்பினும் ஃபாராபியின் 'அறிவின் தோற்றுவாய்' சித்தாந்தத்தை விட 'நடைமுறைத் தோற்றுவாய்' (நீதி இயல்) சித்தாந்தம் அதிக அறிவுபூர்வமானது. ஆஸ்திகர்கள் அறிவை மனித முயற்சியின் விளைவு என்று ஒருவேளை ஒப்புக் கொள்ளவும் கூடும். ஆனால் பாவ புண்ணியம் என்னும் நீதி இயலின் தோற்றுவாயாகக் கடவுளைத்தான் எப்பொழுதுமே ஒப்புக் கொள்வார்கள். ஃபாராபி இதைக் குறித்து மிகவும் மாறான கருத்து கொண்டிருக்கிறார். அவர் அறிவின் தோற்றுவாயை அலௌகீகமானதாகக் கருதுகிறார். ஆனால் நடைமுறை இயலையும், விவேகத்தையும் அவர் மனித அறிவின் அற்புதங்களென்று எண்ணுகிறார். நல்லதையும் கெட்டதையும் அறிந்து கொள்ளும் விவேகம் அறிவுக்கு இருக்கிறது. ஃபாராபி ஞானத்தைச் செயலைவிட உன்னதமானதாகக் கருதுகிறார். அதனாலேயே அவர் அதன் தோற்றுவாயை மனிதனைவிட உன்னதமான இடத்தில் வைக்க விரும்புகிறார்.

தூய அறிவு சுதந்திரத்தின் விளைநிலமென்று கருதுகிறார். ஆனால் இத்தூய அறிவு கடவுளைச் சார்ந்திருப்பதால் கடவுளைப் பொறுத்தே முடிவு செய்யப்பட்டுள்ளது. இதன் பொருள், மனிதனுடைய சுதந்திரமும் கடவுளின் சித்தத்தைப் பொறுத்ததேயாகும். இது ஃபாராபியின் எளிமையான தலைவிதித் தத்துவமாகும். "அவரின்றி ஓரணுவும் அசையாது."

5. அரசியல் கருத்துக்கள்

ஃபாராபி அரிஸ்டாட்டிலின் நூலான 'குடியரசை'ப் படித்தார். அந்நூலின் முத்திரை அவர் மேல் தவறாமல் பதிந்தது. ஆனால் அவர் அரிஸ்டாட்டிலின் உலகமான ஏதென்ஸ் நகரத்தையும், அதன் குடியரசையும் தம் முன்னால் சித்திரித்துக் கொள்ள முடியாது. ஃபாராபியின் கருத்தில் முடியாட்சியைத் தவிர வேறுவிதமான ஆட்சி முறையே தோன்ற முடியாது. ஒரே கடவுளை ஒப்புக் கொள்ளும் மதத்தினர், ஒரு ஆட்சி முறையை (முடியாட்சியை) விட்டு முன்னேறிச் செல்வது மிகவும் கடினமாகும். இதனாலேயே ஃபாராபி அநேக தத்துவ அறிஞர்களின் குடியரசுக்குப் பதிலாக, சிறந்த தத்துவ அறிஞரான

அரசரின் ஆட்சியைச் சமுதாயம் அடைய வேண்டிய சிறந்த குறிக்கோள் என்று தெரிவிக்கிறார். மனிதர்கள் வாழ்வதற்காக ஒருவர் மற்றொருவரைச் சார்ந்திருக்கின்றனர். மனிதர்களிடையே ஒருவன் இயற்கையாகவே வலிமையுள்ளவனாகவும், அதிக செல்வமுள்ள வனாகவும் இருக்கிறான். மற்றொருவன் இயற்கையாகவே வலுவற்ற வனாகவும், செல்வமில்லாதவனாகவும் இருக்கிறான். ஆகவே இப்படிப் பட்ட பல பேர் ஒரு வலிமை படைத்தவனுக்கு அடங்கித்தான் இருக்க வேண்டும். அரசனின் நல்ல - கெட்ட குணங்களைப் பொறுத்தே ஒரு நாட்டின் நிலைமை இருக்குமென்று ஃபாராபி சொல்கிறார். அரசன் நல்லவைகளைத் தெரியாமலும், கெட்டவைகளை மட்டுமே அறிந்தும் அல்லது கெட்டவனாகவே இருந்தால், நாடும் கெட்டதாகவே இருக்கும். அரிஸ்டாட்டிலைப் போன்ற தத்துவ அறிஞன் அரசனாக இருக்கும் நாடு, நல்ல நாடாக இருக்கும். சிறந்த தத்துவ அறிஞரான அரசன், தன்னைப் போன்ற குணநலனுள்ளவர்களை ஆட்சிப் பொறுப்பில் தனது உதவியாளர்களாக அமர்த்திக் கொள்கிறான்.

ஃபாராபி ஒரு பக்கம் அரசனின் சர்வாதிகார ஆட்சியை நிலை நாட்ட விரும்புகிறார். ஆனால் அதே சமயத்தில் இன்னொரு பக்கம் அவர் ஒரு லட்சிய தத்துவாசிரியராக இருந்ததால் அரசரின் கடமை களையும் அறிவுறுத்துகிறார். அரசு கெட்டதாக இருப்பது அரசனையே சார்ந்துள்ளது என்பதிலேயே எல்லாக் கடமைகளின்- பொறுப்புகளின் - சாரம் வந்துவிடுகிறது. முட்டாள்தனமான அரசாட்சியில் மக்களும் அறிவற்றவர்களாக மிருகங்களின் நிலைக்குத் தாழ்ந்து விடுகின்றனர். இதன் பொறுப்பு அரசன் மீதே விழும். மறு உலகத்தில் அரசன் இதற்குப் பதில் சொல்லியே ஆக வேண்டும். இதற்காக அங்கே தண்டனை அனுபவிக்கவும் தயாராயிருக்க வேண்டும். இதையே இந்தி மொழியின மாபெரும் கவிஞராக துளசிதாசரும் இவ்வாறு கூறியிருக்கிறார்.

"எந்த அரசன் மக்களைத் துன்புறுத்துகிறானோ, அவன் நரகத்தைத்தான் அடைவான்."

ஃபாராபியின் அரசியல் கருத்துக்கள் சற்றும் நடைமுறை அறிவு இல்லாதவையாகும். ஆனால் அதற்கான காரணங்களும் இருக்கத்தான் செய்தன. அவர் ஒரு சிறந்த மருத்துவராக இருந்ததால், நடைமுறைக் குணத்தை அவர் அறிந்திருக்க மாட்டாரென்று சொல்ல முடியாது. அவர் யதார்த்த வாழ்க்கையை விட, நடைமுறைக் கொவ்வாத மானசீகச் சிந்தனையான தத்துவ இயலையே அதிகமாக விரும்பினார். அவருடைய வாழ்க்கையை நோக்கினால் இது இன்னும் தெளிவாகிறது. அவர் சிந்தனையிலாழ்ந்திருக்கும் ஃபாராபியைப் போலவும் பவுத்தத்

துறவியைப் போலவும் வாழ்ந்திருந்தார். அவரிடம் செல்வம் இல்லா விட்டாலும் அவரது மனம் எந்த ஒரு மன்னனைவிடக் குறைந்திருக்கவில்லை. அவருக்கு நூல்கள் வழியாகப் பிளாட்டோ, அரிஸ்டாட்டில் ஆகியோரின் தொடர்பு கிடைத்தது. நூல்களினால் அவருக்கு அபார மகிழ்ச்சியும் கிடைத்து வந்தது. தனது சோலையில் மலர்ந்த மலர்களும், பறவைகளின் இனிய கீதமும் அவருடைய ஆனந்தத்தை அதிகரித்துக் கொண்டிருந்தன. பழஞ்சம்பிரதாய முஸ்லிம்கள் ஃபாராபியை நாஸ்திகரென்று ஏசிக் கொண்டிருந்தாலும் அவர் அவர்களுடைய அறிவை மிக மட்டமானதாகக் கருதி வந்தார். அவர்களுடைய கருத்துக்கு அவர் எவ்வித மதிப்பும் அளிக்கவில்லை. ஆனால் சிந்தனா சக்தி படைத்தவர்கள் - அவர்களின் எண்ணிக்கை மிகவும் குறைவாக இருந்தாலும் - ஃபாராபியை மதித்து வந்தனரென்பது அவருக்குத் திருப்தி அளிக்கக்கூடிய விஷயம்தான்! அப்படிப்பட்டவர்களின் பார்வையில் அவர் ஒரு மாபெரும் தத்துவ அறிஞர். ஃபாராபி நடத்திய தூய, எளிமையான வாழ்க்கை மதவெறி இல்லாதவர்களைத் தன்பால் கவர்ந்திழுத்தது.

தத்துவ இயலில் வேறுபட்டிருப்பினும் அக்காலச் சமுதாயமோ அரசோ ஃபாராபியைக் கண்டு அஞ்சவில்லை.

6. ஃபாராபியின் வாரிசுகள்

ஃபாராபியைப் போன்ற தனிமை விரும்பிகளிடம் சீடர்களின் பெருங்கூட்டம் சேராது. அதனாலேயே அவருடைய சீடர்களின் எண்ணிக்கை மிகவும் குறைவு. யாகூபி பிரிவின் கிருஸ்துவரான அரிஸ்டாட்டிலின் பல நூல்களை மொழிபெயர்த்தவரான அபூ ஜக்ரியா யஹ்யா இப்ன ஆதி, ஃபாராபியின் சீடராவார். மொழி பெயர்க்கும் திறமையைத் தவிர ஆதியினிடத்தில் வேறெந்தச் சிறப்புமில்லை. ஆனால் அவரது ஈரானிய சீடரான அபூசுலைமான் முகமது ஸஜிஸ்தானி புகழ் பெற்ற புலவராவார். பத்தாம் நூற்றாண்டின் இறுதியில் ஸஜிஸ்தானியின் சீடர்களில் பாக்தாத் நகரின் பெரும் புலவர்கள் இருந்தனர். அவர்களுடைய பேச்சு வார்த்தைகளும், தத்துவக் கருத்துக்களும் இன்னும் காணக் கிடக்கின்றன. அவற்றால் தத்துவ விஷயங்களில் அவர்களுக்கிருந்த ஆர்வம் தெரிகிறது. ஆனால் ஃபாராபியின் தர்க்கவியலின் பரம்பரை போகப்போகத் தத்துவச் சிந்தனையை விட்டு வெறும் வார்த்தை ஜாலங்களில் சிக்கிக் கொண்டு விட்டது. ஸஜிஸ்தானியின் சீடர்கள் உண்மையில் தத்துவத்தைப் புரிந்து கொள்ளத் தர்க்கம் ஒரு சாதனமென்று எண்ணாமல், மூளைப் பயிற்சிக்கான ஒரு சாதனமாகவும், வாதத்திற்காக வாதம் புரியும் சாதனமாகவும் கருதி வந்தனர். அவர்களுள் தத்துவ விரும்பிகளுக்கு

ஸூஃபிக்களின் ரகசிய வாதம் இருந்தது. அதனுடைய குழப்பமான தர்க்கங்கள் மிகவும் நுணுக்கமானவை. அவர்கள் ஸூஃபி ரகசிய வாதத்திலேயே அதிக ஈடுபாடு கொண்டிருந்தனர். ஸஜிஸ்தானியின் சீடர்களிடையே ரகசியவாத தத்துவ அறிஞர்களென்று கருதப்படும் எம்பேதோகல், சாக்ரடீஸ், பிளாட்டோ போன்றவர்களைக் குறித்தே அதிகமாக விவாதம் நடந்து வந்தது. அவர்கள் அரிஸ்டாட்டிலைப் பற்றி அதிகமாக விவாதிக்கக் காணோம். ஸஜிஸ்தானியின் சீடர்களில் நாடு, மதம், இனம் போன்ற குறுகிய மனப்பான்மை இருக்கவில்லை. இவைகளெல்லாம் வெளிப்புற வேற்றுமைகளே என்றும், இவற்றுக் குள்ளே உள்ள உண்மை ஒன்றே என்றும் அவர்கள் கருதி வந்தனர்.

3. பூவலி மஸ்கவியா (..... 1030 கி.பி)

ஃபாராபியின் காலத்திலிருந்து இப்பொழுது நாம் ஃபிரதௌசி (கி.பி. 940-1020), அல்பெருனி (கி.பி. 973-1048), மகமூத் கஜனி (மறைவு கி.பி. 1033) ஆகியோரின் காலத்திற்கு வருகிறோம். அப்போதைக்குத் தத்துவத் தலைமை மட்டுமல்லாமல், அரசியல் அதிகாரமும் அராபியர் கைகளிலிருந்து அராபியரல்லாத முஸ்லிம் இனத்தவர் கைகளுக்குச் சென்றுவிட்டிருந்தது. அவ்வினத்தவர் இனக்குழு இஸ்லாமின் சமத்துவத்தாலும் சகோதரத்துவத்தாலும் உந்தப்பட்டு, மக்கள் சக்தியை புதிய ஆட்சியாளர்களின் தலைமையில் திரட்டி, இஸ்லாமின் முழுமையடையாத வெற்றியைத் தனித்தனியாக முழுமையுறச் செய்ய விரும்பினர். அவர்களில் பலர் ஏற்கனவே அடிமைத் தனத்தை அனுபவித்தவர்கள். இன்னும் சிலர் தமது மூதாதையரின் அடிமை விலங்குகளை இன்னும் மறவாதவர்கள். இஸ்லாமிய வாள் நேரிடையாக இந்து வாளை எதிர்கொண்ட காலமது. இந்து பாதுகாவலனான மலைத்தொடர் ‘இந்துகுஷ்’ என்னும் பெயரை ஏற்றுக் கொண்ட காலமது. (‘இந்துகுஷ்’ என்றால் இந்துக்கள் கொல்லப்பட்ட இடம் என்று பொருள்) மகமூத் கஜனி காபூலிலிருந்த இந்து ராஜ்ஜியத்தை வெற்றி கொண்டதோடு மட்டுமே திருப்தியடைந்து விடவில்லை; இஸ்லாமியப் பதாகையைப் பறக்கவிட மீண்டும் மீண்டும் இந்தியாவின் மீது படையெடுத்துக் கொண்டிருந்த காலமது. நமது பள்ளிகளிலும், கல்லூரிகளிலும் வரலாற்றாசிரியர்கள் கற்பிப்பதைப் போலவே மேலெழுந்த வாரியாகப் பார்க்கும்போது நமக்கும் அப்படியே தோன்றும். ஆனால் ஆழ்ந்து ஆராய்ந்தால், இது இஸ்லாமிய, இந்துப் பதாகைகளின் சண்டையல்ல என்பது தெரியவரும்.

ஆரம்பகால இஸ்லாம் மீது அராபிய இனக்குழுக்களின் பலமான முத்திரை விழுந்திருந்தது என்று ஏற்கனவே கூறியிருக்கிறோம். சிரியாவின் டமாஸ்கஸ் அரசாட்சி அராபிய இனக் குழுவிற்குத் தோல்வியை அளித்தது என்பதையும், பாக்தாத் அரசு அதைக்

குழிதோண்டிப் புதைத்தே விட்டது என்பதையும் குறிப்பிட்டுள்ளோம். மேல்தட்டு ஆட்சியாளர் வர்க்கம் இப்படியிருந்தாலும் சாதாரண முஸ்லிம்கள் அப்பொழுதும் அராபிய இனக்குழுவின் 'குரானை'யே தமது மதநூலாகக் கருதி வந்தனர். ஒவ்வொரு மசூதியிலும், இஸ்லாமியப் பள்ளியிலும் 'குரானை' ஓதி வந்தனர். அராபிய இனக் குழுக்களுக்குள் தலைவருக்கும், குடி மக்களுக்குமிடையே இருந்த சமத்துவம் குறித்து குரான் விரிவாகச் சித்திரிக்காவிட்டாலும், குறுநில மன்னர்களும், பணக்கார முஸ்லிம்களும் வாழ்ந்த வாழ்க்கை 'குரான்' வாக்கியங்களுக்கு எதிரானதாகவே இருந்து வந்தது. 'குரானில்' தெளிவாகவும், அடிக்கடியும் சமத்துவம், சகோதரத்துவம் குறித்து குறிப்பிடப்பட்டிருந்தது. வெள்ளிக்கிழமைத் தொழுகையின்போது மன்னர்கள் பள்ளி வாசல்களில் அவற்றைக் காட்டிக் கொண்டு மிருந்தனர். முஸ்லிம்களுக்கு எதிரான சக்திகளிடையே இந்தச் சமத்துவமும், சகோதரத்துவமும் பெருமளவுக்கு மறைந்து விட்டிருந்தன. பல நூற்றாண்டுகளாக அவர்களின் சமூக ஒற்றுமையும் அழிந்து விட்டிருந்தது. இப்படிப்பட்ட நிலையில் 'இந்துப் பதாகை'யின் கீழோ, அல்லது வேறெந்தப் பதாகையின் கீழோ அவர்களை ஒன்று திரட்ட முடியாது. இஸ்லாமியப் பதாகை அக்காலத்தில் அகில உலக இஸ்லாமியப் பதாகையாக இல்லாவிட்டாலும், அது பகைவர் நாட்டின் அரசியலமைப்பை மட்டுமல்லாமல், சமுதாய அமைப்பையே தகர்க்குமளவுக்குப் பரந்த கருத்துக்களால் தாக்கிக் கொண்டிருந்தது. அதன் தாக்குதலால் பல நூற்றாண்டுகளாகச் சுரண்டலின் மீது அமைக்கப்பட்ட ஜாதீய அமைப்பு கலகலத்துக் கொண்டிருந்தது.

இப்படிப்பட்ட காலத்தில் மஸ்கவியா பிறந்தார்.

1. வாழ்க்கை

மஸ்கவியாவின் வாழ்க்கை குறித்து நமக்கு அதிகம் தெரிய வரவில்லை. சுல்தான் அதூதத்தௌலாவின் பொருள் காப்பாளராக இருந்தார். கி.பி. 1030-இல் அவர் இறக்கும்போது மிகவும் வயோதிகராக இருந்தார்.

மஸ்கவியா மருத்துவராக இருந்தார். தத்துவ இயல், வரலாறு, மொழி இயல் ஆகியவை அவருக்கு விருப்பமான விஷயங்கள். ஆனால் அவருக்கு மிகவும் புகழ் கொண்டுவந்த நூல் "தஹ்ஜீபுல் இஹ்லாக்" (நடைமுறை நாகரீகம்) என்பதாகும். இவர் இந்நூலை எழுதுவதற்குப் பிளாட்டோ, அரிஸ்டாட்டில், ஜாலினூஸ் ஆகியோரின் நூல்களை இஸ்லாமிய மத இயலுடன் சிறப்பாக இணைத்தார். அவர் மிக அதிக அளவில் அரிஸ்டாட்டிலின் கருத்துக்களை ஏற்றுக் கொண்டார். மஸ்கவியாவின் இப்புகழ் பெற்ற நூலை அடிப்படையாகக் கொண்டே

கஜாலி தன் சிறந்த நூலான "அஹ்யா உல் உலூம்" என்கிற நூலை இயற்றினார். மஸ்கவியா நடைமுறை நோய்களாக (தூர்நடத்தைகளாக) பேராசை, கருமித்தனம், வெட்கம் போன்ற எட்டு வகைகளைக் குறிப்பிட்டார். இந்நோய்களைத் தொலைக்க அவர் இரண்டு வழிமுறை களைத் தெரிவித்தார். 1. நோய்க்கு எதிரான மருந்தைப் பயன்படுத்துவது. அதாவது கருமித்தனத்தை ஒழித்திடத் தாராளச் செலவு என்னும் ஆயுதத்தை உபயோகிக்க வேண்டும். 2. எல்லாவித நடைமுறை நோய்களுக்கும் சினமும், மோகமும் தான் காரணங்களாகையால், அவற்றை விலக்கும் வழிகளைப் பயன்படுத்த வேண்டும்.

2. தத்துவக் கருத்துக்கள்

(மனித ஜீவன்) மஸ்கவியா மனித ஜீவனிலும், மிருக ஜீவனிலும் வித்தியாசம் காண்கிறார். அவர் கடவுளைக் குறித்து மனிதனின் சிந்தனையைக் கண்டு மிருக ஜீவனை மனித ஜீவனுடன் சேர்க்க முடியாதென்ற முடிவுக்கு வருகிறார்.

மனித ஜீவன் ஒரு கலப்படமற்ற உருவமில்லாத பொருளாகும். அது தனது சக்தியையும், அறிவையும், செயலையும் உணர்கிறது. அது அலௌகீகமான ஆன்மிக சுபாவமுடையது. பவுதீக உடல் ஒன்றுக் கொன்று முரண்பட்ட உருவங்களான கருப்பு, வெள்ளைகளில் ஒன்றை மட்டுமே எடுத்துக் கொள்கிறது. ஆனால் ஜீவன் (ஆன்மா) ஒரே சமயத்தில் பல்வேறு உருவங்களைக் கிரகித்துக் கொள்கிறது. அது மட்டுமல்ல; அது புலன்களால் அறியப்படக்கூடிய உருவங்களையும் புலன்களால் அறியப்பட முடியாத உருவங்களையும் அலௌகீக உருவத்தில் ஏற்றுக் கொள்கிறது. நாம் ஒரு பேனாவின் நீளத்தை நமது புலனால் தெரிந்து கொள்கிறோம். ஆனால் நமது நினைவில் பதிந்திருக்கும் அதனுடைய உருவம் பவுதீகமான நீளமுடையதல்ல. இதிலிருந்தே ஜீவன் பவுதீக எல்லைக்குட்பட்டதல்லவென்று தெரிகிறது. ஆகவே ஜீவனின் அறிவும், முயற்சியும் உடலின் எல்லையைத் தாண்டியும் செல்கின்றன; அதனால் அவை புலன்களுக்குத் தெரியும் உலகத்தைக் கடந்தும் செல்கின்றன. உண்மையையும், பொய்யையும் பற்றிய அறிவு ஜீவனுக்கு இயற்கையாகவே இருக்கும். புலன்கள் இவ்வறிவை அளிப்பதில்லை. புலன்கள் தாம் நேரிடையாகக் கொண்டு வரும் விஷயங்களை ஆராய்ந்து முடிவெடுக்கும்போது, தமது இயற்கையான அறிவினாலேயே செய்யும் 'நான் அறிவேன்!' - இதைத் தெரிந்து கொள்வது ஆன்மிக உணர்வாகும். இதுவே ஜீவன் ஒரு அலௌகீக சக்தி என்பதற்கு எடுத்துக்காட்டாகும்.

3. நடைமுறை இயல்

(1) பாவமும் புண்ணியமும்: மஸ்கவியா ஒரு நடைமுறை இயலாளராகப் புகழ்பெற்றவரென்று ஏற்கெனவே சொன்னோம். நடைமுறை இயலில் நல்லது எதுவென்பது முதல் கேள்வியாகும். கோரிக்கையுடைய ஒரு நபர் (உயிர்) எதனால் தன்னுடைய குறிக் கோளையும், சுபாவத்தின் முழுமையையும் அடைகிறானோ, அதுவே நல்லது என்பது மஸ்கவியாவின் பதிலாகும். நல்லவனாக இருக்க ஒரு குறிப்பிட்ட தகுதியும் ஆர்வமும் இருக்க வேண்டும். ஆனால் எல்லா மனிதர்களிலும் ஒரேவிதமான தகுதி இல்லையென்பதை நாமறிவோம். இயற்கையாகவே நல்ல மனிதர்கள் மிகக் குறைவாக இருக்கிறார்கள். இயற்கையிலேயே நல்லவர்கள் கெட்டவர்களாக முடியாது. ஏனெனில் மாறவே முடியாததைத்தான் 'சுபாவம்' என்கிறோம். இயற்கையாகவே கெட்டவர்களான எத்தனையோ பேர் நல்லவர்களாக மாறாமல் இருக்கின்றனர். மற்றவர்கள் அனைவரும் முதன் முதலில் நல்லவர் களாகவோ, கெட்டவர்களாகவோ இருப்பதில்லை. அவர்கள் சமூகச் சூழ்நிலையாலும், கல்வி, பயிற்சிகளாலும் நல்லவர்களாகவும், கெட்டவர்களாகவும் மாறிவிடுகிறார்கள்.

நல்லது இரண்டு விதமாக இருக்கும். சாதாரணமான நல்லதும், விசேஷமான நல்லதும். இவைகளைத்தவிர மற்றொரு 'பரம நல்லது' உள்ளது. அதை 'எல்லாவற்றையும்விட மகத்தான உண்மை'யென்றும் (கடவுளென்றும்), 'மகத்தான ஞானமென்று'ம் கூறுகின்றனர். அனைத்து நல்லவைகளும் இந்த 'பரம நல்ல'தை அடைய விரும்புகின்றன. ஒவ்வொரு நபரும் விசேஷமான நல்லதைச் செய்வதால், அவனுள் ஆனந்தமும், மகிழ்ச்சியும் பிறக்கின்றன. இந்த ஆனந்தம் வேறெதுவுமல்ல. அவனுடைய முக்கிய குணநலனே முழுமையாகவும், உயிர்த் துடிப்புடனும் தோன்றுவதாகும்; அது உள் மனத்தின் பூரண அனுபவ மாகும்.

(2) சமுதாயத்தின் முக்கியத்துவம்: மனிதன் மனிதனாக நடந்து கொள்ளும்போதுதான் அவன் நல்லவனாகவும், மகிழ்ச்சியுள்ளவனா கவும் இருக்க முடியும். நன்னடத்தைதான் மனிதனின் மகத்துவமாகும். மனித சமுதாயத்தைச் சேர்ந்த அனைவருமே ஒரே மாதிரியானவர் களல்லர். அதனால் நன்மையும், மகிழ்ச்சியும்கூட ஒரே சீராக இருப்பதில்லை. நல்லவனாகவோ, கெட்டவனாகவோ இருக்கக்கூடிய ஒருவனை ஜன சஞ்சாரமற்ற இடத்தில் தனிமையில் விட்டுவிட்டால், அவனுக்கு நல்லவனாக ஆகக்கூடிய வாய்ப்பு கிடைக்காது.

அதனாலேயே பலபேரும் கூடி வாழுகின்ற சமுதாயத்திலே அவன் இருக்க வேண்டும். இதற்கு முதற்படியாக, எல்லா நற்செயல்களுக்கும் அடிப்படையான மனித சமுதாயத்திடம் அன்பு செலுத்த வேண்டும். அன்பில்லாமல் எந்தச் சமுதாயமும் நிலை பெறவே முடியாது. மற்றவர்களுடன் கலந்திருந்தும், மற்றவர்களிடையே வாழ்ந்திருந்துமே மனிதன் தனது குறைகளைக் களைந்து கொண்டு, முழுமை அடைய முடியும். ஆகவே சமுதாய நன்னடத்தையே உண்மையான நன்னடத்தையாக இருக்க முடியும். இவ்விதம் நட்பு என்பது தன்னைத்தானே நேசித்துக் கொள்வதின் சுருக்கமான உருவம்தான் நட்பு என்பது. தன்னலத்தைக் கடந்து அக்கம் பக்கத்திலுள்ளவர்களை நேசிப்பதுதான் நட்பு! இத்தகைய அன்பும், நட்பும் செலுத்த உலகத்தைத் துறந்து தனிமையில் வாழும் துறவிகளால் இயலாது. சமுதாயத்தில் கலந்து வாழும்போதுதான் மற்றவர்களிடத்தில் அன்பும், நட்பும் செலுத்த முடியும். தனிமையில் வாழும் சந்நியாசி தான் நல்வாழ்க்கை வாழ்ந்து கொண்டிருப்பதாகக் கருதிக் கொள்வது தன்னைத்தானே ஏமாற்றிக் கொள்வதாகும். அச்சந்நியாசி மதப் பற்றுள்ளவராக இருக்கலாமே தவிர நன்னடத்தையுள்ளவராக இருக்க முடியாது. ஏனெனில் நன்னடத்தை உள்ளவராக இருக்க சமுதாயத்தில் வாழவேண்டும்.

(3) மதம்: மஸ்கவியாவின் கருத்துப்படி மதம் என்பது மக்களுக்கு நன்னடத்தை கற்பிக்கும் ஒரு வழியாகும். நமாஜும் (கடவுளைத் தொழுவதும்), ஹஜ்ஜும் (மக்காவுக்குப் புனித யாத்திரை செய்வதும்) சமுதாயத்திலுள்ள மற்றவர்களுடன் நெருங்கிப் பழகக்கூடிய பெரும் வாய்ப்புக்களாகும்.

குறுகலான மதவெறி இல்லாததும், மனித வாழ்க்கையில் சமுதாயத்திற்கு முக்கிய பங்கு அளித்ததையும் காணும்போது, மஸ்கவியாவின் சிந்தனை எத்தனை விசாலமானதாகவும், கம்பீரமான தாகவும் இருந்ததென்பது தெரிகிறது.

4. பூவலி ஸீனா (கி.பி. 980–1037)

ஃபாராபி தனது ஆழ்ந்த கல்வியறிவினாலும், திறமையினாலும், தத்துவ இயல் துறையில் எவ்வளவோ சாதித்திருக்க முடியும், ஆனால் அவர் தனது அமைதியான, செயலற்ற தன்மையால் எதையுமே சாதிக்க முடியவில்லை. ஆனால் அவர் ஒரு பெரிய அறிஞரென்பதில் சந்தேகமில்லை. பூவலி ஸீனாவினால் கிழக்கத்திய இஸ்லாமியத் தத்துவ இயல், முன்னேற்றத்தின் சிகரத்தையே அடைந்ததென்று நாம் கூற முடியும். பூவலி ஸீனா (மறைவு: கி.பி. 1030), ஃபிரதௌசி (கி.பி. 940-1020), அல்பெரூனி (கி.பி. 973-1048) ஆகியோரின் சமகாலத்தவர். பூவலி

ஸீனா மஸ்கவியாவைச் சந்தித்துமிருக்கிறார்; அல்பெருனியுடன் கடிதத் தொடர்பும் கொண்டிருக்கிறார்.

1. வாழ்க்கை

பூவலி ஸீனா கி.பி. 980-இல் புகாராவுக்கருகில் அப்ஷனில் பிறந்தார். ஸீனாவின் குடும்பத்தினர் பல தலைமுறைகளாகவே அரசாங்கச் சேவகர்களாக இருந்து வந்துள்ளனர். ஸீனா ஆரம்பக் கல்வியை வீட்டிலேயே கற்றார். மத்திய ஆசியாவில் இஸ்லாமியக் கொடி பறக்கவாரம்பித்து, முந்நூறு ஆண்டுகள் கடந்து விட்டிருந் தாலும், அங்கிருந்த நாகரீக மக்கள் தமது தனித் தன்மையை (தேசிய நாகரீகத்தை) மறந்து விடவில்லை. அவர்கள் அராபிய வாளின் முன்னால் தலை சாய்த்தாலும், தமது இனத்தின் தனித்தன்மையைப் பூரணமாக இழந்துவிடவில்லை. தத்துவ இயல் துறையில் இஸ்லாம் வகுத்த எல்லையை ஃபாராபி விரும்பவில்லையென்பதை நாம் கண்டோம். அவரும் ஸீனாவின் நாட்டுக்காரரே. அது மட்டுமல்ல; ஃபாராபியும், ஸீனாவும் பிறந்த மண்ணான சோவியத் குடியரசான உஸ்பெக்கிஸ்தானில் சில வருடங்களுக்குள்ளாகவே மக்கள் மதத்தின் தளைகளிலிருந்தும் முல்லாக்களின் (மதத்தலைவர்களின்) அடிமைத் தனத்திலிருந்தும் தம்மை விடுவித்துக் கொண்டதைப் பார்த்தோம். இன்று உஸ்பெக் மக்கள் மத்திய ஆசியாவிலேயே எல்லா இனங்களை விட முன்னேறியவர்களாக உள்ளார்கள். பதின்மூன்று நூற்றாண்டு களாகியும், இஸ்லாம் அவர்களுடைய இன உணர்வை அழிப்பதில் வெற்றி பெறவில்லை. அப்படிப்பட்ட சமுதாயச் சூழ்நிலை ஸீனாவின் கருத்தோட்டத்திலே எப்படிப்பட்ட முத்திரை பதித்திருக்குமென்பதை எளிதாகவே உணரலாம். தனது குழந்தைப் பருவத்திலே அவரது தந்தையும், சிற்றப்பாவும் தத்துவச் சர்ச்சை செய்துவந்ததை அக்கறை யுடன் கேட்டு வந்ததாக ஸீனாவே குறிப்பிட்டிருக்கிறார்.

ஆரம்பக் கல்வியை முடித்துக் கொண்டு பூவலி மத்திய ஆசியாவின் நாளந்தாவான புகாராவுக்குப்* படிக்கச் சென்றார். அங்கே அவர் தத்துவ இயலையும், மருத்துவத்தையும் சிறப்பாகக் கற்றார். 'விளையும் பயிர் முளையிலேயே தெரியும்' என்பது போல், பூவலி தனது

---

* புகாரா: உண்மையில் 'புகாரா' என்பது சம்ஸ்கிருதச் சொல்லான 'விஹார்' என்பதன் திரிபாகும். நாளந்தா பல்கலைக்கழகத்திலிருந்த 'ஆரிய மஹாவிஹார'த்தைப் போலவே, 'நவவிஹார்' என்னும் மாபெரும் பவுத்தக் கல்வி நிலையம் இருந்தது. நாளந்தா போன்ற விஹாரங்கள் (பவுத்தத் துறவிகளின் மடங்கள்) ஒரு பிராந்தியத்துக்கே விஹாரமென்று பெயர் சூட்டியதைப் போலவே, இந்த 'ஆரிய மஹாவிஹாரமும்' நகருக்கு 'விஹார்' அல்லது 'புகார்' என்னும் பெயரளித்தது.

பதினேழாவது வயதிலேயே உள்ளூர் மன்னரான நூஹ் இப்ன மன்ஸூரின் நோய்க்குச் சிகிச்சை செய்து குணமாக்கி விட்டார். இந்த வெற்றியால் மன்னரின் நூல் நிலையத்தைத் தாராளமாகப் பயன்படுத்திக் கொள்ளும் அரிய வாய்ப்பு பூவலிக்குக் கிடைத்தது. அப்போதிலிருந்து ஸீனா விஞ்ஞான ஆராய்ச்சியிலும், மருத்துவ ஆராய்ச்சியிலும் தனக்குத்தானே ஆசானாகி விட்டார். இதில் அவர் எவ்வளவு தூரம் வெற்றி பெற்றாரென்பதைப் பின்னால் கூறுவோம். ஒன்று மட்டும் நிச்சயமாகக் கூறலாம். பன்னெடுங்காலமாக வந்து கொண்டிருந்த சம்பிரதாயக் கல்வியிலிருந்து இளம் வயதிலேயே அவர் தன்னை விடுவித்துக் கொண்டார். தத்துவ இயலிலும்கூட வெறும் விளக்கவுரையாளராக இல்லாமல், சுயேச்சையான முறையில் கிரேக்கத் தத்துவ இயலை ஒப்பு நோக்கி ஆராய்ந்து, தனது சொந்த நடையை வளர்த்துக் கொண்டார். அந்தக் காலத்து அறிஞர்கள் அனைவரும் தமது நோக்கத்தை ஈடேற்றிக் கொள்ள யாராவதொரு அரசரின் ஆதரவு பெறுவது அவசியமாக இருந்தது. ஸீனாவுக்கும் அதையே செய்ய நேர்ந்தது. அவர் தனது தகுதியினாலும், திறமையினாலும் பெரும் மன்னர் அவையிலும் சுலபமாகவே இடம்பெறக் கூடியவரே! ஆனால் அவர் சுயமரியாதையும், சுதந்திர எண்ணமும் கொண்டவரா தலால், மாமன்னர் அவையில் அவரால் நிலைத்து இருக்க முடியவில்லை. சிறு அரசவைகளில் அவர் சற்றுக் கவுரவத்துடன் இருக்க முடியும். ஆகவே ஸீனா சிறு அரசவைகளிலேயே இருந்து திருப்தி அடைந்தார். அங்கேயும் ஓரிடத்தில் தனது எண்ணத்திற்குப் பிடிக்காத விஷயம் நடந்தால், உடனே வேறு அரசவையைத் தேடிப் போய்விடுவார். பல்வேறு அரசவைகளில் அவர் பல்வேறு காரியங் களைச் செய்து வந்தார். ஓரிடத்தில் அரசு அதிகாரியாகவும், மற்றோரிடத்தில் ஆசிரியராகவும், இன்னோரிடத்தில் எழுத்தாளரா கவும் பணிபுரிந்தார். எங்கெங்கோ அலைந்து திரிந்து கடைசியில் ஸீனா ஹம்தான் (மேற்கு ஈரான்) அரசரான ஷம்ஸுத் தௌலாவின் அமைச்சரானார். ஷம்ஸுத்தௌலாவின் மரணத்திற்குப் பின் அவரது மகன் சில மாதங்கள் ஸீனாவைச் சிறையிலும் அடைத்து வைத்தார். சிறையிலிருந்து விடுதலையான பிறகு அவர் இஸ்பஹான் மன்னரான அலா உத்தௌலாவின் அரசவையை அடைந்தார். அவர் உத்தௌலா ஹம்தானை வெற்றி கொண்ட பின்னர் அபூஸீனா மீண்டும் அங்கு வந்து சேர்ந்தார். அங்கேயே கி.பி. 1037இல் தனது 57வது வயதில் காலமானார். ஹம்தானில் இன்றும் அவரது கல்லறை உள்ளது. ஹம்தான் ஈரானின் முதலாவது அரச வம்சத்தின் (மத்ர வம்சத்தின்) முதல் அரசரான தேவகரின் (மறைவு கி.மு. 655) தலைநகரமாகும்.

2. நூல்கள்

ஸீனா, கிரேக்கத் தத்துவ ஆசிரியர்கள் இயற்றிய நூல்கள் மேல் விளக்கவுரையோ, விரிவுரையோ எழுதவில்லை. விளக்கவுரைகளும், விரிவுரைகளும் நிறைய இருக்கின்றன. அந்நூல்களைக் குறித்துச் சுதந்திரமாகச் சிந்தித்து, முடிவுக்கு வரவேண்டியதுதான் அப்போதைய தேவை என்று ஸீனா கருதினார். அவரது தத்துவ நூல்களில் மூன்று முக்கியமானவையாகும்: 1. ஷஃபா (மருத்துவம்) 2. இஷாராத் (சங்கேதம்) 3. நஜாத் (முக்தி)

இவற்றில் 'ஷஃபா'வில்தான் அரிஸ்டாட்டிலின் கருத்துக்களை நிரப்பியுள்ளதாக ஸீனாவே கூறியிருக்கிறார். ஆனால் அதிலே அவர் தன் சொந்தக் கருத்துக்களைச் சொல்லவில்லை என்பது இதன் பொருளல்ல. இதிலே தேவதூதரைப் பற்றியும் 'இமாம்' (பூசாரி) பற்றியும் கூறப்பட்ட விஷயங்கள் அரிஸ்டாட்டிலின் தத்துவ இயலுடன் எவ்விதத் தொடர்பும் கொண்டவையல்ல. அதே போல் 'இஷாராத்'தில் விவரிக்கப்பட்டுள்ள தேவதூதர் பாவத்தின் (கெட்டதின்) தோற்றம், தொழுகையின் முக்கியத்துவம், தொழுகையின் அவசியம், அற்புதச் செயல் ஆகியவை கிரேக்கத் தத்துவ இயலுடன் சம்பந்தப்பட்டவையல்ல; இஸ்லாமுடன் சம்பந்தப்பட்டவையே! ரோஷ்த் (கி.பி. 1126-98) ஸீனாவைக் கடுமையாக விமரிசித்தவராவார். அவர் பலவிடங்களிலும் ஸீனா அரிஸ்டாட்டிலின் கருத்துக்களுக்கு எதிராகச் சென்றுள்ளாரென்பதை உதாரணங்களுடன் விளக்கியிருக்கிறார். பல இடங்களில் ஸீனா அரிஸ்டாட்டிலின் கருத்துக்களைத் தவறாக எதிரொலித்துள்ளார். பல இடங்களில் அரிஸ்டாட்டிலின் பெயரால் பல புதிய கருத்துக்களைப் புகுத்தியுள்ளார். இவைகளிலிருந்தெல்லாம் ஸீனாவின் சர்வாதிகாரத்தன்மை நமக்கு விளங்குகிறது.

ஸீனாவின் வாழ்க்கையின் ஒவ்வொரு வினாடியும் பயனுள்ளதாகக் கழிந்தது. தன்னுடைய பதினேழாவது வயதிலிருந்து ஐம்பத்தியேழு வயதிற்கிடையே இருந்து நாற்பதாண்டுகளையும் அவர் மிக நன்றாகப் பயன்படுத்திக் கொண்டார். ஸீனா பகலெல்லாம் அரசு அதிகாரியாகப் பணியாற்றினார் அல்லது மாணவர்களுக்குக் கல்வி கற்பித்தார். மாலை நேரங்களை நண்பர்களுடனோ காதலியுடனோ கழித்தார். ஆனால் இரவில் மட்டும் கையில் எழுதுகோலுடன் உட்கார்ந்து விடுவார். உறக்கம் வராதிருக்க அருகிலேயே மதுக்கோப்பையையும் வைத்துக் கொள்வார். காலத்தைப் பொறுத்தும் சாதனங்களைப் பொறுத்தும் அவரது நூல்களின் விஷயங்கள் இருந்தன. போதிய அவகாசமும் அருகிலேயே நூல் நிலையமும் இருந்ததால், ஸீனா மருத்துவத்தின் மீதோ, தத்துவ இயலின் மீதோ ஒரு பெரிய நூலை எழுதத் தொடங்கி விடுவார். அவர் சுற்றுப் பயணத்தில் இருக்கும் போது சிறுசிறு

நூல்களை எழுதுவார். சிறையில் இருந்தபோது அவர் கவிதைகளும், தியானப்பாடல்களும் இயற்றினார். அவரது கவிதைகளையும் ஸூஃபி கட்டுரைகளும் நாம் மிகச் சுலபமாகப் புரிந்து கொள்ளலாம். விஞ்ஞானம், மருத்துவம், தர்க்கவியல் ஆகிய நூல்களையும் ஸீனா செய்யுளிலேயே எழுதியிருக்கிறார். பாரசீக மொழியிலும், அராபிய மொழியிலும் அவர் நல்ல புலமை பெற்றிருந்தார்.

3. தத்துவக் கருத்துக்கள்

ஸீனா ஒரே சமயத்தில் தத்துவாசிரியரும், மருத்துவருமாவார். தத்துவ இயல் துறையில் ரோஷ்த், ஸீனாவின் புகழைக் குறைத்து விட்டாரென்றாலும், மருத்துவத் துறையில் அவரை ஒரு பெரிய வல்லுநராகவே ஐரோப்பா பல காலம்வரை மதித்து வந்தது.

(1) மூடநம்பிக்கை எதிர்ப்பு: ஸீனா தனக்கு முந்திய காலத்தைச் சேர்ந்த இஸ்லாமியத் தத்துவாசிரியர்களைக் காட்டிலும், அவரது காலத்திய இரு மூடநம்பிக்கைகளான ஜோதிடத்தையும், மலிவான உலோகங்களைத் தங்கமாக மாற்றும் ரசாயனக் கலையையும் கடுமையாக எதிர்த்தார். அவர் இவைகளை வெறும் மூடத்தனமாகக் கருதினார். ஆனால் அவர் மறைந்ததுமே, இவ்விஷயங்களைக் குறித்து நூல்கள் எழுதி, ஸீனாவின் பெயராலேயே வெளியிட்டு விட்டனர்.

ஆனால் ஸீனாவின் பகுத்தறிவு இயல் விஞ்ஞானிகளின் ஆராய்ச்சியில் விளைந்த உண்மையைப் போன்ற பகுத்தறிவு இயல் அல்ல. அவரது பகுத்தறிவு இயல் தத்துவ அறிஞர்களின் பகுத்தறிவு இயலாகும். புலன்களைத் தவறான பாதையில் கொண்டு செல்வதி லிருந்து பாதுகாக்க, அறிவு தர்க்கமென்னும் ஆயுதத்தைத் திறமை யாகப் பயன்படுத்துவது தத்துவ இயலில் வலியுறுத்தப்பட்டுள்ளது. பகுத்தறிவுக்குத் தர்க்கம் அவசர அவசியமாகும். தெய்வத் தூண்டுதல் உள்ளவர்களுக்குத் தர்க்கம் தேவையில்லை. படிப்பறிவில்லாத முட்டாள்களுக்கு அராபிய இலக்கணம் தேவை இல்லையல்லவா!

(2) ஜீவன் - இயற்கை - கடவுள் - வாதம்: ஃபாராபியைப் போலவே ஸீனாவும் இயற்கையை (அடிப்படைப் பவுதீக சக்தியை) கடவுளிடமிருந்து தோன்றியதாகக் கருதுவதில்லை. கடவுள் என்பவர் ஒரு மாபெரும் சக்தியுள்ளவராவார். அவரை இயற்கை உருவத்தில் காண விரும்புவது அவரை அவமானப்படுத்துவதே யாகும். அதேபோல் ஜீவன் கடவுளைவிடக் குறைந்ததென்றும், ஆனால் இயற்கையைவிட உயர்ந்ததென்றும் ஸீனா எண்ணுகிறார். அவரது கருத்தின்படி கடவுள் படைக்கிறாரென்றால், அதன் பொருள் இதுதான்; படைப்பாளரான கடவுள் படைக்கப்படாத இயற்கைக்கு உருவமளிக்கிறார். அரிஸ்டாட்டில், ஸீனா ஆகியோரின் கருத்துக்களில் இங்கே சிறு

வித்தியாசம் இருக்கிறது. அரிஸ்டாட்டில் இயற்கையைத் தவிர, உருவத்தைப் படைக்கப்படாததாகவே கருதுகிறார். படைப்பாளர் இயற்கையையும், உருவத்தையும் ஒன்றாக்கி உலகத்தையும் அதிலுள்ள பொருள்களையும் படைத்தாரென்பது அவரது எண்ணமாகும். ஸீனா இயற்கையைப் படைக்கப்படாததாகவும், உருவத்தைப் படைக்கப்பட்டதாகவும் கருதுகிறார். நிச்சயமாக இத்தத்துவம் பழமையான முஸ்லிம்களின் கருத்தில் இஸ்லாமுக்கு எதிரான தத்துவமாகும். இதைக் கருதியே கி.பி. 1150-இல் பாக்தாத் நகரில் கலீஃபா முஸ்தன்ஜித் ஸீனாவின் நூல்களைத் தீக்கிரையாக்கி விட்டார்.

*(3) **கடவுள்:*** படைக்கப்படாத இயற்கை உருவமில்லாததாகும். அந்நிலையில் உலகமும், அதனுடைய உருவமுடைய பொருள்களும் இல்லாதவை போலவே ஆகிவிடுகின்றன. இந்த இல்லாமை நிலையிலிருந்து உலகத்தை உருவமுள்ளதாக மாற்றுவதற்கு ஒரு சக்தி தேவைப்படுகிறது. அதுவே கடவுளாகும். கடவுளை நிருபிக்க ஸீனாவின் இவ்வாதம் அரிஸ்டாட்டிலிலிருந்து மாறுபட்டதாகும். இயற்கையும், உருவமும் இரண்டுமே படைக்கப்படாத பொருள்களென்றும், அவ்விரண்டும் ஒன்று படுவதாலேயே உலகம் உண்டாகிற தென்றும், இவ்விரண்டும் ஒன்றுபடுவதற்கு அசைவு தேவைப்படு கிறதென்றும், இவ்வசைவு உலகில் தொன்றுதொட்டு காணப்படுகின்ற தென்றும் இந்த அசைவைத் தூண்டக்கூடியவர் ஒருவர் தேவை யென்றும், அவர் கடவுள் என்றும் அரிஸ்டாட்டில் விவரித்தார்.

கடவுள் இணையற்றவர். அவருள் பல சிறப்புக்களைக் காணலாம். ஆனால் கடவுளுடன் இரண்டறக் கலப்பதற்குத் தடை இருக்கக் கூடாது.

*(4) **ஜீவனும் உடலும்:*** கிரேக்கத் தத்துவ அறிஞர்களைப் போலவும், அவர்களது சீடர்களான இஸ்லாமியத் தத்துவாசிரியர் களைப் போலவும் கடவுளிடமிருந்து முதல் விஞ்ஞானம் தோன்றிய தாகவும், அதிலிருந்து இரண்டாம் விஞ்ஞானம் வந்ததாகவும் கருதினார். ஸீனா ஜீவனை இயற்கையைக் காட்டிலும் உயர்ந்ததாக எண்ணினார். இது 'கடவுளுடன் கூடிய சாங்கியமெ'ன்னும் இந்தியத் தத்துவ இயலுடன் ஒன்றுபடுகிறது. அந்தக் காலத்திலேயே மகமுத் காபூலில் இந்துக்களின் ஆட்சியை அகற்றித் தனது ஆட்சியை நிறுவியிருந்தார். அச்சமயத்திலேயே இந்தியாவிலிருந்து வந்த சாங்கிய யோகி ஒருவரை ஸீனா சந்தித்திருக்கக்கூடும் அல்லது இந்தியத் தத்துவ இயலின் அராபிய மொழிபெயர்ப்பு நூல் ஸீனாவிடம் இருந்திருக்கலாம். அதிலிருந்து பல கருத்துக்களை அவர் எடுத்துக் கொண்டிருக்கலாம். ஸீனாவின் தத்துவ இயலின் ஜீவனை (ஆன்மாவை) அதிகமாக

வலியுறுத்தியிருக்கிறார் என்பது தெளிவு. தத்துவத்தை ஆராயும் போதெல்லாம் அவரது கண்ணோட்டம் மனித ஜீவனைப் பற்றியே இருக்கும். ஜீவனைப் பற்றிய இக்கண்ணோட்டத்தாலேயே அவர் தனது முக்கிய நூலுக்கு 'ஷஃபா' (மருத்துவம்) எனப் பெயரிட்டார். அதாவது 'ஜீவனின் மருத்துவம்.'

ஸீனா உடலையும், ஜீவனையும் இரு வெவ்வேறு பொருள்களாகக் கருதுகிறார். எல்லா உடலணுக்களும் பவுதீகப் பொருட்களால் ஆனவையாதலால், மனித உடலும் பவுதீகப் பொருள்களால் உண்டானதுதான். ஆனால் அதிலே மிகச் சூட்சுமமாக அளவுகள் கலக்கப்பட்டுள்ளன. அப்படிப்பட்ட கலப்பினால் மனித இனத்தைத் திடீரென்று ஆக்கவும், அழிக்கவும் முடியும். ஆனால் ஜீவன் இந்தப் பவுதீகப் பொருள்களால் உண்டானதல்ல. ஜீவன் உடலின் இணை பிரியாத அம்சமல்ல. உடலுடன் அது பின்னால் கலந்ததேயாகும். ஒவ்வொரு உடலுக்கும் அதனதன் ஜீவன் மேலிருந்து கிடைக்கிறது. துவக்கத்திலிருந்தே ஒவ்வொரு ஜீவனும் தனித்தன்மை வாய்ந்ததாகும். அது வாழ்க்கை முழுதும் தனது வளர்ச்சியைத் தொடர்கிறது.

சிந்திப்பது ஜீவனின் மிகப் பெரிய சக்தியாகும். ஐந்து வெளிப் புலன்களும், ஐந்து உட்புலன்களும் (மனதுக்குச் சம்பந்தப்பட்டவை) உலக அறிவை விஞ்ஞான மயமான ஜீவனுக்கு அளிக்கின்றன. இவற்றிலிருந்து அறிவு பூர்வமான இறுதி முடிவை ஜீவன் எடுக்கிறது. புரிந்துகொள்ளும் திறன் அல்லது அறிவு ஜீவனுக்குள்ள சக்திகளின் மகத்தான வளர்ச்சியாகும். முதலில் அறிவுக்குள் சிந்தனா சக்தி மறைந்திருக்கும். ஆனால் வெளிப் புலன்களும், உட்புலன்களும் கொண்டு வந்து சேர்க்கும் ஞானம் மறைந்திருக்கும் சக்தியைச் செயல் திறமையாக வெளிக்கொணரும். ஆனால் மேலே உருவம் படைப்பவனின் தூண்டுதலும் கலந்திருக்கும். அதுவே அறிவுக்குச் சிந்தனா சக்தியை அளிக்கிறது. மனித ஜீவனின் நினைவு எப்போதுமே வெறும் நினைவாக இருக்க முடியாது. ஏனெனில் நினைவுக்கு முதலில் உருவமுள்ள ஆதாரம் இருக்க வேண்டும்.

பகுத்தறிவுள்ள மனித ஜீவன் தன்னைவிடக் குறைந்தவையான பவுதீகப் பொருள்களை ஆட்டிப் படைக்கிறது. ஆனால் தன்னைக் காட்டிலும் உயர்ந்த பொருள்களைப் பற்றிய அறிவு அதற்கு உலகான்மாவிடமிருந்து கிடைக்கிறது. இப்படித் தாழ்வான அறிவையும், உயர்ந்த அறிவையும் பெற்று, மனிதன் உண்மை மனிதனாகிறான். எனினும் மனித ஜீவன் சுருக்கமாக ஒரு கலப்பட மில்லாத, அழிவற்ற, அமுதப் பொருள்களாகும். மனித ஜீவன் உடலுக்குள்ளும், உலகத்துக்குள்ளும் இருக்கும் வரையில் அது

அவைகளின் மூலம் அதிகக் கல்வி பெறவும், அதிக வளர்ச்சியடையவும் வாய்ப்பு பெறுகிறது. ஆனால் உடல் மரித்துவிட்டாலும், ஜீவன் உலக ஆன்மாவுக்கு அருகிலேயே இருக்கும். இந்த உலக ஆன்மாவின் அருகாமையே நல்ல பகுத்தறிவுள்ள ஜீவனின் செல்வமாகும். மற்ற ஜீவன்களுக்கு இந்தநிலை கிடைப்பதில்லை அவர்களது வாழ்க்கை எல்லையில்லாத் துன்பம் நிறைந்த வாழ்க்கையாகும். உடலின் நிலை மாறுதல், நோயை உண்டாக்குவதைப் போல், ஜீவனின் நிலைமாறிய நிலைக்கு, தண்டனை தவிர்க்க முடியாததாகும். மனித ஜீவன் இந்த உடலில் எந்த அளவுக்கு ஆன்ம நலத்தை அடையுமோ, அந்த அளவுக்கு அது சொர்க்கப்பலனை அடையும்! உயர்ந்த நிலையை அடையும் ஜீவன்கள் மிகச் சிலவே. ஏனெனில் சத்தியத்தின் சிகரத்தில் மிகப்பல ஜீவன்களுக்கு இடமில்லை.

(5) ஹயீனுடைய கதை: நமது நாட்டில் வேதாந்த விஷயங்களையும், ஆன்மீக விஷயங்களையும் விளக்கப் பல்வேறு கதைகள் இருப்பதைப் போல, ஸீனாவும் "விழிப்படைந்த புத்திர ஜீவனின்" கதையை எழுதி, இந்தியப் பரம்பரையைப் பின்பற்றினார். ஜீவன் தனது வெளிப்புற உட்புறப் புலன்களின் உதவியைக் கொண்டு இம்மை குறித்தும், சொர்க்கம் குறித்தும் அறிந்து கொள்ளும் முயற்சியில் அலைந்து கொண்டிருந்தது. சுறுசுறுப்பில் இளைஞர்களை மிஞ்சும் வயோதிகர் ஒருவர் எதிர்ப்பட்டார். அவ்வயோதிகர் வேறெவருமல்ல; அவர் ஒரு ஞானியும், குருவும், தத்துவ மேதையுமாவார். அவர் வழி தவறிய பயணிக்கு சரியான வழிகாட்ட விரும்பினார். வயோதிகரின் பெயர் 'ஹயீ' என்பதாகும். அவர் விழிப்படைந்தவரின் மகனாவார். அலையும் மகனின் முன்னால் இரண்டே வழிகள் இருந்தன. (1) ஒன்று, உலகப் பொருளையும், பாவத்தையும் நோக்கி அழைத்துச் செல்லும் மேற்கத்திய வழி, (2) இரண்டாவது உதய சூரியனை நோக்கி அழைத்துச் செல்கிறது. இது எப்பொழுதும் புனித உருவங்கள், ஆன்மா ஆகியவற்றின் வழியாகும் ஹயீ உதய சூரியனிடம் அழைத்துச் செல்லும் பாதையில் செல்லுமாறு பயணிக்குக் கூறினார். இருவரும் ஒன்றாக நடந்து தெய்வீகமான ஞான அருவியை அடைகின்றனர். அது என்றும் இளமையாகத் திகழ்வதாகும். அங்கே அழகின் திரை, அழகும் சுடரின் சுடருமாகும். அங்கே அனந்த ரகசியம் வாசம் செய்கிறது.

(6) உபதேசத்தில் பல பிரிவுகள்: ஜீவனையும், இயற்கையையும் கடவுளைப் போலவே பழமையானவையாகக் கருதுவது, குரானைத் தன் விருப்பப்படி விளக்குவது ஆகியவைகளைக் கொண்டே, ஸீனாவை அக்காலத்தில் உயிருடனே புதைத்தும் விட்டிருப்பார்கள். இவ்வபாயத்தை ஸீனாவும் உணர்ந்திருந்தார். அதனால் அவர் எல்லாவிதமான ஞானமும், உபதேசமும் எல்லோருக்குமே அளிக்கக்

கூடாது என்று வற்புறுத்திக் கூறினார். சீடனுக்கு அறிவைக் கற்பிக்கும் போது, சீடனின் தகுதியும், திறமையும் கவனிப்பது குருவின் கடமை யாகும். சீடன் எதைத் தெரிந்து கொள்வதற்குத் தகுதி படைத்திருக் கிறானோ, அதை மட்டுமே அவனுக்குக் கற்பிக்க வேண்டும். நபிகள் நாயகம் அராபிய அநாகரீக ஊர்சுற்றி இனத்தவரை நாகரீகமானவர் களாக ஆக்க விரும்பினார். அநாகரீகமானவர்கள் முன்னால் ஆன்மிக விஷயங்களை எடுத்துக் கூறுவது செவிடன் முன்னால் சங்கு ஊதுவதைப் போலாகுமென்பதை அவர் உணர்ந்திருந்தார். அதனாலேயே அவர்; "இறுதித் தீர்ப்பு நாளன்று பிணங்கள் உயிர் பெற்று எழுமெ"ன்று கூறினார். நமது இந்தப் பிரியமான உடல் சாஸ்வதமாகப் பிரியப் போவதில்லை என்பதும், அது மீண்டும் நமக்குத் திரும்பக் கிடைக்கும் என்பதும் அவர்களுக்கு நம்பிக்கையும், மகிழ்ச்சியும் அளிக்கக்கூடிய விஷயங்களாகும். இதேபோலக் 'குரானி'ல் வர்ணிக்கப்பட்டுள்ள சொர்க்கத்தில் பாயும் பால், தேனாறுகள் மற்றும் திராட்சைத் தோட்டங்கள், சொர்க்க லோக அழகிகள் முதலியவை அப்பாவி மக்களைக் கவரக்கூடியவையாகும். ஆனால் இவைகளையே ஞானி களிடமோ, யோகிகளிடமோ, தத்துவ மேதைகளிடமோ கூறினால், அவர்களுக்குக் கவர்ச்சிகரமாகத் தோன்றாது; பதிலுக்கு அருவருப்பையே தரும். இப்படிப்பட்டவர்கள் சொர்க்கத்தையோ, அங்குள்ள அழகி களையோ அடையும் எண்ணத்துடன் கடவுளை வழிபட மாட்டார்கள், கடவுள் அன்பைப் பெறுவதற்காகவும், பிரம்மத்தில் இரண்டறக் கலக்கவுமே அவர்கள் கடவுளைத் தொழுவார்கள்.

அல்பெரூனி (கி.பி. 973-1048)

மகமத் கஜினியின் சமகாலப் புலவரான அபூ ரேகான் அல்பெரூனியின் பெயர் இந்தியாவில் புகழ் பெற்றதாகும். அவர் தனது நூல்களில் - குறிப்பாக 'அல் ஹிந்தி'ல் தத்துவ இயலைத் தொட்டிருப்பினும், அவரது முக்கிய விஷயங்கள் கணிதம், ஜோதிடம், நிலவியல், மனித இயலாகும். அல்பெரூனியின் தத்துவம் இதுதான்! இதை ஆரியபட்டரின் (கி.பி. 476) சீடர்களுடைய கருத்தை மேற்கோள் காட்டி அவர் கூறியிருப்பதாவது:

"சூரிய கிரணங்கள் நமக்குத் தெரிவிக்கும் விஷயங்களே நமக்குப் போதுமானவை. அவற்றைக் கடந்திருக்கும் விஷயங்கள் எல்லையற்ற தொலைவுவரை கூடிப் பரவியிருக்கலாம். ஆனால் அவற்றால் நமக்கு எவ்விதப் பயனுமில்லை. சூரியனின் ஒளிக்கதிர்கள் புக முடியாத இடங்களில் நமது புலன்கள் இயங்காது. புலன்களின் இயக்கம் இல்லாததை நம்மால் புரிந்து கொள்ளவே முடியாது."

அத்தியாயம் ஐந்து

மதவாதத் தத்துவ அறிஞர்கள்

கஜாலி (கி.பி. 1059–1111)

இப்பொழுது நாம் பாக்தாத் நகர கலீஃபாக்களை (மன்னர்களை) ஆட்சியாளர்கள் என்று மதிப்பதைவிட, மதாசிரியர்கள் என்று மரியாதை செலுத்தும் காலத்திற்கு வந்துள்ளோம். மாபெரும் இஸ்லாமியப் பேரரசு சின்னாபின்னமாகி, தனித்தனி சின்னஞ்சிறு ராஜ்ஜியங்களாகப் பிளவுபட்டு விட்டது. இந்த ராஜ்ஜியங்களில் மிகப் பெரிய ராஜ்ஜியம் ஆசியாவிலிருந்த துருக்கியரின் 'ஸலேஜு' ராஜ்ஜியமாகும். இந்த ராஜ்ஜியத்தின் பானி தோக்ரல் பேக் (கி.பி. 1037-562) கி.பி. 1036-இல் லீஸ்தான் தலைநகரான தூஸை ஆக்கிரமித்துக் கொண்டார். மெல்ல மெல்ல ஈரானை வெற்றி கொண்டு கி.பி. 1054இல் பாக்தாத்துடன் கூடிய ஈராக்குக்கும் அதிபதியாகி விட்டார். தோக்ராலுக்குப் பின்னர் அல்ப் அர்ஸ்லன் (கி.பி. 1062-72), அவருக்குப் பிறகு முதலாம் மலிக்ஷா (கி.பி. 1072-92) மன்னர்களானார்கள். மலிக்ஷாவின் ஆட்சிக் காலத்தில் ஸலஜுவின் அரசாட்சி வளர்ச்சியில் எல்லையை எட்டியிருந்தது. மலிக்ஷா ஆண்ட நாட்டின் கிழக்கு எல்லை காஷ்கருக்கருகில் சீனத்தைத் தொட்டது. மேற்கில் ஜெருசலம், கான்ஸ்டாண்டிநோபிள் வரையிலும் பரவியிருந்தது. இதுவே துருக்கியர் ஆட்சியின் ஆரம்பமாகும். இது இறுதியில் துருக்கியில் துருக்கியப் பேரரசின் முன்னோடியாக விளங்கிற்று.

பல்லாண்டுக் காலமாக இஸ்லாம் ஆண்டுவந்த இந்நாடுகளில் இஸ்லாமின் முற்போக்குத் தன்மை மறைந்துவிட்டிருந்தது. அது இப்பொழுது ஏழை எளியவரின் பாதுகாவலனாகவும், பழைய குறுநில மன்னர்கள், பணக்காரப் பூசாரிகள் ஆகியோரை ஒழிக்கும் சக்தியாகவும் திகழவில்லை. இஸ்லாம் இப்பொழுது தானே சுயமாக நிலச்சுவான்தார்களையும், பூசாரிகளையும் தயார் செய்தன. இவர்கள் பழங்கால நிலச்சுவான்தார்களையும், பூசாரிகளையும் காட்டிலும்

ஊதாரிகளாக இருந்தனர். குறிப்பாகப் புதிய குறுநில மன்னர்கள் ஊதாரிச் செலவு செய்வதிலும், ஆடம்பர வாழ்க்கை வாழ்வதிலும் கைஸர்களையும், மாமன்னர்களையும் மிஞ்சி வந்தனர். கடும் உழைப்பால் துன்ப வாழ்க்கை வாழ்ந்து கொண்டிருந்த சாதாரண மக்கள் இதைப் பற்றியெல்லாம் என்ன நினைத்து வந்தார்களென்பது கஜாலி, சுல்தான் ஸஞ்சரிடம் (கி.பி. 1118-57) கூறியதிலிருந்து புலனாகிறது. "உழைக்கும் சாதாரண முஸ்லிம் மக்களின் முதுகு கடும் உழைப்பால் வளைந்து வருகிறது; ஆனால் உனது குதிரைகளின் கழுத்துப் பட்டைகள் தங்கச் சதங்கைகளின் சுமையால் அழுந்திக் கொண்டிருக்கின்றன." மதாசாரியர்களான மவுல்விக்களைக் குறித்துக் கஜாலி கூறுகிறார்: "இந்த முல்லாக்கள் மனித உருவிலுள்ள சைத்தான்கள். வழி தவறிய அவர்கள், மற்றவர்களையும் வழி தவறி நடக்கத் தூண்டுகிறார்கள். இன்றைய மத உபதேசிகள் அனைவருமே இப்படிப்பட்டவர்களே! விதிவிலக்காக எங்கேயாவது ஓரிருவர் இருக்கலாம். ஆனால் அவர்களை எனக்குத் தெரியாது."

"புலவர்களும், பூசாரிகளும் சுல்தான்கள், பணக்காரர்கள் ஆகியோரின் கைக்கூலிகளாகி விட்டனர். அதனால் அவர்களுடைய வாயடைத்துவிட்டிருக்கிறது. அவர்கள் மக்களுக்கிழைக்கப்படும் தீங்குகளையும், கொடுமைகளையும் கண்ணால் கண்டும், அவை குறித்து ஒன்றுமே பேசமாட்டேனென்கிறார்கள். சுல்தான்களும், பணக்காரர்களும் எல்லைகடந்து ஆடம்பரமாகவும், காமுகர்களாகவும் இருக்கிறார்கள்; ஆனால் புலவர்களும், பூசாரிகளும் அவர்களைத் தடுத்து நிறுத்துவதே இல்லை."

1. வாழ்க்கை

முகமது கஜாலி கி.பி. 1050இல் தூஸ் (ஸீஸ்தான்) நகரின் ஒரு பகுதியான தாஹிரானில் பிறந்தார். இவரது குடும்பத் தொழில் நூல் நூற்பதாகும். நூற் நூற்பதை அராபிய மொழியில் 'கஜல்' என்று கூறுவர். அதனால் இவர் தனது பெயருடன் கூட 'கஜாலி'யைச் சேர்த்துக் கொண்டார். கஜாலியின் சிறுவயதிலேயே அவருடைய தந்தை காலமாகி விட்டார். அவரது தந்தை கல்வியறிவில்லாதவராக இருந்தாலும், கல்வியை மிகவும் விரும்பியவராதலால், தனது மகன் மிகப் பெரிய புலவனாக வேண்டுமென்று ஆசைப்பட்டார். அதனால் அவர் இறக்கும்போது கஜாலியையும், அவரது தம்பியையும் தனது நண்பரொருவரின் கையில் ஒப்படைத்து, அவர்களது படிப்புக்கு ஏற்பாடு செய்யும்படிக் கேட்டுக்கொண்டார். கஜாலியின் குடும்பமும் வறுமையில் வாடியது; அவரது நண்பரும் செல்வந்தரல்ல. அதனால் தந்தை விட்டுச்சென்ற கொஞ்சநஞ்ச சொத்தும் தீர்ந்துவிட்ட பிறகு,

சகோதரர்களிருவரும் தானங்கள் பெற்றுத் தமது படிப்பைத் தொடர்ந்தனர். தனது நகரில் படிப்பை முடித்துக் கொண்டு கஜாலி மேல் படிப்பு படிக்கும் எண்ணத்துடன் ஜர்ஜானுக்குச் சென்று அங்குள்ள பெரிய புலவரான அபூ நஸ்ர இஸ்மாயிலியின் சீடராகி விட்டார். ஆசிரியர் பாடத்தைப் பற்றிச் சொல்லிக் கொண்டே போவார். மாணவர்கள் அதை எழுதிக் கொண்டே போவார்கள். இதுதான் அன்றைய கல்வி முறையாகும். அராபியர் ஸமர்கண்டை வெற்றிகொண்ட போது, நல்ல வேளையாக இஸ்லாமிய நாடுகளில் காகிதம் புழக்கத்தில் வந்து விட்டிருந்தது. ஆனால் அக்காலத்தில் நமது நாட்டிலிருந்த நாளந்தா பல்கலைக்கழக மாணவர்கள் பனை ஓலைகளையும், மரப்பலகைகளையும் தாண்டி முன்னேறவில்லை. கஜாலி ஆசிரியர் இஸ்மாயிலி கற்பித்ததையெல்லாம் காகிதத்தில் எழுதிக் கொண்டே போனார். கொஞ்ச காலத்திற்குப் பின்னர் கஜாலி தன் வீட்டுக்குத் திரும்பி வரும்போது கொள்ளைக்காரர்கள் அவரைக் கொள்ளையடித்து அக்காகிதங்களையும் பறித்துக் கொண்டனர். அந்தக் காகிதங்களைத் தந்து விடுமாறு கஜாலி கொள்ளையர் தலைவனைக் கேட்டுக் கொண்டார். அவன் சிரித்து "இதுவரை நீ என்ன படித்துக் கிழித்தாயாம்? அந்தக் காகிதங்கள் இல்லாவிட்டால் உன் படிப்பெல்லாம் போய்விடும் போலிருக்கிறதே" என்று கேலி செய்தான். ஆனால் இறுதியில் காகிதங்களைத் திருப்பித் தந்து விட்டான்.

கஜாலியின் படிப்பு எவ்வளவோ முன்னேறிவிட்டது. சிறு புலவர்களால் அவரைத் திருப்திப்படுத்த இயலவில்லை. அக்காலத்தில் நேஷாபோரும் (ஈரான்), பாக்தாதும் (ஈராக்) மாபெரும் கல்வி மையங்களாகக் கருதப்பட்டன. நேஷாபோரில் இமாம் அப்துல்மலிக் ஹர்மைனும், பாக்தாதில் அபூ இஸ்னாக் ஷீராஜியும் அறிவுச் சுடர்களாக மதிக்கப்பட்டனர். நேஷாபோர் கஜாலி வாழ்ந்த பகுதியான குராஸானைச் சேர்ந்ததாகையால், அவர் நேஷாபோர் சென்று, ஹர்மைனுடைய சீடராகி விட்டார்.

கி.பி. 642இல் அராபியர் ஈரானை வெற்றி கொண்டபோதும், நேஷாபோர் புகழ்பெற்ற நகரமாகவும், கல்வி, மையங்களாகவும் இருந்தது. அதனால் அங்கே 'மேஹ்கியா' என்ற பெயரில் துவக்கப் பட்ட பள்ளி மிக விரைவாக வளர்ந்து மாபெரும் கல்வி நிலையமாகத் திகழ்ந்தது. அது பாக்தாத்தில் இருந்த மிகப்பழைய இஸ்லாமியப் பள்ளியான 'நிஜாமியா'வுடன் போட்டி போட்டுக் கொண்டிருந்தது. ஹர்மைன் வேஹ்கியாவிலும், நிஜாமியாவிலும், படித்தவர். அபுல் மலிக்கும், ஹர்மைனும் மக்கா- மதீனா சென்று, அங்கே சில காலம்

ஆசிரியர்களாகப் பணி புரிந்தனர். இதனால் அபுல் மலிக்குடன் ஹர்மைன் பெயரும் சேர்ந்து கொண்டது. நிஜாமுல் முல்க், சுல்தான் ஸல்ஜுகின் (கி.பி. 1062-72) பிரதமராக இருந்தார். இவரே ஒரு புலவர். உமர்கய்யாமின் சக தோழர். அறிஞர்களை ஆதரித்தவர். ஹர்மைனுடைய புலமையை அவர் நன்கு அறிந்திருந்ததால், நேஷாபோர் நகரில் தனது பெயரிலேயே 'மதர்ஸ நிஜாமியா' என்னும் பள்ளியை நிறுவி, அதற்கு ஹர்மைனைத் தலைமையாசிரியராக நியமித்தார்.

ஹர்மைனுடைய மிகச் சிறந்த மாணவர்களில் கஜாலியும் ஒருவர். ஆசிரியர் உயிருடன் இருந்த காலத்திலேயே சீடனின் புகழ் எல்லாத் திசைகளிலும் பரவத் தொடங்கியது. கஜாலி தனது கல்வி முடிந்து விட்ட பின்னரும், கி.பி. 1085 அல்லது 1087இல் குருநாதர் ஹர்மைன் காலமாகும் வரையிலும் அவருடனேயே இருந்தார். அப்பொழுது கஜாலியின் வயது இருபத்தெட்டாகும்.

கஜாலி மிகப் புகழ்பெற்றவராக விளங்க வேண்டுமென்ற கோரிக்கையுடையவர். அதற்காக அவருக்கு அரசவையின் ஆதரவு அவசியமாக இருந்தது. ஆகவே பல ஆண்டுகளுக்குப் பிறகு கஜாலி அரசவைக்குச் செல்ல முடிவு செய்தார். நிஜாமுல் முல்க் கஜாலியின் நகரான தூஸைச் சேர்ந்தவராவார். அவர் அறிஞர்களின் தன்மையறிந்து அவர்களை மதிக்கத் தெரிந்தவர். அரசவைக்கு வந்த பின்னர் நிஜாமூல் முல்க் கஜாலியை மிகவும் கவுரவித்தார். கஜாலியின் திறமையை வெளிப்படுத்த அவர் புலவர்களின் பட்டிமன்றங்களை ஏற்பாடு செய்தார். அப்பட்டிமன்றங்களிலெல்லாம் கஜாலியே வெற்றி வாகை சூடினார். அவர் தனது முப்பத்தி நாலாவது வயதிலேயே இஸ்லாமிய உலகின் மாபெரும் கல்வி நிலையமான பாக்தாத் மதர்ஸா நிஜாமியாவின் தலைமையாசிரியராக நியமிக்கப்பட்டார். கி.பி. 1091 அல்லது 1093இல் அவர் பாக்தாத் வந்தபோது நகரமே திரண்டு வந்து அவரை வரவேற்றது. அப்பொழுது நேஷாபோரே தலைநகராக இருந்தது. பாக்தாத்தின் கலீஃபா பெரும்பாலும் ஸல்ஜுகியரிடம் ஓய்வூதியம் பெறுபவராக மாறிவிட்டிருந்தாலும் பாக்தாத் அப்பொழுதும் கல்வியின் நகரமாகவே இருந்தது.

கி.பி. 1092இல் மாலிக் ஷா ஸல்ஜுகி இறந்துவிட்டார். அப்பொழுது அவரது செல்வாக்கு மிகுந்த அரசி துர்ஃபான் காதூன் படைத் தளபதிகளையும், அரசவையினரையும் தனது நான்கு வயதான சிறுவனுக்குப் பட்டம் சூட்ட சம்மதிக்க வைத்து விட்டாள். அத்துடன் இளவரசனான மகமூத் (கி.பி. 1092-94) பெயரிலேயே குத்பாவும் (வெள்ளிக்கிழமைத் தொழுகைக்குப் பின்னர் கலீஃபாவின் பெயரில்

படிக்கப்படுவது) படிக்கவும் சம்மதிக்க வைத்துவிட்டாள். முதல் கோரிக்கையை கலீஃபா முக்ததர் பயத்தால் ஒப்புக் கொண்டாலும், இரண்டாவதை ஒப்புக்கொள்வது எளிதல்ல. இதற்காக கலீஃபா கஜாலியை துர்ஃபான் காதூனின் அவைக்கு அனுப்பினார். கஜாலியின் பேச்சைக் கேட்டு, துர்ஃபான் காதூன் தனது இரண்டாவது கோரிக்கையை விட்டு விட்டாள்.

கி.பி. 1094ல் முக்ததருக்குப் பிறகு முஸ்தஜஹர் கலீஃபாவானார். கஜாலியை அவர் வெகுவாக ஆதரித்தார். அப்போது இஸ்மாயிலி சம்பிராயப் பிரிவு மீண்டும் வலுப்பெறத் தொடங்கிற்று. பாக்தாத்தில் மட்டுமல்லாமல் மற்ற இடங்களிலும் அது வலுவுடன் திகழ்ந்தது. பதினோராம் நூற்றாண்டில் எகிப்தில், ஃபாதமீ' கலீஃபாக்களின் ஆட்சி நடந்து வந்தது. அவர்களெல்லாரும் இஸ்மாயிலிப் பிரிவைச் சேர்ந்தவர்கள். கெய்ரோ நகரின் புகழ்பெற்ற கணித மேதையும், தத்துவ அறிஞருமான இப்னுல்ரஹீம் (மறைவு: கி.பி. 1038) இஸ்மாயிலியே யாவார். ஈரானில் இஸ்மாயிலித் தலைவரான ஹஸன் பின்ஸப்பா நிறுவிய 'சொர்க்க'த்தின் செல்வாக்கு பெருகிக் கொண்டே இருந்தது. இந்த ஹஸன் நிஜாமுல் முல்க்கின் சக தோழருமாவார். கஜாலி இஸ்மாயிலிக்களின் செல்வாக்கினைக் குறைக்க ஒரு நூலை எழுதினார். கலீஃபாவின் பெயரால் அந்நூலுக்கு 'முஸ்த ஜஹரீ' எனப் பெயர் சூட்டினார்.

கி.பி. 762இல் பாக்தாத் நகரம் அமைந்ததிலிருந்தே, அதனுடைய சுதந்திரக் கருத்துக்கள் பெருகி வளர்ந்து கொண்டே இருந்தன. மூன்று நூற்றாண்டுகளாகவே அங்கே கிருத்துவர்கள், யூதர்கள், பார்ஸிக்கள், மோத்ஜலாக்கள், இஸ்மாயிலிக்கள், ஸீன்னீக்கள் ஆகியோர் அமைதி யுடன் அறிவு பூர்வமான வாழ்க்கை வாழ்ந்து வந்தனர். மோசமான காலத்தில் ஸீனா, ஹஸீம் போன்றோரின் நூல்கள் தீக்கிரையாக்கப் பட்டுவிட்டாலும் கருத்துச் சுதந்திர அலையை அடக்க இயலாமல் இருந்தது. பழமையான இஸ்லாமின் பெரும் ஆதரவாளரான அஷரீயின் சீடர் கஜாலி முதலில் ஆவேசத்திற்கிரையாகி, 'முஸ்த ஜஹரீ' எழுதிவிட்டாலும், 'மஜாலிஸே கஜாலியா'வில் எதிரிகளின் மேல் கூர்மையான அம்புகளை எய்தாலும், இந்த நிலை தொடர்ந்து இருக்கவில்லை. கஜாலியே பின்வருமாறு எழுதியிருக்கிறார்.

"நான் இஸ்மாயிலிக்களையும், ஜாஹிரிக்களையும், தத்துவாளர் களையும், தர்க்க இயலாளரையும், நாத்திகர்களையும் சந்தித்து வந்தேன்; அவர்களது கருத்துக்களை அறிந்துகொள்ள முயற்சித்து வந்தேன். துவக்கத்திலிருந்தே நான் உண்மையை அறிந்து கொள்வதில் அக்கறை காட்டி வந்ததால், கண்ணை மூடிக் கொண்டு பின்னோக்கிச்

செல்வதை விட்டுவிட்டேன். சிறு வயதிலிருந்து கேட்டு வந்த மதக் கருத்துக்கள் மனத்தில் நிறைந்திருந்தாலும், அவற்றில் நம்பிக்கை போய்விட்டது. மதத்தைக் குறித்த இவ்வித மூட நம்பிக்கைகள் யூதர்களிடையேயும், கிருத்துவர்களிடையேயும் இருந்ததை நான் பார்த்தேன். இறுதியில் எதைக் குறித்தும் நம்பிக்கை இருக்கவில்லை. சுமார் இரண்டு மாத காலம் இதே நிலை நீடித்தது. கடவுளின் தயவால் இந்நிலை மறைந்துவிட்டாலும், பல்வேறு மத நம்பிக்கைகளிலும் சந்தேகம் இருந்தே வந்தது. அக்காலத்தில் முத் கல்லிம், இஸ்மாயிலி, தத்துவ இயல் ஸூஃபி என்னும் நான்கு பிரிவுகள் இருந்து வந்தன. நான் ஒவ்வொரு பிரிவைக் குறித்தும் தெரிந்து கொள்ளவாரம்பித்தேன். இறுதியில் ஸூஃபிப் பிரிவைக் கவனமாக ஆராய்ந்தேன். ஜீனேத், ஷிப்லி, வாய்ஜீத், பஸ்தாமி ஆகிய ஸூஃபி ஆசாரியர்களின் நூல்களைப் படித்தேன். உண்மையில் ஸூஃபி வித்தை பயிற்சி செய்யத்தக்கதே தவிர, படித்துப் பயன்பெறத் தக்கதல்ல. பயிற்சிக்காகத் தவமும், மனக் கட்டுப்பாடும் மிகவும் அவசியமானவையாகும். இவற்றையெல்லாம் சிந்தித்து, பாக்தாத்திலிருந்து வெளியேறி, எல்லாத் தொடர்புகளையும் அறுத்துக் கொள்ள வேண்டுமென்று மனம் விரும்பிற்று. ஆனால் செல்வத்தையும், செல்வாக்கையும் விட்டுச் செல்ல உள்ளம் ஒப்புக் கொள்ளவில்லை. இக்கவலைகளால் பேச்சு விழுந்துவிட்டது. மாணவர்களுக்குப் பாடம் சொல்வது நின்று விட்டது. மெல்ல மெல்ல ஜீரண சக்தியும் போய்விட்டது. இறுதியில் வைத்தியர்கள் மருத்துவம் செய்வதையே நிறுத்தி விட்டனர்."

கஜாலிக்குப் பழைய இஸ்லாமைச் சேர்ந்த குரானின் மேல் ஆழ்ந்த நம்பிக்கையிருந்தது. அந்நம்பிக்கை முழுதாகப் பக்தியை அடிப்படை யாகக் கொண்டது. இந்தப் பக்தியுடன் கூடிய மதவாதம் முதல் நிலையாகும். பகுத்தறிவு இதைத் தாக்கத் தொடங்கி விட்டது. ஏற்கெனவே இதைக் கூறியிருக்கிறோம். இப்பொழுது கஜாலியின் முன்னே இரண்டே வழிகள் எஞ்சியிருந்தன; அறிவுக்கு விடை தந்து விட்டு முதல் நம்பிக்கையையே சிக்கெனப் பிடித்துக் கொண்டிருத்தல்; மற்றொன்று பகுத்தறிவு தன்னை அழைத்துச் செல்லும் இடத்திற்குச் செல்லுதல், கஜாலி பாக்தாத் நகரின் செல்வம் மிகுந்த வாழ்க்கையை உதறிவிட்டு உடலுழைப்பும், தியாகமும் நிறைந்த வாழ்க்கையை மேற்கொண்டார். ஆனால் அவரது பகுத்தறிவு அவரை இட்டுச் செல்லும் பாதை தியாகத்தையும், உடலுழைப்பையும் விடக் கடினமானதாக இருந்தது. அவர் நாஸ்திகராகி 'மேதாவிகளின்' முட்டாள்களின் வசைச் சொற்களைப் பொறுத்துக் கொள்ள வேண்டும். அவரது பெயரைக் கூடக் காரி உமிழ்வார்கள். நிரந்தரமாக அவருக்குக் களங்கம் கற்பிக்கப்படுமென்று சத்தியத்தின் சக்தியின் மேல்

நம்பிக்கை இல்லாததால் அவர் அஞ்சியிருக்கலாம். நிஜாமியா கல்வி நிலையத்தின் தலைமையாசிரியர் பதவியால் கிடைக்கும் செல்வ சுகங்கள் பறி போவது மட்டுமல்ல; பகிரங்கமாகக் கசையடிகளையும் வாங்கிக் கொள்ள வேண்டும். கஜாலி பகுத்தறிவுப் பாதையில் செல்லத் திடசங்கற்பம் எடுத்துக் கொண்டால் இவற்றுக்கெல்லாம் தயாராயிருக்க வேண்டும். கஜாலி முழுவதுமாக மூட நம்பிக்கை கொள்பவருமல்ல; பூரணமாகப் பகுத்தறிவுப் பாதையிலேயே செல்லக் கூடியவருமல்ல. இதனால் அவர் ஸூஃபிக்களின் பாதையை மேற்கொண்டார். வெளிப்பகட்டுக்காகச் சற்றுத் தியாகம் புரிய நேர்ந்தாலும், இதைக் காட்டிலும் பன்மடங்கு மனத்திருப்தியும், மதிப்பும், செல்வாக்கும், செல்வமும் கிடைக்கும். பகுத்தறிவின் தீவிரத்தைத் தடுத்து நிறுத்துவ தெப்படி என்பதுதான் பிரச்சினையாகும். இதற்கு ஆத்ம மயக்கம் தேவை. இது பகுத்தறிவாளனுக்கு மிகவும் கடினமானதாயினும், நேரம் வரும்போது, மனிதன் தற்கொலைக்கும் துணிகிறான் அல்லவா!

இறுதியில் நான்காண்டு கால பாக்தாத் வாழ்க்கைக்கு விடை தந்துவிட்டு, கி.பி. 1095இல் கஜாலி தனது 38வது வயதில் எல்லா வற்றையும் உதறிவிட்டு டமாஸ்கஸ் சென்றுவிட்டார். டமாஸ்கஸில் இரண்டு வருடங்கள் இருந்த பிறகு ஜெரூசலம் முதலிய இடங்களில் சுற்றித் திரிந்துவிட்டு 'ஹஜ்' யாத்திரைக்காக மக்கா-மதினாவுக்குப் போனார். அவர் மக்காவில் நீண்ட காலமிருந்தார். இதேநேரத்தில் அவர் அலெக்ஸாந்திரியாவையும், கெய்ரோவையும் பார்த்தார். கி.பி. 1106இல் தேவதூதரான இப்ராஹீமின் பிறப்பிடமான கலீலாவுக்குச் சென்றபோது அவர் கீழ்க்கண்ட மூன்று சபதங்களை எடுத்துக் கொண்டார்.

(1) எந்த மன்னனின் அரசவைக்கும் செல்ல மாட்டேன்.

(2) எந்த அரசன் கொடுக்கும் பணத்தையும் வாங்கிக் கொள்ள மாட்டேன்.

(3) யாருடனும் விவாதம் செய்ய மாட்டேன்.

ஜெரூசலத்தில் ஏசுநாதர் பிறந்த செம்மறியாட்டுக் குடிலில் ஒரு தடவை இஸ்மாயில் ஹாகமி, இப்ராஹீம் ஷப்பாகி, அபுல் ஹஸன் பஸ்ரி போன்ற ஸூஃபிக்களுடன் பேசிக் கொண்டிருந்த போது, கஜாலி ஒரு செய்யுளைக் கூறினார். அதைக் கேட்டதுமே பஸ்ரி மோன நிலையில் மூழ்கி விட்டார். மற்றவர்களும் இதனால் உணர்ச்சி வசப்பட்டு விட்டனர். பலரும் தமது ஆடைகளின் முனைகளைக் கிழித்துக் கொண்டனர்.

இதே காலத்தில் கஜாலி தனது மிகச் சிறந்த நூலான "அஹ்யாவுல் உலூம்" இயற்றினார்.

'ஹஜ்' புனித யாத்திரைக்குப் பின்னர் குடும்பப்பற்று கஜாலியை மீண்டும் பிறந்த மண்ணுக்கு இழுத்துச் சென்றது. அவருடைய வாழ்க்கை மீண்டும் கட்டுப்பட்டு விட்டது. நீண்ட காலம் சுதந்திரமாக இருந்த பிறகு, மீண்டும் தளைகளுக்குள்ளானார். ஆனால், அந்தச் சூழ்நிலையில் அவர் மூச்சுத் திணறினார் என்று சொல்ல முடியாது. தேவையானபோது தளைகளைப் பூட்டிக் கொள்வதும், மீண்டும் தேவையான போது விடுதலை பெறுவதும் வேதாந்தத்தைப் போலவே ஸூஃபி வாதத்தாலும் முடியும்.

கஜாலி இப்பொழுது குடியும் குடித்தனமுமாக இருந்தார். கி.பி. 1106 நவம்பரில் அவர் மீண்டும் நேஷாபோர் நிஜாமியா கல்வி நிலையத்தில் ஆசிரியரானார். ஆனால் அங்கே அவரால் நீண்ட காலம் இருக்க முடியவில்லை. நிஜாமுல் முல்க்கின் மூத்தமகன் பக்ருல் முல்க், ஸஞ்சர் ஸல்ஜுகியின் தலைமை அமைச்சராக இருந்தான். அப்பொழுது இஸ்மாயிலிக்களின், ஆகாகானின் முன்னோரான ஹஸன் பின் ஸப்பாஹின் சீடர்களின் செல்வாக்கு பெருகிக் கொண்டிருந்த தென்பதை ஏற்கெனவே கூறியிருக்கிறோம். அவர்களுக்கு எதிராக எழுதுகோல் மட்டுமல்லாமல், அரசின் வாளும் பயன்படுத்தப் பட்டதால், அவர்கள் தம்மைப் பாதுகாத்துக் கொள்ள ஒரு பலம் வாய்ந்த ரகசிய நிறுவனத்தை அமைத்துக் கொண்டனர். கி.பி. 1107-இல் பக்ரூல் முல்க் அவர்கள் வாளுக்கு இரையாகி விட்டார். நேஷாபோர் நகரமும் அவர்களின் கோட்டையாக மாறிக் கொண்டு வந்ததால், கஜாலி அந்நகரை விட்டு வெளியேறவே விரும்பினார்.

கஜாலி இப்பொழுது தனிமையான வாழ்க்கையையே விரும்பி னாலும், அவரை வெறுப்பவர்களும் அதிகமாகவே இருந்தனர். அவர்கள் கஜாலியின் நூல்களைத் திரித்துக்கூறி, அவர் ஜிந்தீகோ, முல்ஹிதோ போன்ற நாஸ்திகக் கருத்துக்களை பிரசாரம் செய்கிறா ரென்று குற்றஞ்சாட்டினர். சுல்தான் பல குற்றங்கள் புரிந்தவரென்றும் இஸ்லாமைப் பாதுகாக்க கஜாலியைப் போன்றவர்களைத் தண்டிப்பது தனது கடமையென்று எண்ணினார். ஸஞ்சர் கஜாலியை அரசவையில் ஆஜராகும்படி உத்தரவிட்டார். கஜாலி மஷ்ஹத் நகர் வரை சென்று அங்கிருந்து சுல்தானுக்குக் கடிதம் எழுதினார்:

"தங்கள் தந்தையான மலிக்ஷாவின் ஆட்சிக் காலத்தில் நான் இருபதாண்டுகளைக் கழித்துவிட்டேன். அஸ்பஹான் தலைநகரிலும், பாக்தாதிலும் அரச ஆடம்பரங்களைக் கண்டேன். எத்தனையோ தடவை சுல்தான் ஸல்ஜூகி, கலீஃபா அமீமோல் மினீன் ஆகியோரிடையே பெரிய பெரிய காரியங்களின் பேரில் தூதனாகப் போயிருக்கிறேன். சுமார் எழுபது மத நூல்களை எழுதியிருக்கிறேன். நீண்டகாலம்

ஜெரூசலத்திலும், மக்காவிலும் தங்கியிருக்கிறேன். தேவதூதரான இப்ராஹீம் உயிரிழந்த இடத்தில் நான் கீழ்க்கண்ட சபதங்கள் செய்துள்ளேன்: (1) எப்பொழுதுமே எந்த அரசனிடமும் செல்ல மாட்டேன். (2) எந்த அரசனிடமிருந்தும் பணமோ, செல்வமோ பெற்றுக் கொள்ள மாட்டேன். (3) வாதம் செய்ய மாட்டேன். முரட்டுப் பிரவாதம் கொள்ளமாட்டேன். பன்னிரண்டாண்டுகள் வரை இச்சபதங்களை நிறைவேற்றினேன். கலீஃபாவும், மற்ற சுல்தான்களும் இந்த சந்நியாசியை மன்னித்து விட்டனர். இப்பொழுது தாங்கள் அடியேனைத் தங்கள் முன்னால் ஆஜராகும்படி பணித்துள்ளதாக அறிகிறேன். தங்கள் உத்தரவுக்கிணங்க மஷ்ஹத் நகர்வரை வந்துள்ளேன். புனித இடத்தில் ஏற்றுக்கொண்ட சபதத்தின்படி தங்கள் படை விடுதிக்கு வர இயலவில்லை."

ஆனால் கஜாலியின் வேண்டுகோளெல்லாம் வீணாகி விட்டன. தனது சபதத்தை உதறிவிட்டு, அவர் சுல்தானின் படைவிடுதிக்கு மட்டுமல்ல, அரசவைக்கும் செல்ல நேர்ந்தது. மக்களிடையே கஜாலிக்குள்ள செல்வாக்கு, அவருடைய புலமை, அவரது செயல் திறமை ஆகியவற்றைக் கண்டு, ஸஞ்சர் கஜாலியை மரியாதையுடன் நடத்தினார். ஸஞ்சருடைய அரசவையின் ஆடம்பரத்தைப் பார்த்து கஜாலி திணறிப் போய்விட்டாரென்று பிற்கால எழுத்தாளர்கள் எழுதினாலும், கஜாலிக்கு அதுபோன்ற அரசவைகள் புதியவையல்ல. ஸஞ்சரின் ஆதரவைப் பார்த்து கஜாலிக்குத் துணிவு வந்தது. சுல்தானை அவர் கொஞ்சம் விமரிசிக்கவும் துணிந்தார். ஸஞ்சரின் வம்சம் ஹன்ஃபி கருத்துக்களைப் பின்பற்றி வந்தது. மதத் தலைவரான ஹனீஃபாவை ஏசினாரென்ற குற்றச்சாட்டு கஜாலியின் மேலிருந்தது. அவர் குற்றச்சாட்டுக்குப் பதிலளித்துக் கூறியதாவது: "நான் ஹனீஃபாவை மத ஆராய்ச்சி இயலில் உலகிலேயே இணையற்றவராகக் கருதுகிறேனென்று என்னுடைய நூலில் குறிப்பிட்டுள்ளேன்." கஜாலி இளமையின் ஆவேசத்தில் யாரைப் பற்றி எப்படி எழுதியிருப்பினும், இப்பொழுது இவர் அப்படிப்பட்ட நிலையில் இல்லை. எப்படியோ தகராறு தீர்ந்து விட்டது.

கஜாலி பாக்தாதை விட்டுப் போனதிலிருந்து அவரது புலமையைக் குறித்த புகழ் எல்லா இடங்களிலும் பரவி விட்டிருந்தது. அதனால் கலீஃபாவும் பாக்தாத் நகர உயர் அதிகாரிகளும், செல்வந்தர்களும் அவரை எப்படியாவது நிஜாமியா கல்வி நிலையத்திற்குத் தலைமையாசிரியராகக் கொண்டு வர விரும்பினார். அரசவையினரின் கையெழுத்துக்களுடன் கலீஃபா கஜாலிக்கு ஒரு கடிதம் அனுப்பினார். ஸஞ்சரின் தலைமையமைச்சர் கூடப் பலமாகச் சிபாரிசு செய்தும்,

கஜாலி கீழ்வரும் காரணங்களைக் கூறி மறுத்து விட்டார்: (1) "என்னுடைய நூற்றைம்பது மாணவர்கள் 'தூஸ்' நகரிலிருந்து பாக்தாத் போக முடியாது: (2) நான் முன்னைப்போல் மனைவி மக்கள் இல்லாதவனல்ல; நான் பாக்தாத் சென்றுவிட்டால் அவர்கள் துன்பப் படுவார்கள்; (3) நான் யாருடனும் விவாதம் நடத்த மாட்டேனென்று சபதம் செய்துள்ளதால், பாக்தாதில் நல்லபடியாக இருக்கமுடியாது."

கஜாலி தனது கடைசி நூலான "முஸ்தப்ஸி"யை கி.பி. 1111இல் எழுதினார். அதே ஆண்டு டிசம்பர் 19ல் தூஸில் அவர் காலமானார்.

2. நூல்கள்

கி.பி. 1107இல் கஜாலி ஏறக்குறைய எழுபது நூல்கள் எழுதி யிருந்தார். அதே வருடம் அவர் ஸஞ்சருக்கு எழுதிய புகழ்மிக்க கடிதத்தில் இதைக் குறிப்பிட்டுள்ளார். அதற்குப் பிந்தைய நாலாண்டு களில்கூட அவர் எழுதுவதை நிறுத்தவில்லை. இருபது வயதிலிருந்து தான் காலமான ஐம்பத்தி ஐந்தாவது வயது வரை அவரது எழுதுகோல் தொடர்ந்து இயங்கிக் கொண்டே இருந்தது. அவரது நூல்கள், குறிப்பாக மத இயல், தர்க்க இயல், தத்துவம், வாதக்கலை, ஸூஃபி தத்துவம் (அத்வைத பிரம்ம தத்துவம்) நடைமுறை இயல் சம்பந்தப் பட்டவை.

கஜாலியின் இரண்டு சிறந்த நூல்கள்: (1) 'தோஹாபதுல் ஃபிலாஸஃபா (2) 'அஹ்யாவும் உலூம்.'

1. **'அஹ்யாவும் உலூம்:** (கல்வி சஞ்சீவினி) இது இரண்டாம் 'குரானா'கக் கருதப்படுகிறது. அதைப் பற்றிய புகழுரையைக் கேளுங்கள்:

(க) புகழுரை: "இதைப்போன்ற நூல் இதற்கு முன்பு எழுதப்படவே இல்லை." - கஜாலியின் சம காலத்தவரும், அவருடன் படித்தவருமான அப்துல் காஃபிர் ஃபார்ஸி.

"அஹ்யா உல் உலூம் குரானுக்குச் சமமானது" - உரையாசிரியரான இமாம் நூல் 'முஸ்லிம்'.

"உலகத்திலுள்ள கல்வி எல்லாம் அழிந்து விட்டாலும் 'அஹ்யாவுல் உலூம்' நூலினால் அவற்றையெல்லாம் நான் உயிர் பெற்றெழச் செய்து விடுவேன்" - ஷேக் அபூமுகமது கார்ஜத்னி.

இப்புகழுரைகளை நாம் கணக்கிலெடுத்துக் கொண்டாலும், எடுத்துக்கொள்ளாவிட்டாலும் பத்தொன்பதாம் நூற்றாண்டில் எழுதப்பட்ட 'தத்துவ வரலாறு' நூலின் ஆசிரியரான ஹென்றி வேவிஸின் கருத்தை மதிக்கத்தான் வேண்டும்.

"கி.பி. 1596-1650இல் வாழ்ந்திருந்த த கார்த்தின் காலத்தில் 'அஹ்யாவுல் உலூம்' பிரெஞ்சு மொழியில் மொழிபெயர்க்கப் பட்டிருந்தால், த கார்த் 'அஹ்யாவும் உலூம்' கருத்துக்களையே திருடிக் கொண்டாரென்று கூறியிருப்பார்கள்."

(ங) மூல நூல்கள்: "ஹ்யாவுல் உலூமில்' தத்துவம், நடைமுறை, ஹூஃபி பிரம்ம வாதம் ஆகியவை குறிப்பிடப்பட்டிருப்பினும், அது முக்கியமான நடைமுறை இயலைச் சேர்ந்த நூலாகும். கஜாலி வாழ்ந்த காலத்தில் நடைமுறை இயலைக் குறித்துக் கிரேக்க மொழி பெயர்ப்பு நூல்களும், சுதந்திரமாக எழுதப்பட்ட நூல்களும் இருந்தன. முதன் முதலில் அரிஸ்டாட்டில் நடைமுறை இயலைக் குறித்து இரு நூல்கள் எழுதினார். அவற்றுக்கு ஃபோர் போரியஸ் விளக்கவுரை எழுதினார். ஹனைன் இப்ன இஸ்ஹாக் அரிஸ்டாட்டிலின் நூலை அரேபிய மொழியில் மொழிபெயர்த்தார். புகழ்பெற்ற கிரேக்க மருத்துவர் ஜாலினூஸ்கூட அதே விஷயத்தின் மேல் "மனிதன் தனது குறைகளை எப்படி அறிந்து கொள்ளலாம்?" என்ற பெயரில் எழுதினார். இதனுடைய அராபிய மொழிபெயர்ப்பும் வெளியிடப்பட்டிருக்கலாம். மஸ்கவியா (கி.பி. 1030) இந்நூலிலிருந்து பல மேற்கோள்களைத் தனது நூலில் எடுத்தாண்டிருக்கிறார்.

கிரேக்க நூல்களால் தூண்டப்பட்டு பல்வேறு அராபிய எழுத்தாளர்களும் நடைமுறை இயலைக் குறித்துப் பல நூல்களை எழுதியிருக்கின்றனர்.

(ச) எழுதுவதன் பயன்: கஜாலி ஸூஃபி வாதத்தின் பலத்த ஆதரவாளராக இருந்து, கம்பளியைப் போர்த்திக்கொண்டு அரேபியா விலும், சிரியாவிலும் திரிந்து கொண்டிருந்தபோது 'அஹ்யாவுல் உலூமை' எழுதினாரென்று சொல்லியிருக்கிறோம். அவர் பிரம்மானந்தத்தை விட்டு இந்நூலை எழுத ஏன் முனைந்தாரென்பதற்குக் கஜாலியே நூலின் முன்னுரையில் கூறியிருப்பதாவது:

"நோய் உலகம் முழுதும் பரவியிருக்கிறதென்பதையும் (ஆன்மீக, பரலோக) நன்னடத்தையின் எல்லாப்பாதைகளுமே மூடிக்கொண்டு விட்டனவென்பதையும் நான் கவனித்தேன். நற்பாதையைக் காட்டும் அறிஞர்கள் உலகத்தில் குறைந்து கொண்டே வருகிறார்கள். எஞ்சி யிருப்பவர்களோ பெயரளவுக்குத்தான் அறிஞர்கள்; அவர்களனை வரும் தன்னலத்தில் மூழ்கியிருக்கிறார்கள். அவர்கள் விவாதிப்பது, உபதேசிப்பது, உத்தரவிடுவது ஆகிய மூன்றையே உலகத்திலெல்லாம் உள்ள கல்வி எல்லாம் என்னும் பிரமையை ஏற்படுத்தியிருக்கிறார்கள். இப்பொழுது பரலோகத்தைப் பற்றிய கல்வி உலகத்திலிருந்தே மறைந்து விட்டது; மக்கள் அதை மறந்தே விட்டனர்.

இந்நோயைப் போக்கி மறந்துவிட்ட கல்விகளைப் புத்துயிர் பெறச்செய்யவே 'அஹ்யாவுல் உலூமை' (கல்வி சஞ்சீவினி) எழுத முனைந்தார்.

(ஞ) நூலின் சிறப்பு: அஹ்யாவுல் உலூமின் சிறப்புக்களைக் குறித்து ஷிப்லி கூறியிருப்பதாவது: (1) கஜாலி பண்டிதர்களுக்கும், பாமரர்களுக்கும் புரியக்கூடிய வகையில் மிகச் சரளமான அராபிய மொழியைப் பயன்படுத்தினார். ஆனால் அதே சமயத்தில் நூலின் தத்துவச் சிறப்பைக் குறைத்துவிடவில்லை. மஸ்கவியாவின் நூலைப் புரிந்துகொள்ள முதலில் அவரது கடினமான மொழியைக் கற்றறிய வேண்டும். கடினமான தேங்காய்க்குள்ளிருக்கும் கொப்பரையைப் போன்றது, அவரது நூல்; ஆனால் கஜாலியின் நூல் மெல்லிய தோலுடைய இனிய மாம்பழம் போன்றது. (2) இந்நூலில் குடும்பஸ்தர்களையும், திருமணமாகாத ஸூஃபித் துறவிகளையும் கவனத்தில் எடுத்துக் கொண்டு, அவரவர்களுக்குத் தகுந்த நடைமுறை வழக்கங்கள் உபதேசிக்கப்பட்டுள்ளன. (3) உணவு, நடை, உடை பாவனைகளைக் குறித்துக் கூட மிக விரிவாக எழுதப்பட்டுள்ளது. (4) சினம், ஆசை போன்றவைகளை அடக்கச் சொல்லி, மனிதனின் பயனுள்ள சக்திகளைப் பலவீனப்படுத்திவிட்டு, நிராசையையும், சோம்பேறித் தனத்தையும் வளர்ப்பதற்கு எதிராக இந்நூலில் நன்கு விவாதிக்கப் பட்டுள்ளது. இங்கே நாம் பிந்தைய இரு விஷயங்களைப் பற்றி குறிப்பிடுவோம்:

1. **சாதாரண நன்னடத்தை:** மேசையின்மேல் சாப்பிடுவது, சல்லடையினால் மாவைச் சலிப்பது, குளிக்கும்போது சோப்பைப் போன்று ஒரு விதமான புல்லைப் பயன்படுத்துவது, வயிறு நிறைய சாப்பிடுவது- ஆகிய இந்நான்கும் நபிகள் நாயகத்திற்குப் பின்னர் தோன்றிய கெட்ட பழக்கங்களென்று சனாதன முஸ்லிம்கள் அருவருப்புக் கொண்டிருந்தனர். இதைக் குறித்து கஜாலி கூறுகிறார்: "முன்னாலுள்ள விரிப்பில் உணவை வைத்துச் சாப்பிடுவது நல்லது; ஆனால் இதன் பொருள் மேசை மேல் சாப்பிடக் கூடாதென்பதல்ல. ஏனெனில், இதைப் பற்றி மத நூல்களில் எங்குமே சொல்லப்பட வில்லை. மேசை மேல் வைத்துச் சாப்பிடுவதால் தரையிலிருந்து உயரே இருப்பதால் சாப்பிட வசதியாக இருக்கிறது. சோப்பைப் போன்ற புல்லினால் கைகளைக் கழுவுவது நல்லதுதான்! இதில் சுத்தமும், தூய்மையும் அடங்கியிருக்கின்றன. சாப்பிட்ட பிறகு கைகளைக் கழுவ வேண்டுமென்று மதநூலில் கூறப்பட்டிருப்பது சுத்தத்தைக் கருத்திற் கொண்டேயாகும். சோப்பைப் போன்ற புல்லினால் கழுவுவதால் மேலும் சுத்தமடைகிறோம். நபிகள் நாயகத்தின் காலத்தில் இவற்றைப்

பயன்படுத்தாததன் காரணம், அக்காலத்தில் அவற்றை உபயோகப் படுத்தும் பழக்கம் இல்லாதிருக்கலாம். அல்லது அப்பொழுது அவை கிடைக்காமல் இருந்திருக்கலாம். அல்லது அக்காலத்தவர் மூட நம்பிக்கையின் காரணத்தால் கைகளையே கழுவாமல் இருந்திருக் கலாம். இல்லாவிட்டால் ஆடை நுனியால் கைகளைத் துடைத்துக் கொண்டிருந்திருக்கலாம். இதனாலெல்லாம் கைகளைக் கழுவக்கூடா தென்னும் முடிவுக்கு நாம் வர இயலாது."

உண்பதில் மேற்கத்திய பழக்கங்களைக் குறிப்பிட்டு அவர் எழுதியிருப்பதாவது: "ஏதாவது உயரமான பொருளின் மீது உணவை வைத்துச் சாப்பிட வேண்டும். உணவு வகைகள் மாறி மாறி வரவேண்டும். குப்பைப் போன்ற உணவு முதலில் வர வேண்டும். ஓரிருவர் வந்து சேராவிட்டாலும் பெரும்பாலான விருந்தினர்கள் வந்துவிட்டிருந்தால், சாப்பிடத் தொடங்க வேண்டும். சாப்பாட்டுக்குப் பிறகு பழங்களோ மிட்டாய்களோ வர வேண்டும்." பின்பற்றத்தக்க எடுத்துக்காட்டைக் குறிப்பிட்டுக் கூறுகிறார். "விசேஷமானவர்களின் வீடுகளில் எல்லா உணவு வகைகளின் பெயர்களும் காகிதத்தில் எழுதி விருந்தினர் முன்னால் வைக்கப்படுகின்றன."

2. செயலாற்றலையும், கடமையுணர்வையும் வலியுறுத்தல்: சிறுவர்களின் ஆரம்பக் கல்வியில் உல்லாசப் பயணம், உடற்பயிற்சி, வீர விளையாட்டுக்கள் ஆகியவைகளைச் சேர்ப்பது அவசியமென்று கஜாலி கருதுகிறார். இசை மன மகிழ்ச்சிக்கொரு சாதனமென்று கூறி அவர், நபிகளே நீக்ரோக்களின் இசை நிகழ்ச்சியைக் கண்டு களித்திருக் கிறாரென்பதை நினைவுபடுத்தினார். "இது தவிர விளையாட்டுக்களும், பொழுதுபோக்குகளும், உள்ளத்திற்குப் புத்துணர்வை ஊட்டுகின்றன. அதனால் மூளையின் களைப்பு நீங்கி விடுகிறது. மனம் ஒரு பொருளால் அச்சமடையும் போது, அது குருடாகி விடுகிறது. ஆகவே அதை மீண்டும் செயலாற்றத் தகுந்ததாக்க, மனத்துக்கு ஓய்வளிக்க வேண்டும். இரவும் பகலும் தொடர்ந்து படித்துக் கொண்டே இருக்கும் ஒருவன் ஓரோர் சமயம் சும்மா உட்கார்ந்திருக்க வேண்டும். ஏனெனில் வேலை செய்த பின்னர் சும்மா உட்கார்ந்திருப்பதாலும் விளையாடுவதாலும் மனிதன் மீண்டும் வேலை செய்யக்கூடிய சக்தி பெறுபவனாகிறான்.

இவ்விதமாக, கஜாலி, உடலைச் சுறுசுறுப்பாக வைத்திருக்க இசை, உடற்பயிற்சி, விளையாட்டு ஆகியவற்றை வலியுறுத்தியதுடன், மானசீக சக்திகளையும் பயன்படுத்த வேண்டுமென்று வற்புறுத்துகிறார்: "சினத்தை அழித்துக் கொள்வது நன்னடத்தையல்ல. நன்னெறிக் கல்வியின் நோக்கம் மனிதனுள் சுயமரியாதையும், உண்மையான வீரமும் தோன்ற வேண்டுமென்பதேயாகும். அதாவது அவனுள்

கோழைத்தனமோ ரவடித்தனமோ தோன்றக்கூடாது... நமது நபிகள் நாயகமே கோபத்தைத் துறக்கவில்லை என்றால், கோபத்தை முற்றாக விட்டுவிட வேண்டுமென்பது எங்ஙனம் பாராட்டுக்குரியதாகும்?" "நான் மனிதன்; எனக்கும் மற்ற மனிதர்களைப் போலவே கோபம் வருகிறது" என்று நபிகள் கூறியுள்ளார். நபிகள் முன்னால் ஏதாவது கெட்ட விஷயம் நடந்தால், அவரது முகம் சினத்தால் சிவந்துவிடும். ஆனால் அந்த நிலையிலும் அவருடைய வாயிலிருந்து ஒரு கெட்ட வார்த்தையும் வெளிவராது.

திருப்தி கொள்வதுதான் மகிழ்ச்சிக்குரியது என்பதை எதிர்த்துக் கஜாலி சொல்கிறார். "அறிவு ஒரு குறிப்பிட்ட நிலையைத் தோற்றுவிக்கிறதென்பதையும் அந்நிலை பயன்படுத்திக் கொள்ளப்படுகிறதென்பதையும் நாம் புரிந்து கொள்ள வேண்டும். வாழ்வதற்காக எவ்வித வேலையும் செய்யத் தேவை இல்லையென்றும், அதற்காக உழைக்க வேண்டிய அவசியமில்லை என்றும், கந்தல் துணி தரையில் விழுந்து கிடப்பதைப் போல் மாமிசத்துண்டு மரக்கட்டையின் மேல் விழுந்து கிடப்பதைப் போல் மனிதன் செயலற்று விழுந்து கிடப்பதுதான் திருப்தியின் அர்த்தமென்று சிலர் கருதுகின்றனர். ஆனால் அப்படிக் கருதுகிறவர்கள் முட்டாள்களே ஆவர். ஏனெனில் அப்படிக் கருதுவது மதக் கட்டளைக்கு விரோதமானதாகும். உணவில்லாமலேயே கடவுள் உன்னைத் திருப்திப்படுத்தி விடுவாரென்று நினைப்பதோ, உணவே உன்னிடம் நடந்து வருமாறு செய்வாரென்று கருதுவதோ, ஒரு தேவதை உனக்காக உணவை உண்டு, உன் வயிற்றுக்குள் சேர்த்து விடுமாறு கடவுள் கட்டளையிடுவாரென்றோ ஒருபோதும் எண்ணிவிடாதே! அப்படி நீ எண்ணினால் கடவுள் தன்மையை அறியாத அறிவிலியே ஆவாய்!"

மடங்களில் இருக்கும் சாதுக்களின் திருப்தியைக் குறித்து கஜாலி கூறுகிறார். "மடங்களில் வேளாவேளைக்குக் கிடைக்கும் சோற்றைத் தின்று பிழைப்பது திருப்திகரமான வாழ்க்கையல்ல. இறந்து வாழ்வதைக் காட்டிலும், காணிக்கைகளைக் கொண்டு வாழ்வது திருப்திகரமானது தான். ஆனால் மடத்தின் புகழ் பரவிவிட்டால், அது கடைத்தெருவு போலாகிவிடும். அப்பொழுது மடத்திலிருப்பது கடைத் தெருவிலிருப்பது போலாகிவிடும். அத்தகு கடைத் தெருவுக்குள் வந்தும் போய்க் கொண்டுமிருப்பவன் மன நிறைவுள்ளவன் எனப்பட மாட்டான்..."

இவ்விதமாக கஜாலி ஸூஃபிப் பிரிவைச் சேர்ந்தவராக இருந்தாலும், அதனுடைய செயலற்ற தன்மையை ஆதரிப்பவரல்ல.

(ட) நடைமுறை விளக்கம்: 'அஹ்யாவுல் உலூம்' நூலில் கஜாலி நடைமுறையை விளக்கும்போது மனிதன் இரண்டு பொருளாலானவன்

என்கிறார் (1) உடல், (2) ஜீவன். உடலுக்கு ஒரு குறிப்பிட்ட உருவமிருப்பதைப் போன்றே ஜீவனுக்கும் இருக்கிறது. உடலின் உருவம் நன்றாகவும், மோசமாகவும் இருப்பதைப் போலவே ஜீவனுடைய உருவமும் நன்றாகவும், மோசமாகவும் இருக்கிறது. மனிதனின் வெளியுருவத்தைப் பார்த்து அழகானவன் அழகற்றவனென்று சொல்வதைப் போல் ஜீவனுடைய ஆன்மிக உருவத்தைப் பொறுத்து நன்னடத்தையுடையது, கெட்ட நடத்தையுடையதென்கிறோம். கஜாலி நடைமுறைச் செயல்கள் உடல் இயக்கத்திற்குட்பட்டவை என்று மட்டுமே கருதவில்லை. அதற்குப் பதில் மனிதனுள் வலிமையும், நடைமுறைச் செயல்களைச் செய்ய வேண்டுமென்ற விருப்பமும் இருக்க வேண்டுமென்கிறார். கஜாலி நடைமுறையில் நான்கு அங்கங்கள் இருப்பதாகக் கூறுகிறார். அறிவு, கோபம், காமஉணர்வு நீதிச் சக்திகளைக் கட்டுப்பாட்டுடன் நடுநிலையில் வைத்திருப்பது. இந்நான்கு சக்திகளும் நடுநிலையில் இருப்பின் மனிதன் முழு நன்னடத்தையுள்ளவனாகிறான். அவற்றில் ஒன்றோ இரண்டோ மட்டுமே இருந்தால் நிறைவு பெறாதவனாகிறான்.

சில மனிதர்கள் இயற்கையிலேயே நல்லவர்களாகவும், சிலர் இயற்கையிலேயே கெட்டவர்களாகவும் இருக்கிறார்களென்றும், இன்னும் சிலர் இயற்கையிலேயே நல்லவர்களாகவோ, கெட்டவர்களாகவோ இருப்பதில்லையென்றும் இந்த மூன்றாம் பிரிவு மனிதர்களையே திருத்த வாய்ப்பிருக்கிறதென்றும் கலேன் கூறுகிறார். கலேனின் இக்கருத்தை மஸ்கவியாவும் ஏற்றுக்கொண்டார். ஆனால் அரிஸ்டாட்டிலின் கருத்து இதற்கு நேர்மாறானது- 'மனிதன் நல்லவனாகவோ, கெட்டவனாகவோ இருப்பது இயற்கைத் தன்மையினால் அல்ல; கல்வியும், சூழ்நிலையும் எல்லாரையும் ஒரே மாதிரியாக மாற்றுவதில்லை என்பதும் உண்மைதான்!' கஜாலி அரிஸ்டாட்டிலின் இக்கருத்தை ஒப்புக் கொண்டார். அதனால்தான் அவர் சிறுவர் கல்வியை வெகுவாக வலியுறுத்தினார். இங்கே சில மேற்கோள்களைப் பாருங்கள்:

(1) **குழந்தை வளர்ப்பு**: குழந்தைகளில் புரியும் சக்தி வெளிப்பட வாரம்பித்ததுமே, அவர்களைக் கவனிப்புடன் வளர்க்க வேண்டும். குழந்தைக்கு முதலில் உண்மைக் கோரிக்கை தான் உண்டாகும். ஆகவே அதிலிருந்துதான் அதற்குக் கல்வியைத் தொடங்க வேண்டும். உண்பதற்கு முன்பாக 'பிஸ்மில்லா' சொல்ல (கடவுளைத் தொழு) கற்றுத் தர வேண்டும். விரிப்பில் தனக்கு முன்னாலும் அருகிலும் உள்ள உணவையே எடுத்துக் கொள்ள வேண்டும். தன்னுடன் சாப்பிடுபவர் களை முந்திக் கொள்ளக்கூடாது. உணவையும், உண்பவர்களையும் கண் இமைக்காமல் பார்த்துக் கொண்டிருக்கக்கூடாது. அவசரம்

அவசரமாகச் சாப்பிடக்கூடாது. நன்றாக மென்று உண்ண வேண்டும். கைகளையும், ஆடைகளையும் உணவில் தோய்க்கக்கூடாது. அதிகம் சாப்பிடுதல் கெடுதல் என்பதைக் குழந்தைக்கு எடுத்துச் சொல்ல வேண்டும். குறைவாகச் சாப்பிடுதல், சாதாரண உணவைச் சாப்பிட்டுத் திருப்திப்படுதல், தன்னுடைய உணவை மற்றவர்களுக்குத் தருவதன் பெருமையைக் குழந்தை உணரும்படிச் செய்ய வேண்டும்.

"வெள்ளை ஆடைகளை உடுக்கும் மனப்பான்மையைக் குழந்தை களிலே வளர்க்க வேண்டும். வண்ணத் துணிகளும், பட்டாடைகளும், பின்னல் வேலை செய்த துணிகளும் பெண்கள், அலிகள் ஆகியோர் அணிபவை என்பதை அவர்களுக்கு உணர்த்த வேண்டும். இப்படிப் பட்ட உடைகளை அணியும் குழந்தையுடன் மற்ற குழந்தைகளைச் சேரவிடக் கூடாது. ஆடம்பரத்தையும், நாசூக்கான தன்மையையும் வெறுக்கும் மனப்பான்மையைக் குழந்தைகளிடையே வளர்க்க வேண்டும்.

"குழந்தை ஒரு நல்ல காரியம் செய்யும்போது, அவனைப் பாராட்டிப் புகழ்ந்து உற்சாகப்படுத்தல் வேண்டும். அவனுக்குப் பரிசுகளையும் வழங்க வேண்டும். அவன் கெட்ட காரியம் செய்யும் போது பலமாகக் கண்டிக்கவும் வேண்டும். மீண்டும் அப்படிப்பட்ட காரியம் செய்யும் துணிவு அவனுக்கு வரக்கூடாது... ஆனால் மீண்டும் மீண்டும் அவனை வெட்கமடையச் செய்யக் கூடாது... மீண்டும் மீண்டும் சொல்லிக் கொண்டிருப்பதால், அச்சொல்லின் மதிப்பு குறைந்து விடும்.

"பகலில் உறங்கக் கூடாதென்று குழந்தைக்குக் கற்றுத் தர வேண்டும். படுக்கையும் அதிகமாக அலங்கரிக்கப்பட்டதாகவும், மெத்தென்றும் இருக்கக்கூடாது... உள்ளத்தில் சோம்பேறித்தனம் குடிகொள்ளாமலிருக்க நாள்தோறும் கொஞ்ச தூரமாவது நடந்து செல்வதும், உடற்பயிற்சி செய்வதும் அவசியமானவையாகும். கை, கால்கள், திறந்தபடி இருக்கக்கூடாது. மிக வேகமாகவும் நடக்கக் கூடாது. செல்வம், துணிமணிகள், உணவு வகைகள்- எதன் மேலும் பற்று வைக்கக்கூடாது.

"சபையிலே உமிழ்வது, நெட்டுயிர்ப்பது, கொட்டாவி விடுவது, சபையோர்க்கு முதுகைக்காட்டி உட்காருவது, கால் மேல் கால் போட்டுக் கொள்வது, மோவாய்க்குக் கீழே கை வைத்து உட்காருவது- ஆகியவை செய்யக் கூடாதென்று குழந்தைக்குக் கற்றுத்தர வேண்டும்.

"உண்மையானதாக இருந்தாலும் சத்தியம் செய்வதைத் தடுக்க வேண்டும். முதலில் நாமாகப் பேசவாரம்பிக்கக்கூடாது; யாராவது

பேச்சுக் கொடுத்தால்தான் பதிலளிக்க வேண்டும். சிறுவன் பள்ளியிலிருந்து திரும்பி வந்ததும் அவனுக்கு விளையாட வாய்ப்பளிக்க வேண்டும். ஏனெனில் எப்பொழுதுமே படித்துக் கொண்டிருந்தால் அவனுடைய மனம் சோர்ந்து போய்விடும். அறிவும் குறைந்துவிடும். உடல் நலமும் கெட்டுவிடும்."

(2) புகழுக்காகத் தான, தருமங்கள் செய்வது தவறானது:

பேரும், புகழும் பெற வேண்டுமென்ற பேராசையில் பணக்காரர்கள், தான, தருமங்களைச் செய்கின்றனர். இது குறித்துக் கஜாலி கூறுகிறார்.

"செல்வர்களிலும், மன்னர்களிலும் பலர் மசூதிகளும் பள்ளிக் கூடங்களும், மடங்களும் கட்டுவிக்கின்றனர். இதைப் பெரிய புண்ணியக் காரியமென்றும் கருதுகின்றனர். ஆனால் எந்தப் பணத்தால் அவை கட்டுவிக்கப்படுகின்றனவோ அந்தப் பணம் தவறான வழிகளில் சம்பாதித்ததாகும். ஒரு வேளை அந்தப் பணம் நல்ல வழிகளிலே சம்பாதித்ததாகவே இருந்தாலும், உண்மையில் அவர்களது நோக்கம் புண்ணியம் பெறுவதல்ல; பேரும் புகழும் பெற வேண்டுமென்பதுதான். அதே நகரத்தில் எத்தனையோ அனாதைகளும், வறியவர்களும் இருக்கிறார்கள். அவர்களுக்கு உதவி புரிவது மசூதி கட்டுவிப்பதை விடப் புண்ணியச் செயலாகும். ஆனால் அவர்களோ ஏழைகளுக்கு உதவி செய்வதைக் காட்டிலும், கட்டடங்கள் அமைப்பதைச் சிறப்பென்று எண்ணுகின்றனர். இதற்கு என்ன காரணமென்றால், கட்டடங்களை அமைப்பதால் கிடைக்கும் சாஸ்வதப் புகழ், ஏழைகளுக்கு உதவி புரிவதால் கிடைக்காதல்லவா!"

3. தோஹாஃபதுல் ஃபிலாஸஃபா
(தத்துவக் கண்டனம்)

(க) எழுதியதன் பயன்: இந்நூலின் பெயரையும், கஜாலியின் புகழையும் பார்த்து, எத்தனையோ முஸ்லிம்கள் அவர் உண்மையாகவே தத்துவத்தை அழித்து விட்டாரென்று தவறாகக் கருதுகின்றனர். கஜாலியின் கருத்துக்கள் அனைத்துமே தத்துவமல்லாமல் வேறென்ன? அவர் பழைய இனக்குழுக்களின் சமுதாய விஷயங்களான கூட்டு வாழ்க்கை, சகோதரத்துவம், சமத்துவம் ஆகியவைகளைப் பின்பற்ற வேண்டுமென்று விரும்பினாலும், பழங்காலத்து இஸ்லாமுக்கு மீண்டும் திரும்ப வேண்டுமென்று முழங்கவில்லை. அக்காலத்தில் படித்த, பண்புள்ள, நாகரீக மக்களிடையே கிரேக்கத் தத்துவ இயலுக்கு அமோக மதிப்பிருந்தது. இஸ்லாமுக்குள்ளேயே கூட 'புனிதச் சங்கம்', இஸ்மாயிலி போன்ற பிரிவுகள் தோன்றிவிட்டிருந்தன. அப்பிரிவுகள் சூட்சும ஞானத்தில் நபிகளைவிட பிளாட்டோவும், அரிஸ்டாட்டிலும்

சிறந்தவர்களென்று கருதி வந்தன. ஆகவே இஸ்லாமின் பலமான ஆதரவாளரான கஜாலி ஒரு சிறப்பான நூல் எழுத வேண்டி இருந்தது. அவரே நூலின் முகவுரையில் கூறியிருக்கிறார்.

"நமது காலத்தில் சிலர்தாம், மற்றவர்களைவிட அறிவிலும், உள்ளத்திலும் சிறந்தவர்களென்றும் கருதி வருகின்றனர். இவர்கள் மதக் கட்டளைகளையும் விதிமுறைகளையும் வெறுப்புடன் பார்க்கின்றனர். பிளாட்டோ, அரிஸ்டாட்டில் போன்ற பழைய ஆசாரியர்கள் மதத்தைப் பொய்யானதாகக் கருதினார்கள் என்று இவர்கள் எண்ணு கின்றனர். இவ்வாசாரியர்கள் பகுத்தறிவைத் தோற்றுவித்தவர்களும், நிலைபெறச் செய்தவர்களுமாவர். ஆகவே அப்படிப்பட்டவர்கள் மதத்தைப் பொய்யெனக் கருதினார்களென்றால், உண்மையிலேயே மதம் பொய்யானதும், வீணானதென்றும் ஆகிவிடுகிறது. ஏனெனில் இவர்களைப் போன்ற அறிஞர்கள் இதுவரை பிறந்ததே இல்லை. மதச் சித்தாந்தங்களும், விதிமுறைகளும் கற்பனையினாலானவையும், செயற்கையானவையுமாகும். ஆனால் பார்ப்பதற்கு மட்டும் அழகாகவும், கவர்ச்சிகரமாகவும் தென்படுகின்றன என்று அந்தச் சிலர் கருது கின்றனர். அதனாலேயே கிரேக்க அறிஞர்கள் ஆன்மிக விஷயங்களைக் குறித்து எழுதியதிலுள்ள குறைகளை எடுத்துக் காட்ட வேண்டுமென்று நான் முடிவு செய்து கொண்டேன். அவர்களுடைய சித்தாந்தங்களும், விளக்கங்களும் சிறுபிள்ளைத்தனமானவை என்பதை நிரூபிக்க விரும்பினேன்."

(ங) எல்லாத் தத்துவக் கருத்துக்களுமே துறக்கத் தகுந்தவை யல்ல: கஜாலி தத்துவ உண்மைகளை நன்கறிவார். அதனால் தத்துவம் குறித்த எல்லா விஷயங்களுமே தவறானவையென்று சொல்ல அவரால் முடியாது. நமது நாட்டு ஒரு தத்துவ அறிஞரான குமாரில பட்டரைப் போலவே, தத்துவ இயலைக் கண்டிருக்கும் அதே சமயத்தில் தனது சொந்தக் கருத்துக்களை நிறுவுவது கஜாலியின் நோக்கமாகும். ஆகவே தனது நிலையைத் தெளிவுபடுத்திக் கஜாலி எழுதுகிறார்:

"தத்துவ இயலில் மூன்று விதமான சித்தாந்தங்கள் வருகின்றன. (1) வெறும் சொற்களை மட்டும் எடுத்துக் கொண்டால், இஸ்லாமி லிருந்து வேறுபடும் சித்தாந்தம்; கடவுளை அவர்கள் ஒரு பொருளென்றே கருதுகின்றனர். ஆனால் அது தற்காலிகப் பொருளல்ல. அது வேறெதன் உதவியும் இன்றி, தனியாக இருக்கக்கூடியதாகும். இப்பொருளில் கடவுளைப் பொருளென்று கூறுவது முற்றும் சரியானதேயாகும். ஆனால் 'ஷரியத்'தில் (இஸ்லாமிய மத நூலில்) இந்தச் சொல் பயன்படுத்தப்படவில்லை.

(2) இஸ்லாமிய சித்தாந்தங்களுக்கு எதிரான சித்தாந்தம்: சந்திரனுக்கும் சூரியனுக்குமிடையே பூமி வருவதால் சந்திரகிரகணம் ஏற்படுகிறது. இப்படிப்பட்ட சித்தாந்தங்களைக் கண்டிப்பது எனது வேலையல்ல. இப்படிப்பட்ட சித்தாந்தங்களை மறுக்கவும், பொய்யென நிரூபிக்கவும் முயல்பவர்கள் இஸ்லாமுக்கு அநீதி இழைப்பவர்களேயாவர். ஏனெனில் இச்சித்தாந்தங்களுக்கு அடிப்படை கணித இயலாகும். இதை அறிந்து கொண்டால், அச்சித்தாந்தங்களின் உண்மையை மறுக்கவே முடியாது. இந்நிலையில் இப்பொழுது யாராவது இச்சித்தாந்தங்கள் இஸ்லாமுக்கு எதிரானவையென்று நிரூபிக்க முயற்சி செய்தால், விஷயம் தெரிந்த ஒருவர் மனத்தில் இஸ்லாமிடமே ஐயம் தோன்றிவிடும்.

(3) "இஸ்லாமின் உறுதியான சித்தாந்தங்களுக்கு எதிரான சித்தாந்தங்கள் மூன்றாம் வகையைச் சேர்ந்தவை. உலகத்தின் அனாதித் தன்மை, இறுதித் தீர்ப்பை மறுப்பது போன்றவை இப்படிப்பட்டவையாகும். இச்சித்தாந்தங்களையே நாம் இங்கே ஆராயப் போகிறோம். அவை பொய்யானவையென்று நிரூபிப்பது தான் எனது இப்புத்தகத்தின் நோக்கமாகும்."

இதைப்பற்றி நம் நாட்டைச் சேர்ந்த அல்லாமா ஷிப்லி சொல்கிறார்.

"இம்முகவுரைக்குப் பிறகு இமாம் கஜாலி இருபது சித்தாந்தங்களை எடுத்துக் கொண்டு அவற்றைக் கண்டித்துள்ளார். ஆனால் அவரது இம்முயற்சி பலனளிக்கவில்லை என்பது வருந்தத்தக்கது. ஏனெனில் அவர் இஸ்லாமுக்கு எதிரான பதினேழு சித்தாந்தங்களைக் குறிப்பிட்டு அவற்றை ஒப்புக் கொள்ளாவிட்டாலும் எவரையும் நாத்திகரென்று கூற முடியாதென்று நூலின் இறுதியில் சொல்லியிருக்கிறார்.

(ச) தவறான இருபது தத்துவச் சிந்தாந்தங்கள்: கஜாலி தனது நூலான "தத்துவக் கண்டன"த்தில் கிரேக்கத் தத்துவ இயலின் இருபது சித்தாந்தங்களைத் தந்து, அவை தவறானவையென்று கூறுகிறார். இவற்றில் பல இந்துத் தத்துவ இயலைச் சேர்ந்தவை என்பது கூறத் தேவையில்லை.

	கிரேக்கத் தத்துவம்	**கஜாலி**
1.	உலகம் அனாதியானது	தவறு
2.	உலகம் கால எல்லையற்றது	தவறு
3.	கடவுள் உலகைப் படைத்தாரென்பது வெறும் பிரமையே!	தவறு

4.	கடவுள் இருக்கிறார்	நிரூபிக்கமுடியாது
5.	கடவுள் ஒருவரே	நிரூபிக்கமுடியாது
6.	கடவுளில் எவ்விதக்குணமுமில்லை	தவறு
7.	கடவுளில் பொதுத்தன்மையோ சிறப்போ எதுவுமில்லை	தவறு
8.	கடவுள் பார்க்க முடியாதவரும் எங்கும் நிறைந்தவருமாவார்	நிரூபிக்கமுடியாது
9.	கடவுள் உடலற்றவர்	நிரூபிக்கமுடியாது
10.	தத்துவ இயலாளன்	நாஸ்திகனாகவேண்டும்.
11.	கடவுள் தன்னைத்தவிர மற்றவர்களை அறிவார்	நிரூபிக்கமுடியாது
12.	கடவுள் தன்னையறிவார்	நிரூபிக்கமுடியாது
13.	கடவுள் மனிதர்களை அறியமாட்டார்	தவறு
14.	தேவர்களும், மற்ற உயிர்களும் தம்மிச்சைப்படி இயக்கத்திற்கு	தவறு
15.	தேவர்களின் இயக்கத்திற்குச் சொல்லப்பட்ட காரணங்கள்	தவறானவை
16.	தேவர்கள் அகிலத்தின் அனைத்து விஷயங்களும் அறிந்தவர்கள்	தவறு
17.	இயற்கைக்கு மாறான நிகழ்ச்சி நடப்பதில்லை	தவறு
18.	ஜீவன் ஒரு பொருளாகும் அதற்கு குணமோ, உடலோ இருக்காது	நிரூபிக்கமுடியாது
19.	ஜீவன் சாஸ்வதமானதாகும்	நிரூபிக்கமுடியாது
20.	இறுதித் தீர்ப்பு நாளன்று பிணங்கள் உயிர் பெற்றெழுவதில்லை	தவறு

தத்துவக் கருத்துக்கள்

கஜாலி எல்லாத் தத்துவச் சித்தாந்தங்களுக்கும் எதிரானவரல்ல என்பதை மேலே தெரிந்து கொண்டோம். இங்கே அவரது சில சித்தாந்தங்களைக் குறித்துக் கூறுவோம்:

(1) உலகம் அனாதியானதல்ல: கிரேக்கத் தத்துவ அறிஞர்களின் உலகம் நிரந்தரமானதென்னும் தத்துவம் இஸ்லாமுக்கு அபாயகரமான

தத்துவமாகும். இது இஸ்லாமின் கடவுளில் இரண்டறக் கலப்பதைச் சவாலுக்கு அழைப்பது மட்டுமல்ல; நாஸ்திகத்தை நோக்கி அழைத்துச் செல்லும் பலமான ஆயுதமுமாகும் கஜாலியே தத்துவ இயலாளன் நாஸ்திகனாக வேண்டுமென்று கூறியிருக்கிறாரல்லவா. உலகம் ஒரு உருண்டையானதும் முடிவுள்ளதும் ஆனால், எல்லையற்ற கால முடையதும், நிரந்தரமாக இருக்கக்கூடியதுமென்றும் தத்துவாசிரியர்கள் சொல்லி வந்தனர். காரணத்திலிருந்து (மண்ணிலிருந்து) காரியம் (குடம்) தோன்றுவதைப் போன்றே, உலகம் சாஸ்வதமாகக் கடவுளிட மிருந்து உருவாகிக் கொண்டிருக்கிறது.

காலத்தின் முடிவை அங்கீகரிப்பவன், நாட்டிலேயும் முடிவை ஏற்றுக் கொள்ள வேண்டுமென்று கஜாலி கூறினார். நாடு வெளிப்புறப் புலன்களின் விஷயமாகும். ஆனால் காலம் உட்புலன்களின் (அந்தரங்கத்தின்) விஷயமாகும் என்று நாம் சொல்வதால்கூட நிலைமையில் மாற்றம் ஏற்பட்டுவிடாது. கடைசியிலாவது புலன்கள் கிரகிக்கும் விஷயத்தை ஒப்புக் கொள்ளத்தானே வேண்டும். தேசத்தின் கருவுடன் (விஷயத்துடன்) தொடர்பு இருப்பதைப் போலவே காலத்தின் தொடர்பு கருவுடன் (விஷயத்துடன்) இருந்து கொண்டே இருக்கும். காலமும், தேசமும் இரண்டுமே பொருள்களின் தொடர்புடையவையேயாகும். தன்னுடனிருக்கும் பொருட்களின் நிலையைத் தேசம் தெரிவிக்கிறது. ஆனால் காலம் தன்னுடனில்லாத பொருள்களின் நிலையைத் தெரிவிக்கிறது. இவ்விரண்டுமே உலகத்தின் பொருள்களுக்குள்ளும் (கருவுகருக்குள்ளும், புலன்களின் விஷயங் களுக்குள்ளும்) அவற்றின் கூடவே தோன்றின. தேசமும், காலமும் நமது மன நிழல்களின் (மனத்துள் பொருள்கள் தெரிந்தும், நினைவிருக்கும் உருவங்களில்) தொடர்புகளாகுமென்றும் கூறலாம். இவைகளைக் கடவுள் தோற்றுவித்தாரென்றும் சொல்லலாம். இப்படியாக, தேச காலங்களில் ஒன்றின் நிரந்தரத் தன்மையை ஒப்புக் கொண்டு இரண்டாவதன் அனாதித் தன்மையை ஒப்புக் கொள்ளாமலிருப்பது தவறாகும். இரண்டுமே கடவுளால் தோற்றுவிக்கப்பட்டவையும், துவக்கமும் முடிவும் உள்ளவையுமாகும். அந்த நிலையில் தேச, காலங்களில் உள்ளடங்கியுள்ள துவக்கமும், முடிவும் உலகத்திலும் நிறைந்திருக்கும். ஆகவே கடவுள் உலகைப் படைத்தாரென்பதில் உலகம் அனாதியானதென்ற பேச்சிற்கே இடமில்லை. அவர் உலகைப் படைப்பதில் சர்வ வல்லமையுள்ளவர்.

(2) காரண காரிய வாதமும், கடவுளும்: உலகம் முதலும் முடிவும் உள்ளதா, இல்லையா என்பதைக் கவனித்தோம். ஆனால் பிரச்சினை இத்துடன் தீர்ந்து விடுவதில்லை. கடவுளைச் சர்வ வல்லமை

படைத்தவர்- காரணமில்லாமலேயே (மண் இல்லாமலேயே) காரியம் (குடத்தைத் தயாரிப்பவன்) செய்பவனென்று நம்பினால், காரண காரிய பிரச்சினையே எழாது. கடவுள் எப்போதுமே சும்மாவே எல்லாமே செய்து வருகிறாரென்றால், இமாம் அஷரி கூறிய காரண காரியமற்ற பரமாணுவாதமே சரியானதென்று ஒப்புக் கொள்ளலாம். கஜாலியின் முன்னால், இரண்டு சங்கடங்கள் இருந்தன. காரண காரிய சித்தாந்தத்தை ஏற்றுக் கொண்டால் கிரேக்கத் தத்துவ அறிஞர் களைப்போல் (பிரவாகம் அல்லது உருவத்தில்) உலகை அனாதியான தாக ஏற்றுக் கொள்ள வேண்டும். காரண காரிய வாதத்தை ஏற்றுக் கொள்ள வேண்டும். காரண காரிய வாதத்தை ஏற்றுக் கொள்ளா விட்டால், அஷரீயின் பரமாணு வாதத்திற்குள் சிக்கிக் கொள்ள வேண்டிவரும். “தோஹாஃபதுல் ஃபிலஸஃபா” கஜாலி இதைப் பற்றி என்ன கூறுகிறாரென்பதைப் பார்ப்போம்.

“காரண காரியத் தொடர்பு இன்றியமையாததும், விடாத தொடர்புடையதாகுமென்பதும் கிரேக்கத் தத்துவாசிரியர்களின் கருத்தாகும். இதனால் காரணமில்லாமல் (மண் இல்லாமல்) காரியத்தை (குடத்தை)ப் பெற இயலாது. ஆராய்ச்சியால் நிரூபிக்கப்படும் விஞ்ஞானம் அனைத்தும் காரண காரிய வாதத்தை அடிப்படையாகக் கொண்டது.

“ஆனால் நான் இவ்வாதத்தை எதிர்க்கிறேன். காரணம், இதை ஒப்புக் கொண்டால் தேவர்களின் அற்புதச் செயல்கள் பொய்யானவை யாகி விடுகின்றன. உலகத்திலுள்ள ஒவ்வொரு பொருளிலும் நிரந்தரத் தொடர்பு இருக்கிறதென்பதை ஏற்றுக் கொண்டால், இயற்கைக்கு மாறான நிகழ்ச்சிகள் அனைத்தும் (அற்புதச் செயல்களெல்லாம்) நடக்க முடியாதவையாகிவிடும். மதத்தின் அடிப்படையே இயற்கைக்கு மாறான நிகழ்ச்சிகளும். காரணமில்லாமலேயே கடவுள் உலகைப் படைத்தாரென்ற சித்தாந்தமேயாகும். ஆகவே நெருப்பிலும் வெப்பத்திலும் சூரியனிலும் ஒளியிலும் எவ்வித நிரந்தரத் தொடர்பும் இல்லையென்றும் இந்தக் காரண காரியங்கள் கடவுளின் விருப்பத்தால் ஒவ்வொரு வினாடியும் தோன்றிக் கொண்டே இருக்கின்றனவென்றும் நாம் கருதுகிறோம்.”

தத்துவாளர்கள் அப்படியேன் கருதுகிறார்கள்? “ஏனெனில் எரிக்கும் நெருப்பு விருப்பத்துடன் எரிக்காது. ஆனால் அது தன்னுடைய தன்மையினால் துணியை எரிக்காமல் இருக்காது. இந்நிலையில் நெருப்பு துணியை மட்டும் எரித்து, ஒரு மகானின் கட்டளைக் கிணங்கித் தனது தன்மையைத் தடுத்து நிறுத்திக் கொண்டு ஒரு மகுதியை எரிக்காமல் இருக்குமா?”

நெருப்பின் தன்மையும், அதன் செயலும் எப்படித் தெரிந்தன என்ற கேள்வி உண்டாகும்.

"நெருப்பு ஆடையைப் பற்றினால், அது ஆடையை எரித்து விடுகிறதென்பதை எப்பொழுதுமே பார்த்து வருகிறோம். பல முறை இதை நாம் பார்த்து வருவதால், நெருப்பே ஆடை எரியும் காரணமாகு மென்று தெரிந்து கொள்கிறோம். நெருப்பே எரிவதற்கான காரணமென்று எப்படித் தெரிந்தது? உதாரணங்களைப் பாருங்கள் திருமணத்தால் மனித இனம் வளர்கிறதென்று எல்லாருக்கும் தெரியும். ஆனால் குழந்தை பிறப்பதற்குத் திருமணமே காரணமாகுமென்று யாராலும் சொல்ல முடியாது."

இந்தத் தர்க்கத்தால் கஜாலி, படைப்பு அனாதியானதல்ல வென்றும், கடவுள் சர்வ வல்லமை படைத்தவரென்றும், தேவதூதர்கள் அற்புதச் செயல்கள் புரிந்துள்ளாரென்று சொல்வதற்கும் காரண காரியமென்னும் கோட்டையில் ஒரு சிறிய துளையைப் போட்டார்.

இங்கே கஜாலி அஷரீயின் 'பரமாணுவாத'த்தை நெருங்கி விட்டார். ஆனால் அவர் பின்னர் தன்னிலை அடைந்து கூறினார்:

"காரணங்களின் காரணஸ்தரான கடவுள் தனது திறமையைக் காட்ட இந்த முறையைத் தேர்ந்தெடுத்துக் கொண்டுள்ளார். அவர் காரியங்களைக் காரணங்களுடன் இணைத்துவிட்டார். காரியம் காரணத்துக்குப் பின்னரே வெளிவரும். ஆனால் அதற்காகக் காரணத் திற்கான எல்லா விதிகளும் நிறைவேற்றப்பட்டிருக்க வேண்டும். காரியங்கள் இணைக்கப்பட்டவையாகக் காரணங்கள் உள்ளன. காரணங்களில்லாமல் காரியங்கள் இருப்பதில்லை. இதுவும் கடவுளுடைய விருப்பமும், சர்வ வல்லமையுமாகும். வானத்திலும், நிலத்திலும் இருப்பவையெல்லாம் ஒரு ஒழுங்கு முறையிலும், தவிர்க்க முடியாத விதிகளின் படியும் தோன்றியுள்ளன. எந்த விதமாக அவை தோன்றினவோ, எந்த ஒழுங்கு முறையில் அவை பிறந்தனவோ, அவற்றுக்கு மாறாக ஒன்றும் நடக்க முடியாது. ஒரு பொருள் மற்றொரு பொருளுக்குப் பிறகு தோன்றியிருக்கிறது என்றால், அதற்குக் காரணம், அது அப்படித்தான் தோன்றமுடியும் என்பதாகும். தற்பொழுது உலகத்தில் இருப்பதைக் காட்டிலும் சிறப்பானதாகவோ, முழுமை நிறைந்ததாகவோ இருக்க முடியாது. அப்படிச் சிறப்பான தையும், முழுமை நிறைந்ததையும் செய்ய முடிந்தும், கடவுள் செய்யவில்லை என்றால், அவர் தனது தாராள மனப்பான்மையைக் காட்டவில்லை என்றால், அது அவரது கஞ்சத்தனமேயாகும். அது குற்றமும்கூட! சிறப்பாகச் செய்வதற்கு வாய்ப்பிருந்தும் செய்யவில்லை

என்றால், அதிலிருந்து கடவுளின் கையாலாகாத்தனம் தெரிகிறது. இது கடவுள் தன்மைக்கு எதிரானதாகும்.''

(3) கடவுள் சித்தாந்தம்: கிரேக்கத் தத்துவாசிரியர்களின் இருபது கருத்துக்களில் கஜாலி வேறுபட்டிருந்தார். அவைகளில் மூன்று முக்கியமானவை. ஒன்று, உலகத்தின் அனாதித்தன்மை. இதைக் குறித்துக் கூறினோம். இரண்டாவது, கடவுளைப்பற்றியது. தத்துவ மேதைகள் கடவுளை ஒப்புக்கொள்ளத் தயார்தான். ஆனால் கடவுள் அறிவு மயமானவரென்று அவர்கள் கூறுகிறார்கள். கடவுளில் உள்ள அறிவே அவரிடமிருந்து வெளிப்பட்டு வெளிச்சத்திற்கு வருகிறது. ஆனால் அவருக்கு எதைக் குறித்தும் விருப்பமில்லை, ஏதாவது குறை இருந்தால் தானே விருப்பம் தோன்றும்? விருப்பம் என்பது பவுதீகப் பொருட்களுக்குள்ளிருக்கும் இயக்கமேயாகும். பூரண சத்தியமான ஆன்மா (பிரம்மா) எதையுமே விரும்பாது. ஆகவே கடவுள் தனது படைப்பையே பராமரித்துக் கொள்கிறார்; ஆகவே விருப்பத்திற்கே இடமில்லை.

ஆனால் கஜாலி கடவுளைக் கோரிக்கையற்றவர் என்று ஒப்புக் கொள்ளத் தயாராயில்லை. அவரது கருத்துப்படி கடவுளுடைய கோரிக்கை எப்பொழுதுமே அவருடனேயே இருக்கும். அக்கோரிக்கை யினாலேயே கடவுள் உலகத்தை எவ்வித நிர்ப்பந்தமுமில்லாது படைக்கிறார். தத்துவ இயலாளருக்குக் கடவுளென்பவர் படைப்பின் காரணமாவார். ஆனால் கஜாலி கடவுளின் கோரிக்கையே படைப்புக்குக் காரணமாகக் கருதுகிறார். அவர் விருப்பதுடன் ஒவ்வொரு பொருளையும் படைக்கிறார். ஆகவே கடவுள் பொருள்களைப் பொதுப்படையாக மட்டுமல்லாமல் ஒவ்வொரு பொருளையும் தனித்தனியாகவும் அறிவார். இப்படியாக கஜாலி 'தலைவிதி' என்னும் வலையில் விழுகிறார். கடமையாற்றும் சுதந்திரமில்லாததால் மனிதன் செயல்திறன் படைத்தவனாக இருக்க வேண்டுமென்ற உபதேசம் வீணாய்ப் போய்விடுகிறது.

(4) வினைப்பயன்: இயற்கை - ஜீவன் என்னும் தத்துவத்தை ஆதாரமாகக் கொள்ளாமல், கடவுள் சர்வ வல்லமை படைத்தவ ரென்பதை நிரூபிக்க, இஸ்லாமின் வக்கீலான கஜாலிக்கு உலகம் அனாதியானதல்ல என்பதையும், கடவுள் இச்சையையும் ஒப்புக் கொள்ள வேண்டி ஏற்பட்டது. 'கடவுள் சித்தம் மகத்தானது' என்பதை ஒப்புக் கொண்டால், 'விதி'யிலிருந்து தப்பித்துக் கொள்வது முடியாத காரியமாகிவிடும். ஜீவன் ஒரேயொரு தடவை உலகத்தில் தோன்றுகிற தென்ற சித்தாந்தம் கஜாலியைச் சிக்கலில் இழுத்து விடுகிறது. கடவுள் மனிதர்களில் உடல் ரீதியிலும், உள்ள வகையிலும் பல்வேறு

வித்தியாசங்களை ஏற்படுத்தினார். இதற்குப் பாவம், கஜாலியால் பதிலளிக்க இயலாது. ஏனெனில் கடவுள் செயலை நியாயப்படுத்த அவர் பித்தாகோர் அல்லது இந்துக்களைப் போல் மறுபிறவியை ஒப்புக் கொள்ள வேண்டிவரும். அப்படி ஒப்புக்கொண்டால்- உலகம் ஜீவனின் அனாதித்தன்மை என்னும் பிரச்னை எழும். ஆனால் இஸ்லாம் செய்வினைப்படி தண்டனையும், பரிசும் (நரகமும், சொர்க்கமும்) கிடைக்கிறதென்று கூறுகிறது. இதனால்கூடக் கடவுளே ஆட்சேபிக் கலாம். தண்டனை இரண்டு காரணங்களால் மட்டுமே கொடுக்க முடியும். ஒன்று, பகையைத்தீர்க்க, இது கடவுளுக்குப் பெருமை சேர்க்காது. இரண்டு, மனிதனைத் திருத்த. ஆனால் இதுவும் சரியானதல்ல. ஏனெனில் அவனுக்கு மீண்டும் செயலாற்ற (மீண்டும் உலகத்தில் பிறக்க) வாய்ப்பு எங்கே கிடைக்கிறது. கடவுள் ஏதோ ஒரு பயனைக் கருதியே இப்படிச் செய்கிறார் என்று வைத்துக் கொண்டால், அது கடவுளுக்குக் களங்கமாகிவிடும். இதற்குக் கஜாலி தனது நூலான "மஜ்முன்பே: அலா கைர் அஹலே ஹ"யில் பதிலளித்திருக்கிறார். உலகத்தில் காணப்படும் காரண காரிய அமைப்பை எவருமே மறுக்க இயலாது. நஞ்சு உயிருக்கு ஆபத்து ஏற்படுத்தும். ரோஜா மலர் சளி உண்டுபண்ணும். இப்பொருள்களை உபயோகித்தால் நிச்சயம் அவை பல்வேறு விளைவுகளை ஏற்படுத்தும். ஒருவன் விஷம் அருந்தி இறந்து விட்டால், கடவுள் அவனை ஏன் சாகடித்து விட்டாரென்று ஆட்சேபிக்க முடியாது. விஷம் குடித்தால் சாவு தவிர்க்க முடியாத விளைவாகும். அவன் விருப்பப்பட்டு விஷம் உண்டதால், விளைவும் தவிர்க்க முடியாததாகும். இதுவே ஆன்மிக உலகத்திலும் நிகழ்கிறது. நல்ல, கெட்ட செயல்களின் நல்ல, கெட்ட விளைவுகள் ஜீவனுள் தொடர்ந்து நடந்து கொண்டே இருக்கும். நல்ல செயல்களால் ஜீவனுள் வலிமை பெருகுகிறது. கெட்ட செயல்களால் அழுக்கு படிகிறது. இவ்விளைவுகள் எவ்விதத்திலும் அவனது ஜீவன் மேல் குறிப்பிட்ட விளைவு ஏற்படுகிறது. இதனையே தண்டனை என்கிறோம். உதாரணமாக ஒருவன் திருடுகிறான். திருடியதுமே அவனுள் அச்சம் குடிகொண்டு விடுகிறது. அவனைக் கைது செய்தாலும், செய்யா விட்டாலும், தண்டனை அளிக்கப்பட்டாலும், அளிக்கப்படா விட்டாலும் அவனது உள்ளத்துள் களங்கம் தோன்றிவிட்டது. அதை இனி அழிக்க இயலாது. விஷம் குடித்தவனைக் கடவுள் ஏன் சாகடித்தாரென்று கேட்க முடியாததைப் போலவே, கெட்ட காரியம் புரிந்தவனுக்கும் கடவுள் ஏன் தண்டனையளித்தாரென்று ஆட்சேபிக்க முடியாது. ஏனெனில் அந்தக் கெட்ட செயலுக்குத் தண்டனை தவிர்க்க முடியாத விளைவாகும். அது விளையாமல் இருக்காது. கஜாலி சொல்வதைக் கேளுங்கள்.

"கடவுளுடைய புனித நூலில் கூறப்பட்ட விதிமுறைகளுக்கு அனுசரணையாக நடக்காதவர்களுக்குக் கிடைக்கும் தண்டனை கோபத்தாலோ, பகைமையாலோ கொடுக்கப்படுவதல்ல. எடுத்துக் காட்டாக, மனைவியுடன் உறவு கொள்ளாதவனுக்குக் கடவுள் குழந்தை அருளமாட்டார். சாப்பிடாதவனுக்குக் கடவுள் பசி என்னும் துன்பத்தை அளிக்கிறார். இறுதித்தீர்ப்பு நாளன்று பாவிகளுக்கும், புண்ணியவான்களுக்கும் கிடைக்கும் துன்பங்களும், இன்பங்களும் இவையேயாகும். பாவிக்கு ஏன் துன்பம் அளிக்கப்படுகிறது என்று கேட்பது, நஞ்சு உண்டவன் ஏன் சாகிறான் என்று கேட்பது போலாகும்."

கடவுள் தனது மத விதிமுறைகளின் சிக்கலுக்குள் மனிதர்களை ஏன் சிக்க வைத்தாரென்பதற்கு கஜாலி கூறுகிறார்:

"உடல் நோய்களைத் தீர்க்க மருத்துவம் இருப்பதைப் போலவே ஜீவனின் நோய்களைத் தீர்க்கவும் மருத்துவம் இருக்கிறது. வணக்கத் திற்குரிய தேவதூதர்கள் வைத்தியர்களாவர். வைத்தியரின் யோசனைக்கு மாறாக நோயாளி நடந்து கொண்டதால், நோய் தீரவில்லையென்பது இதன் பொருளாகும். மருத்துவக் கட்டளைப்படி நடந்துகொண்டால் நோய் தீரும். ஆனால் உண்மையில் வைத்தியருக்கு எதிராக நடந்து கொண்டதால் நோய் வளரவில்லை. அதற்குப் பதில் வைத்தியர் சொல்லிய சுகாதார விதிகளைப் பின்பற்றாததால், நோய் வளர்ந்த தென்பது தான் உண்மையாகும்."

(5) ஜீவன்: நபிகள் நாயகத்தையும் மக்கள் ஜீவனைப் பற்றிக் கேட்டுத் தொந்தரவு செய்தனர். அப்பொழுது கடவுள், "என்னுடைய (கடவுளுடைய) உத்தரவின்படி ஜீவன் தோன்றியது" என்று நபிகளைச் சொல்லச் சொன்னார். குரானுக்கும், நபிகளுக்குமே இதைவிட அதிகமாகச் சொல்லத் துணிவு பிறக்காதபோது, பாவம், கஜாலி இதைவிட அதிகமாகக் கூறினால், அபாயத்தைத்தான் எதிர்கொள்ள வேண்டும். இதனால் அவர் தனது நூலான "அஹ்யாவுல் உலூமில்" "அது தெரிவிக்கக்கூடாத ரகசியங்களில் ஒன்று" என்று மட்டுமே கூறி மவுனமாகிவிட்டார். ஆனால் "மஜ்னூன் ஸகீர்" என்ற நூலில் இந்த மவுனத்தை விட வேண்டுமென்று விரும்பினார். "கடவுள் ஆணையால் ஜீவன் தோன்றியது" என்பது விஷயம் தெரியாதவர்களுக்குத் திருப்தி அளிக்கலாமே தவிர, தத்துவ மேதைகளான ஃபாராபி, ஸீனா போன்றவர்களின் சீடர்களைத் திருப்திப்படுத்த இயலாது. அதனாலேயே கஜாலி தத்துவ இயல் மொழியில் சொல்கிறார்:

"ஜீவன் பொருளாகும்; உடலல்ல. அதற்கு உடலுடன் தொடர் பிருப்பினும் உடலுடன் இரண்டறக் கலக்காமலும் விலகி நிற்காமலும்,

உடலுக்குள்ளும் இல்லாமலும், உடலுக்கு வெளிப்புறமும் இல்லாமலும் இருக்கிறது. ஜீவன் அடிப்படையும் அல்ல; அதன் மேல் உள்ள பொருளுமல்ல."

ஜீவன் பொருட்களை உணர்கிறது. உணர்தல் ஒரு குணமாகும். பொருளில்லாமல் குணமிருக்க முடியாது. ஆகவே ஜீவனும் பொருளே யாகும். அது பொருளில்லாவிட்டால், அதிலே குணமிருக்க முடியாது.

ஜீவன் உடலல்ல. அது உடலானால் அதில் நீளமும், அகலமும் இருக்கும். அதில் பல பாகங்கள் இருக்கும். பல பாகங்கள் இருக்கும் போது அவைகளில் ஒரு பாகத்தில் ஒரு விஷயம் மற்றொரு பாகத்தில் அதற்கு எதிரான விஷயமும் இருக்கலாம். விறகு எரியும் அடுப்பில் பாதி வெண்மையும், பாதி கருமையும் இருக்குமல்லவா, அதேபோல் ராமன் என்னும் ஜீவனுடைய ஒரு பாகத்தில் ராமன் என்னும் உணர்வும், மற்றொரு பாகத்தில் அதே ராமனின் முட்டாள்தனமும் இருக்கலாமல்லவா. இப்படிப்பட்ட நிலையில் ஜீவன் ஒரே சமயத்தில் ஒரு விஷயம் தெரிந்ததாகவும், இன்னொரு விஷயம் தெரியாததாகவும் இருக்கலாம். ஆனால் இது நடக்காத சங்கதி.

கலந்தும் கலக்காமலும் உள்ளிலும், வெளியிலும் ஜீவன் இருக்கிற தென்று கூறப்படுகிறது. ஏனெனில் இந்தக் குணங்கள் உடலைச் (கருவைச்) சேர்ந்தவை. ஆனால் ஜீவன் உடலே அல்ல என்னும்போது அது கலந்தும் கலக்காமலும் உள்ளும் வெளியும் எப்படி இருக்க இயலும்?

குரானும், மரியாதைக்குரியவர்களும் ஜீவன் என்ன என்பதைச் சொல்ல ஏன் மறுத்தார்கள் என்பதற்குக் கஜாலி கூறுகிறார்: உலகத்தில் சாதாரணமானவர்கள், சிறப்பானவர்கள் என்ற இருவிதமானவர்கள் இருக்கிறார்கள். சாதாரணமானவர்களுடைய அறிவுக்குள் ஜீவனே தோன்றாது. இதனால்தான் ஹம்யாலியா, கர்ராமிய சம்பிரதாயங் களைச் சேர்ந்தவர்கள் கடவுளை உருவ ரீதியில் பார்க்கின்றனர். ஏனெனில் உருவமாக இல்லாத எதுவுமே இருக்க முடியாதென்பது அவர்களுடைய எண்ணமாகும். சாதாரண மனிதர்களைக் காட்டிலும் அதிக ஞானமுள்ளவர்கள் உடலை மறுத்தாலும், கடவுள் எங்கும் பரவியிருக்கிறார் என்பதை ஒப்புக் கொள்கின்றனர். உடலும், பரவுதலும் இல்லாத கடவுளை அஷ்ரியா, மோத்ஜலா பிரிவினர் நம்புகின்றனர். அவர்கள் கடவுளை அவருடைய குணங்களுடனேயே நம்புகின்றனர். ஜீவனின் நிலையும் இப்படிப்பட்டதாக இருந்தால் அவர்களது கருத்துப்படி, கடவுள்- ஜீவன் இரண்டுக்குமிடையே வித்தியாசம் இல்லாமற் போய்விடும். எப்படிப் பார்த்தாலும் ஜீவன் என்றால் என்ன

என்பதைச் சாதாரண மக்களும், அசாதாரணமானவர்களும் புரிந்து கொள்வது கடினமாக இருப்பதால் அதைக் குறித்து விவரிக்க முன்வரவில்லை.

கஜாலி ஜீவனைப் பற்றிக் கூறிய விஷயங்கள் கிரேக்க இந்தியத் தத்துவ இயல்களை அறிந்தவர்களுக்குப் புதிய விஷயங்களல்ல.

"உடல் உன்னுடைய உண்மையான தன்மைகளில் ஒன்றல்ல. ஆகவே அது அழிவதால் நீ அழிவதில்லை" என்று கஜாலி சொல்கிறார்.

(6) இறுதித் தீர்ப்பு நாளன்று உயிர்த்தெழுதல்: இந்த உலகத்தில் இறப்பவர்கள் கடைசித் தீர்ப்பு அளிக்கப்படும் நாளன்று தேவனான இஸ்ராஃபீலின் குழல் ஊதப்பட்டதுமே, உயிர் பெற்று எழுந்து நிற்பார்கள். இப்படி உயிர்த்தெழுவதை இஸ்லாமும் தனது சக மதங்களான யூத, கிருத்துவ மதங்களைப் போலவே நம்புகிறது. அந்தக் காலத்திலேயே விஷயம் தெரியாதவர்களிலும் சிலர் பொருள் முதல்வாதிகளாக இருந்தனர். அவர்கள் இதை வீணான சங்கடமாகக் கருதினர். அக்காலக் கவிஞரான அல்ஹாத் தனது மனைவிக்குக் கூறுகிறார்:

"சாவதும் பிறப்பதும், பிறகு சுற்றித் திரிவதும் இவையெல்லாம் அர்த்தமில்லாத விஷயங்கள்!"

கஜாலி, தனக்கும் மற்ற தத்துவ இயலாளர்களுக்குமிடையே இருந்த மூன்று கருத்து வேற்றுமைகளில் இதையும் ஒன்றாக எண்ணுகிறார். மற்ற தத்துவ இயலாளர்கள் ஜீவனை இறப்பற்றதாகவும், உடலை அழிவுடையதாகவும் கருதுகின்றனர். இறுதித்தீர்ப்பு நாளன்று செத்தவர்கள் உயிர் பெற்றெழுவதைப் பற்றி இஸ்லாமுக்குள் இருவிதக் கருத்துக்கள் நிலவிவந்தன: (1) ஒன்று, அப்துல்லா பின் அப்பாஸ் போன்றோரின் கருத்தாகும். இவர்கள் இறுதித் தீர்ப்புக்குப்பிறகு கிடைக்கும் பொருள்களுக்கும், இன்றைய உலகப் பொருள்களுக்கு மிடையே பெயரளவுக்குப் பொதுத் தன்மையைப் பார்த்தனர். சாராயம் இருக்கும்; ஆனால் அதில் போதை இருக்காது. உணவு இருக்கும்; ஆனால் அது நம்முடையதைப் போன்றதல்ல. (2) இரண்டாவது அஷரியாக்களின் கருத்தாகும். இவர்கள் இறுதித் தீர்ப்பின் எல்லா விஷயங்களையும் இந்த உலகத்தின் விஷயங்களைப் போலவே இருக்குமென்று கருதினர்.

இவர்களைத்தவிர, வெளிநாட்டுக் கருத்துக்களாலும், தத்துவ இயலாலும் கவரப்பட்ட மூன்றாவது குழுவினரான ஸூஃபிக்களும் இருந்தனர். "தேவ கன்னிகளும்; சோலைகளும், நீரோடைகளும் சொர்க்கத்தில் நமக்கு மகிழ்வூட்ட இருக்கின்றனவென்றால், அவை

இங்குள்ள நம்முடைய போகப் பொருள்களையும், மதுவையும் விடச் சிறந்தவையல்ல” என்று அவர்கள் கூறி வந்தனர்.

கஜாலி மூன்றாம் குழுவின் ஆதரவாளராக இருந்தும், மற்ற இரு பிரிவினரையும்கூட தன்னுடனே வைத்திருக்க விரும்பினார். “அந்தக் காதலியின் எழில் உலகத்தினுடையதென்றால், தனது வண்ணத்தால் உருவத்தை விரும்பும் காதலர்களையும், வாசத்தால் உணர்ச்சியை விரும்பும் காதலர்களையும் ஒருசேர மகிழ்வூட்டும்” என்று அவர் சொல்லியிருக்கிறார்.

சொர்க்கத்தில் கிடைக்கும் விஷயங்களைப் பற்றியது இது. இறுதித் தீர்ப்பின்போது உயிர் பெற்றெழுபவர்களுக்குப் புதிய உடல் கிடைக்கிறதா அல்லது பழையதே கிடைக்கிறதா என்னும் பிரச்சினை எழுகிறது. அதே பழைய உடலும், உருவமும் கிடைக்கின்றனவென்று அஷரீக்கள் கூறினர். அழிந்துவிட்ட பொருள் மீண்டும் திரும்பிவர இயலாதென்று ஆட்சேபணை கிளம்பிற்று.

இறுதித் தீர்ப்பன்று இறந்தவர்கள் உயிர்த்தெழுவது உண்மையே என்றும், ஆனால் அதே பழைய உடல் மீண்டும் கிடைக்க வேண்டிய அவசியமில்லையென்றும் கஜாலி கூறினார்.

(7) ஸூஃபி வாதம்: நிலை பெறாமலிருந்த கஜாலி ஸூஃபி தத்துவத்தின் துணை கொண்டு நிலை பெற்றார். இதைப்பற்றி அவரது சம காலத்தவராகிய மற்றொரு மாபெரும் புலவரான அபுல் வலீத் தர்த்தூஷி கூறுவதைக் கேளுங்கள்:

நான் கஜாலியைச் சந்தித்தேன். உண்மையாகவே அவர் திறமையான மாபெரும் அறிஞர். நீண்ட காலம் வரை அவர் படிப்பதிலும், கல்வி கற்பிப்பதிலும் ஈடுபட்டிருந்தார். கடைசியில் எல்லாவற்றையும்விட்டு ஸூஃபித்துறைகளுடன் கலந்து விட்டார். தத்துவ மேதைகளின் கருத்துக்களையும், மன்சூர் ஹல்லாஜ் ஸூஃபியின் ரகசிய வாக்கியங் களையும் கஜாலி மதத்தில் இணைத்து விட்டார். இஸ்லாமிய விரிவுரை யாளர்களையும், தர்க்க இயலாளரையும் அவர் விமரிசிக்கவாரம்பித்து, மதத்தின் எல்லையைக் கடந்து போகவிருந்தார். அவருக்கு முழுப் புலமை இல்லாததால், “அஹ்யாவுல் உலூம்” நூலில் தோல்வியையே எதிர்கொண்டார். கஜாலி அந்நூலில் பலவீனமான நபிகள் நாயகத்தின் வாக்கியங்களையே மேற்கோள்களாகக் காட்டியுள்ளார்.

தர்த்தூஷி பாவம். அவ்வளவு பெரிய மேதாவியல்ல, அதனால் அவர் கஜாலியின் வருங்கால நோக்கையும், கருத்தாழத்தையும் புரிந்து கொள்ளவில்லை; ஆனால் அவரைப் போன்றவர்களை கஜாலி தாக்குகிறாரென்பதை மட்டும் புரிந்து கொண்டார்.

ஸூஃபித் தத்துவத்தில் கஜாலிக்கு எப்படிப்பட்ட ஆழ்ந்த நம்பிக்கை இருந்ததென்பதை அவரே கூறுகிறார்:

"ஸூஃபித் தத்துவத்தை அறியாதவர்கள் நபிகள் நாயகத்தின் பெயரை அறிந்தாலும், தேவதூதரின் முக்கியத்துவத்தை உணர மாட்டார்கள். ஸூஃபிக்களைப் போன்ற பயிற்சியால் தேவ தூதரின் உண்மை நிலைகளையும் சிறப்பையும் நான் தெளிவாகத் தெரிந்து கொண்டேன்."

கஜாலிக்கு முன்னாலேயே இஸ்லாமுக்குள்ளே ஸூஃபி சித்தாந்தம் பரவியிருந்தாலும், கஜாலியே அதற்கு ஒரு உருவ அமைப்பைத் தந்தார். கஜாலிக்கு முன்னால் ஸூஃபி தத்துவத்திற்குள் சிலர் கடமையை வற்புறுத்தி வந்தனர்; வேறு சிலர் மோனநிலையை (சமாதி நிலையை) முக்கியப்படுத்தினர். ஆனால் கஜாலி இரு போக்குகளையும் ஒன்றாக இணைத்தார். இதைக் குறித்து வரலாற்றுத் தத்துவ இயலாளர் இப்ன கல்தூன் சொல்கிறார்:

"கஜாலி தனது நூலான 'அஹ்யாவுல் உலூமி'ல் ஸூஃபித் தத்துவத்தின் இரு போக்குகளையும் ஒன்றாக இணைத்து விட்டார். இதனால் முன்பு ஒரு தொழுகை முறையாக இருந்து வந்த ஸூஃபித் தத்துவம், ஒரு தத்துவ இயலாக மாறிவிட்டது."

'ஸூஃபிக்களின் நானே பிரம்மமாவேன்' (அன்ல் ஹக்) என்பது ஆதி சங்கரரின் பிரம்மவாதத்தைப் போலிருக்கிறது. ஸூஃபிக்கள் விவாதம் புரிய விரும்புவதில்லை. தத்துவ இயலால் அறிவை மழுங்கடிக்க முடியாதென்பதை அவர்கள் அறிவார்கள். அதனால் அவர்கள் ரகசிய வாதத்தைத் தஞ்சம் புகுகிறார்கள்.

"கடவுள் மீது ஆணை! ஒருவன் குடிக்காத வரையிலும் இந்த கோப்பையின் சுவையை அறியமாட்டான்."

கஜாலியின் ஸூஃபி வாதம் எப்படிப்பட்டதென்பதை நாம் ஏற்கெனவே 'ஸூஃபி வாதம்' என்னும் பகுதியில் விவரித்துள்ளோம்.

(8) தேவதூதர் தத்துவம்: முஸ்லிம்கள் அப்பாவித்தனமான நம்பிக்கைகள் கொண்டிருக்கின்றனர் என்றும், கடவுள் தனது பிரதிநிதி களாகச் சில குறிப்பிட்டவர்களை இவ்வுலகத்திற்கு அனுப்புகிறா ரென்றும், அவர்கள் மூலமாக ஒரு உபதேச நூலையும் அனுப்புகிறா ரென்றும் அவர்கள் நம்புகிறார்கள் என்று தத்துவ இயலாளர்கள் இஸ்லாமியரையும், மற்ற மதத்தினரையும் ஆட்சேபிக்கின்றனர். கஜாலி தேவதூதர் முறையை ஆதரித்துக் கூறுகிறார்:

"மனிதன் பிறக்கும்போது ஒன்றும் தெரியாதவனாகப் பிறக்கிறான். பிறக்கும்போது அவனுக்கு எந்தப் பொருளுமே தெரிவதில்லை. முதன் முதலில் அவனுக்கு ஸ்பரிச ஞானம் தோன்றுகிறது. அதனால் அவன் தொடுவதனால் தொடர்புடைய பொருள்களைப் பற்றித் தெரிந்து கொள்கிறான். பிறகு வெப்பம், குளுமை, ஈரம், மிருதுத்தன்மை, கடினத் தன்மை ஆகியவைகளை ஒவ்வொன்றாகத் தெரிந்து கொள்கிறான். அதன் பின்னர் பார்க்கும் சக்தியும், கேட்கும் சக்தியும், சுவைக்கும் சக்தியும் தோன்றுகின்றன. இவ்விதமாகப் புலன்கள் செயலாற்றத் தயாராகி விடுகின்றன. பிறகு ஒரு புதுயுகம் தொடங்கி விடுகிறது. இப்பொழுது அவனுக்கு விவேகம் பிறக்கிறது. புலன்களால் அறிய இயலாத விஷயங்களையும் அறிந்து கொள்ளும் சக்தி படைத்த வனாகிறான். இப்புதுயுகம் ஏழாவது வயதிலிருந்து ஆரம்பமாகிறது. இதைக் கடந்தால் அறிவின் யுகம் துவங்குகிறது. அதனால் நடக்கக் கூடியது- நடக்க முடியாதது, நல்லது- கெட்டது ஆகியவை பற்றிய ஞானம் தோன்றுகிறது. இதைவிடச் சிறந்த, அறிவைக் கடந்த ஒரு நிலை இருக்கிறது. விவேகத்தாலும், அறிவாலும், தெரிந்து கொள்ளக் கூடிய விஷயங்களைப் புலன்களால் தெரிந்து கொள்ள இயலாததைப் போலவே, இந்த உயர்ந்த நிலை விஷயங்களை வெறும் அறிவால் மட்டுமே தெரிந்து கொள்ள முடியாது. இந்த உயர்ந்த நிலையே 'தேவதூதர்' நிலையாகும்.

தேவதூதர் குறித்தும், அவர் மூலமாகக் கடவுள் அனுப்பிய செய்தி குறித்தும் கஜாலி சொல்கிறார்:

"மனிதர்களில் சிலர் எவ்வளவு சொன்னாலும் புரிந்து கொள்ளாதவர்களாக இருக்கின்றனர். இன்னும் சிலர் குறிப்பாலேயே உணர்ந்து கொள்ளும் கூரிய அறிவு படைத்தவர்களாக இருக்கின்றனர். மற்றும் சிலர் சொல்லாமலேயே விஷயங்களைப் புரிந்து கொள்ளும் சக்தி உள்ளவர்களாக இருக்கின்றனர். வணக்கத்திற்குரிய தேவதூதர்கள் இப்படிப்பட்டவர்கள். அவர்கள் எவரிடமும் கற்காமலேயே, நுணுக்கமான விஷயங்கள் அவர்களது உள்ளத்தில் தோன்றுகின்றன. இதுவே கடவுள் செய்தியைப் பெறுவது எனப்படுகிறது. 'புனித ஆன்மா என் உள்ளத்தில் ஊதினார்' என்று நபிகள் நாயகம் கூறியதன் பொருள் இதுதான்"

தேவதூதருக்கு அற்புதச் செயல்கள் பிரமாணமாகக் கருதப்படு கின்றன. அற்புதச் செயல்களை நிரூபிக்க கஜாலி என்ன கூறினா ரென்பதை 'காரண- காரிய'ப் பகுதியில் விவரித்துள்ளோம்.

(9) குரானின் விளக்கவுரை: மோத்ஜலா பிரிவு, புனிதச் சங்கம் ஆகியவை குறித்து வர்ணிக்கும்போது அவர்கள் குரானின் வாக்கியங் களின் மேலெழுந்தவாரியான பொருளை எடுத்துக் கொள்ளாமல்,

அவற்றின் உட்பொருளைக் கொண்டு தமது சித்தாந்தங்களை வலியுறுத்தினார் என்பதை விவரித்தோம். இமாம் அஹமத் பின் ஹம்பல் உட்பொருளை எதிர்ப்பவர்களில் முதன்மையானவர். குரானில் உட்பொருள் காணும் சுதந்திரம் அளித்தால், வெறும் குரானின் சொற்களை வைத்து மட்டுமே அவஸ்தைப்பட நேரிடும் என்று அவர் எண்ணினார். ஆனால் அவரும்கூடக் கீழ்க்கண்ட நபிகளுடைய வாக்கியங்களில் வெளிப்பொருளைவிட உட்பொருளை ஏற்றுக் கொள்ள வேண்டியதாயிற்று:

"காபாவிலுள்ள கரும்பாறை கடவுளின் சுரமாகும்."

"முஸ்லிம்களின் உள்ளம் கடவுளின் விரல்களிலே இருக்கிறது."

"எனக்கு முஸ்லிம்களிடமிருந்து கடவுளின் வாசனை வருகிறது."

உட்பொருளைக் காணாமல் ஸூஃபிக்களின் வேலையே நடவாது. சொர்க்கத்திலுள்ள சோலைகள், எழில் கன்னிகள், மது ஆகியவற்றின் உட்பொருள்களை கஜாலி எவ்வாறு வர்ணித்தாரென்பதை ஏற்கெனவே கவனித்தோம்.

(10) மதத்தைப் பின்பற்றுவதில் பாகுபாடு: முல்லாக்களின் (முஸ்லிம் மதத் தலைவர்களின்) தாக்குதல்களிலிருந்து தம்மைப் பாதுகாத்துக் கொள்ள ஸூஃபிக்கள் குரானுக்குக் கட்டுப்பட்டு நடந்துகொள்வது அவசியமாகும். அதே நேரத்தில் ஸூபித் தத்துவத்தை மனமாரப் பின்பற்ற குரானின் பல விதிமுறைகளையும் கருத்துக்களையும் உள்ளுக்குள் எதிர்க்க வேண்டியது அவசியமாகும். இப்படிப் பட்ட உள்ளும் புறமும் வெவ்வேறு விதமான நடவடிக்கைகளால் பொது மக்களுக்கு இவர்கள்மேல் சந்தேகம் தோன்றலாம். அதனால் மதத்தைப் பின்பற்றுவதில் பாகுபாட்டுச் சித்தாந்தம் தோற்றுவிக்கப் பட்டது. இச்சித்தாந்தத்தை வலியுறுத்த நபிகளின் மருமகனும், நான்காம் கலீஃபாவுமான (ஷியாக்களின் முன்னோடி) அலியின் கீழ்க்கண்ட வாக்கியம் மேற்கோளாகக் காட்டப்படுகிறது.

"மக்கள் புரிந்து கொள்ளக்கூடிய விஷயங்களையே அவர்களிடம் கூறு! அவர்கள் புரிந்து கொள்ளாததை விட்டுவிடு"

கஜாலி பாதனி ஷியாக்களுக்கு எதிராகப் பல நூல்கள் எழுதினாலும், அலியின் மேற்கண்ட கூற்றைப் பலமாக ஆதரித்தார். அவர் தனது எதிரிகளை விமரிசித்துக் கூறுகிறார்:

"கல்வியறிவு ரகசியமானதும், பகிரங்கமானதுமென்று இரண்டு வகைப்படுமென்பதை அறிவுடைய எவரும் ஒப்புக்கொள்வர். சிறு வயதில் சில விஷயங்களை மட்டுமே கற்று, அவற்றையே சிக்கெனப் பிடித்துக் கொண்டிருப்பவர்களே இதை மறுப்பர்."

தனது கருத்தை மேலும் விளக்கி கஜாலி வேறோரிடத்தில் சொல்கிறார்:

"யுக்தியினாலும், நல்ல உபதேசம் மூலமும் சிறந்த முறையில் பேசி, கடவுளின் பாதைக்கு வருமாறு அழை என்று குரான் கூறுகிறது. யுக்தியினால் அழைக்கப்படுபவர்கள் ஒருவிதமானவர்களென்பதையும், உபதேசம் மூலமும், பேச்சு வார்த்தை மூலமும் அழைக்கப்படுபவர்கள் வேறுவிதமானவர்கள் என்பதையும் தெரிந்து கொள்ள வேண்டும். உபதேசம் பெறத் தகுதி படைத்தவர்களுக்கு யுக்தி பயன்படுத்தினால், அவர்களுக்குத் தீங்கு விளையும். பால் குடிக்கும் குழந்தைக்குப் பறவையின் மாமிசம் சாப்பிட வைத்தால் தீங்கு விளையும் அல்லவா! யுக்தியை (தத்துவ இயலை)ப் புரிந்து கொள்ளக் கூடியவர்களுக்கு உபதேசமளித்தால், அவர்களுக்கு வெறுப்பு தோன்றும். வயது வந்தவனைத் தாய்ப்பால் குடிக்கச் செய்தால் எப்படி இருக்கும்? உபதேசமும் மனத்திற்கிசைந்த முறையில் செய்யாவிட்டால் பேரீச்சம் பழம் சாப்பிடும் பழக்கமுடைய அராபியனுக்குக் கோதுமை ரொட்டி தின்னக் கொடுத்தது போலாகிவிடும்."

(11) அறிவையும், (தத்துவத்தையும்) மதத்தையும் இணைத்தல்: கஜாலி பாக்தாதுக்கு வந்த பின்னர் அவரது உள்ளத்தில் மதத்திற்கும், பகுத்தறிவுக்குமிடையே போர் மூண்டு விட்டதைப் பார்த்தோம். "அவர் மதத்தை விட்டு வெளியேறத் தயாராக இருந்தார்" என்றும் தர்த்தூஷி கஜாலியைக் குறித்துக் கூறியிருக்கிறார். ஆனால் கஜாலி தனது உள்ளத்தில் மதத்தையும், பகுத்தறிவையும் இணைப்பதில் வெற்றி பெற்றார். ஸூஃபித் தத்துவம், மதத்தைப் பின்பற்றுவதில் பாகுபாட்டு முறை, உட்பொருள் விளக்கவுரை ஆகியவை இதற்காக அவர் செய்த முயற்சிகளாகும். அவரது இம்முயற்சிகள் அபாயம் விளைவிப்பவை தான்! ஸஞ்சனின் அரசவையில் அவர் விசாரிக்கப்பட்டதே இதற்கு எடுத்துக்காட்டாகும். கஜாலி வாழ்ந்த காலத்திலேயே அவருடைய புகழ் இஸ்லாமிய உலகில் வெகுதூரம் வரை பரவிவிட்டது. அவருடைய சீடரான முகமது தோமரத் ஸ்பெயின் மொராக்கோ முஸ்லிம்களிடையே எவ்வாறு 'கஜாலி பிரிவை'ப் பரப்பினார் என்பதையும் ஒரு புதிய மொஹிதீன் அரச வம்சத்தை நிறுவுவதில் வெற்றி கண்டார் என்பதையும் பின்னால் விவரிக்கப் போகிறோம். ஆனால் தோமரத்தின் வெற்றிக்கு முன்னதாக கஜாலி வாழ்ந்த காலத்திலேயே கி.பி. 1107இல் ஸ்பெயினில் கலீஃபா அலி பின் வாஷ்தீன் உத்தரவுப்படி மரியாவில் ஒரு பெருங்கூட்டத்தின் முன்னே கஜாலியின் நூல்கள்- குறிப்பாக "அஹ்யாவுல் உலூம்" தீயிலிட்டுக் கொளுத்தப்பட்டன.

பலமான எதிர்ப்பைக் கண்ட பிறகும், மதத்திற்கும் பகுத்தறிவுக்கு மான போராட்டத்தில் எந்த நிலை எடுக்க வேண்டுமென்பதைக் கஜாலி முடிவு செய்து கொண்டார்.

"பகுத்தறிவுக் கல்விக்கும், மதக் கல்விக்குமிடையே வேற்றுமை உள்ளதாகச் சிலர் கருதுகின்றனர். இரண்டையும் இணைக்கவே முடியாதென்றும் அவர்கள் எண்ணுகின்றனர். ஆனால் அறியாமையினால் தான் அவர்கள் இப்படி எண்ணுகின்றனர்.

"பகுத்தறிவுக்கு விடை கொடுத்துக் கண்ணை மூடிக்கொண்டு தன்னைப் பின்பற்றச் சொல்பவன் முட்டாளாவான். பகுத்தறிவிலே மட்டுமே ஆழ்ந்த நம்பிக்கை கொண்டு குரானையும், நபிகளின் வாக்கியங்களையும், அலட்சியப்படுத்துபவன் அகந்தையுடைய வனாவான். இவ்விரண்டில் நீ எதையும் பின்பற்றக்கூடாதென்று எச்சரிக்கிறேன்! நீ இரண்டையும் இணைத்துச் செல்ல வேண்டும். ஏனெனில் பகுத்தறிவுக் கல்வி உணவைப் போன்றது; மதக்கல்வி மருந்தைப் போன்றது."

பகுத்தறிவுக் கல்வியைப் பற்றிய இக்கருத்துக்களால்தான் கஜாலி, "கண்மூடித்தனமாகத் தத்துவ இயலை எதிர்ப்பவர்கள் இஸ்லாமின் அப்பாவி நண்பர்கள்" என்று எழுத வேண்டியதாயிற்று.

"தத்துவ இயலின் எல்லாச் சித்தாந்தங்களையும் மதத்திற்கு எதிரானவையாக நிரூபிப்பதே இஸ்லாமை ஆதரிப்பதாகுமென்று பலரும் எண்ணுகின்றனர். தத்துவ இயலின் பல சித்தாந்தங்கள் திடமான அத்தாட்சிகளால் நிரூபிக்கப்பட்டவையாகும். ஆகவே அவ்வத்தாட்சி களை நன்கு அறிந்தவர்கள் அச்சித்தாந்தங்களையும் சரியானவை என்றே கருதுகின்றனர். அப்படிப்பட்ட நிலையில் இந்தச் சித்தாந்தங்கள் இஸ்லாமுக்கு எதிரானவை என்று சொல்லப்படும்போது, அவர்களுக்கு அந்தச் சித்தாந்தங்களில் ஐயம் பிறப்பதற்குப் பதிலாக, இஸ்லாம் மதத்திலேயே அவநம்பிக்கை பிறந்து விடுகிறது. இதன் காரணத்தால் இந்த அப்பாவி நண்பர்களால் இஸ்லாமுக்கே பெருந்தீங்கு விளைகிறது."

பழைய கருத்துடைய முஸ்லிம்களையும் தனது பகைவர்களாக்கும் கஜாலியின் கருத்துக்கள் இவை! எனினும் கஜாலியின் முயற்சி வெற்றி பெற்றதென்பதை அவரது எதிரியான இப்ன தைமியா இவ்வாறு கூறுகிறார்:

"முஸ்லிம்களும், விவேகமுள்ள முல்லாக்களும் (?) தர்க்க இயலாளரின் கருத்துக்களைப் புரிந்து கொள்ள வாரம்பித்தனர். கஜாலியிலிருந்து தத்துவ இயல் முறை துவங்கியது. அவர் கிரேக்கத்

தத்துவ இயல் கருத்துக்களைத் தனது நூலில் இணைத்துக் கொண்டு விட்டார்.”

5. சமுதாயக் கருத்துக்கள்

கஜாலியைப் போன்ற மேதை, தத்துவம், மதம் ஆகியவைகளைப் பற்றி மட்டுமே சிந்திப்பாரென்று எதிர்பார்ப்பதற்கில்லை. இங்கே அவருடைய சமுதாயம் பற்றிய கருத்துக்களைக் கவனிப்போம்.

(1) அரசியல் குறித்து: கஜாலி இனக்குழுக்களுக்குள் நிலவியிருந்த எளிமை, சகோதரத்துவம் ஆகியவற்றைப் பற்றி எவ்வளவோ படித் திருந்தார். அவைகளைத் தனது காலத்திய அரசர்களின் நடிவடிக்கை களுடன் ஒப்பிட்டுப் பார்த்தபோது, கஜாலிக்கு ஆத்திரம் ஆத்திரமாக வந்தது. அதனால் கஜாலி தனது சமகாலத்திய அரசர்களைக் கடுமையாக விமரிசித்தார்.

“நமது காலத்திய சுல்தான்களுக்குக் கிடைக்கும் வருமானத்தில் பெரும்பகுதி அக்கிரமாகச் சம்பாதிப்பதேயாகும். அது அநீதியான வருவாயாக ஏன் ஆகாது? மக்கள் தாமாகக் கொடுக்கும் வரியும், போரினால் கிடைக்கும் செல்வத்தில் ஐந்தில் ஒரு பகுதியும்தான் நீதியுடன் கூடிய வருவாயாகும். இவ்விரண்டும் இப்பொழுது காணப் படுவதே இல்லை. கட்டாய வரி மட்டும் (ஜசியா) எஞ்சி நிற்கிறது. அதுவும் மிகக் கொடுமையான முறையில் வசூலிக்கப்படுகிறது.

கஜாலி எந்த மன்னனிடமும் செல்வதில்லை என்று சபதம் செய்திருந்தார். ஆனால் ஸஞ்சரின் கொடுங்கோலாட்சிக்குத் தலை வணங்கித், தனது சபதத்தை மறந்து ஸஞ்சரின் அரசவைக்குச் சென்றார். மற்ற சந்தர்ப்பங்களில் மன்னர்களுடன் ஒத்துழைக்கக் கூடாதென்பதைத் தன்னுடன் மட்டுமே வைத்துக் கொள்ளாமல் மற்றவர்களுக்கு அதையே உபதேசித்தார்.

“சுல்தான்களின் அரசவைகளில் ஒவ்வொரு வினாடியும் பாவ காரியங்கள் செய்ய வேண்டிநேரும். முதலாவதாக அரச மாளிகை பலாத்கார முறைகளால் கட்டப்படும். ஆகவே அப்படிப்பட்ட இடத்தில் காலெடுத்து வைப்பதே பாவமாகும். அரசவைக்குள் பிரவேசித்துத் தலைவணங்குதல், சுல்தானின் கரத்தை முத்தமிடுதல், கொடுமைக்காரனைக் கவுரவித்தல் ஆகியவை பாவச் செயல்களாகும். அரசு மாளிகைகளில் உள்ள எழில் கொஞ்சும் திரைச் சீலைகள், பட்டாடைகள், தங்கப் பாத்திரங்கள் ஆகிய எல்லாப் பொருள்களுமே அநீதியாகப் பெறப்பட்டவை. அவற்றைக் கண்டும் வாய்மூடி இருப்பது பாவமாகும். இறுதியில் மன்னனின் உடல் நலத்திற்காகவும், செல்வ

சுகங்களுக்காகவும் கடவுளைத் தொழ வேண்டும். இது மகாபாவ மாகும்.”

ஆகவே கஜாலியின் யோசனை இது:

“பொது மக்கள் இந்தச் சுல்தான்களுக்குத் தென்படாதவாறு விலகியிருக்க வேண்டும்; விலகித்தான் இருக்க வேண்டும். ஏனெனில் விலகி இருப்பதால்தான் நமக்கு நல்லது நடக்கும். இந்த மன்னர்களது கொடுமைகளை எதிர்த்துக் கொதித்தெழுவது மக்களுடைய கடமை யாகும். மன்னர்களது தயவை எதிர்பார்க்கக்கூடாது. அவர்களைப் புகழ்ந்துரைக்கக் கூடாது. அவர்களது நலன்களை விசாரிக்கக் கூடாது. அவர்களுடைய உறவினர்களுடன் தொடர்பு வைத்துக் கொள்ளக் கூடாது.”

சில இடங்களில் கஜாலியின் மவுனமான ஒத்துழையாமை சில விதிகளுடன் செயல்படவும் விரும்பிற்று.

“மன்னர் எதிர்ப்பால் நாட்டில் ரத்தக்களறி ஏற்படுவதாக இருந்தால் அது உசிதமல்ல. ஆனால் மக்களின் உயிருக்கும் உடைமைக்கும் அபாயம் நேருவதாக இருப்பின், அது உசிதமானது மட்டுமல்ல, பாராட்டுக்குரியதுமாகும். பழங்காலத்துப் பெரியோர்கள் தமது உயிருக்கு ஏற்படும் அபாயத்தையும் பொருட்படுத்தாமல் மன்னர்களையும் செல்வர்களையும் எப்பொழுதும் கண்டித்து வந்தனர். இதற்காக எவருக்காவது மரண தண்டனை விதிக்கப்பட்டால், அவர்களை அதிர்ஷ்டக்காரர்கள் என்று கருதினர். ஏனெனில் அவர்களுக்குத் தியாகிகள் என்ற புகழ் கிடைத்து வந்தது.”

இது மட்டுமல்ல, கஜாலியின் உள்ளத்தில் இப்படிப்பட்ட அரசுகளை அகற்றி, ஒரு சிறந்த அரசை அமைத்திட வேண்டுமென்றும் அந்த அரசனின் பழைய இனக் குழுத்தலைவரின் எளிமையும், சகோதரத்துவமும் நிறைந்திருக்க வேண்டுமென்றும், பிளாட்டோவின் குடியரசுத் தலைவர்களான தத்துவ அறிஞர்களின் அல்லது தன்னைப் போன்ற ஸூஃபிக்களின் குணங்கள் இருக்க வேண்டுமென்றும் கருதினார். தனது இக்கருத்தினைக் கஜாலியால் செயல்படுத்த முடியாமற் போனாலும் அவரது சீடரான தோமரத் அதை எப்படி அமுல்படுத்தினாரென்பதைச் சொல்லப் போகிறோம்.

(2) இனக் குழுக்களின் ஆதர்சம்: கஜாலி நடைமுறைத் தத்துவச் சிந்தனையாளரல்ல, அவருள் அபாயத்தை மேற்கொள்ளும் துணிவும் இருந்ததில்லை. மன்னர்களிடமும், செல்வர்களிடமும் அவர் மிகவும் வெறுப்புற்றிருந்தார். ஸல்ஜூவின் சுல்தான் அல்லது பாக்தாதின்

கலீஃபாவின் அரசவைக்குச் சென்றால் இடுப்பை வளைத்து வணங்கினார். அதே சமயத்தில் ஏழை அறிஞர்களைக் கவுரவிக்காமலும் இருந்தார். இவையெல்லாம் கஜாலியைச் சிந்திக்கத் தூண்டின. அவர் மட்டும் செல்வர் மகனாகவோ, இளவரசனாகவோ இருந்திருப்பின் அவருடைய கருத்தும் வேறாக இருந்திருக்கும். ஆனால் அவர் தனது சிறு வயது நிலைமைகளை மறந்துவிடவில்லை. இந்தியச் சமஸ்கிருதக் கவிஞரான 'பர்த்ருஹரி' கூறியது கஜாலிக்கும் சாலப்பொருந்தும்:

"பல கடினமான- கொடுமையான- நாடுகளில் சுற்றித் திரிந்தேன். பல இன்னல்களை அனுபவித்தேன். ஜாதிப் பெருமையைத் துறந்து மற்றவர்களுக்குப் பலனில்லாத சேவை புரிந்தேன். மானத்தை விட்டு விட்டுக் காக்கைகளைப்போல் மற்றவர் வீடுகளில் அச்சமுடன் சாப்பிட்டேன். அதாவது ஊர் ஊராகத் திரிந்தும், இன்னல்பட்டும் எவ்விதப் பலனும் கண்டதில்லை" - 'வைராக்கிய சதகம்.'

அனாதையான கஜாலி பட்டினி கிடந்து, போர்த்திக் கொள்ளக் கம்பளி இல்லாமல் கடுங்குளிரில் எத்தனையோ இரவுகளைக் கழித்திருப்பார். மற்றவர்கள் வீசி எறிந்த உணவைச் சாப்பிடும்போது அவர் அவமானத்தால் குன்றியிருப்பார். அவர் தனது முப்பத்தி நாலாவது வயதில் பணக்கார வாழ்க்கை வாழும் வசதிகளைப் பெற்று விட்டிருந்தாலும் அந்த வாழ்க்கையுடன் ஒத்துப்போக அவரால் இயலவில்லை. கஜாலி, நபிகளின், அவரது தோழர்களின் வாழ்க்கை வரலாறுகளைப் படித்தார். அவர்களது எளிமையும் பொதுமையும் அவரை வெகுவாகக் கவர்ந்தன. கஜாலி அவற்றையே சிறப்பானவை யென்று எண்ணினார். இயற்கை லட்சக்கணக்கான ஆண்டுகளின் முன்னேற்றத்துக்குப் பிறகு, மனிதன் இனக்குழுக்கள் வடிவத்தில் மாற்றம் பெறுவதற்கு வாய்ப்பளித்தது என்பது பாவம், கஜாலிக்குத் தெரியாது. வளரும் தேவைகள், மக்கள் தொகை, பகுத்தறிவு, வாழ்க்கைச் சாதனங்கள் ஆகியவை அடுத்த நிலையான நிலவுடைமைச் சமுதாய அமைப்பை நோக்கி மனிதனை நெட்டித் தள்ளின. இனக்குழுக்கள் ஆட்சி முறையை ஒழித்து, நில உடைமை ஆட்சி முறையை அமைக்கப் பல்லாயிரம் ஆண்டுகள் பயங்கரப் போர்கள் நடந்தன. ம்வாவியா, அலி அல்லது கர்பலா சண்டையும் கூட அவற்றின் பகுதிகள்தான், ஆனால் மிகவும் அற்பமான பகுதிகள். இப்படிப்பட்ட நெடுங்காலப் போர்களுக்குப் பின்னர் முன்னேறிய சரித்திரச் சக்கரத்தைப் பின்னுக்குத்தள்ள இயற்கையால் முடியாதென்பதைக் கஜாலி அறியமாட்டார். அதனாலேயே அவர் நடக்க இயலாதது நடக்குமென்று (நடத்த வேண்டுமென்றல்ல) எதிர்பார்த்தார்.

கஜாலியின் நூல்களில் ஆங்காங்கே குறிப்பிட்டுள்ள கீழ்க்காணும் நிகழ்ச்சிகளிலிருந்து அவரது அரசியல் கருத்துக்களை உணர்ந்து கொள்ளலாம்.

1. ஒரு தடவை அமீர் ம்வாவியா (கி.பி. 661-80) பொது மக்களுக்கு வழங்கப்படும் ஓய்வுக்கால ஊதியங்களை நிறுத்திவிட்டார். இதைக் குறித்து அபூ முஸ்லிம் கவுலானி அரசவையிலேயே "ஓ ம்வாவியா! அந்தப் பணம் நீயோ, உன் அப்பனோ சம்பாதித்ததல்ல" என்று உரத்த குரலில் கூறினார்.

2. குத்பாவின்போது (உபதேசம் செய்யும்போது) கலீஃபா உமர் பெயருக்குத் (கி.பி. 642- 44) தொழுகையை நடத்துவது அபூ மூஸாவின் வழக்கமாக இருந்தது. ஐப்பா என்பவர் குத்பாவின்போதே எழுந்து நின்று, "நீ அபூபக்கரின் பெயரால் ஏன் தொழுகையை நடத்துவதில்லை? அபூபக்கரைவிட உமர் பெரியவரா?" என்று கண்டனக்குரல் எழுப்பினார். உமர் இந்தச் செய்தியைக் கேட்டு ஐப்பாவை மதீனாவுக்கு வரவழைத்தார். "என்னை வரவழைக்க உனக்கு என்ன அதிகாரமிருக்கிறது?" என்று ஐப்பா உமரைக் கேட்டார். உமர் கண்ணீர் வடித்தவாறே, "நீ சொல்வது உண்மைதான். நான் குற்றம் புரிந்து விட்டேன். என்னை மன்னித்துவிடு" என்று ஐப்பாவைக் கேட்டுக் கொண்டார்.

3. ஹாரூனும் ஸஃபியானும் சிறு வயது நண்பர்கள். ஹாரூன் பாக்தாத்தில் கலீஃபாவானதும் (மன்னரானதும்) (கி.பி. 786-809) எல்லோரும் அவரை வாழ்த்த வந்தனர். ஆனால் ஸஃபியான் மட்டும் வரவில்லை. ஹாரூனே ஸஃபியானைச் சந்திக்க விரும்பினாலும், ஸஃபியான் லட்சியம் செய்யவில்லை. கடைசியில் ஹாரூன் ஸஃபியானுக்குப் பின்வருமாறு கடிதம் எழுதினார்:

"என்னருமைச் சகோதரன் ஸஃபியானுக்கு, கடவுள் எல்லா முஸ்லிம்களிடையேயும் சகோதர பாசத்தை நிறைத்திருக்கிறாரென்று நீ அறிவாய். இப்பொழுதும்கூட நம்மிருவரிடையே அந்தப் பழைய சகோதர பாசமே நிறைந்துள்ளது. நான் மன்னரானபோது என்னுடைய எல்லா நண்பர்களும் எனக்கு வாழ்த்துக் கூற வந்திருந்தனர்; என்னிடம் பரிசுகளையும் பெற்றுச் சென்றனர். ஆனால் நீ மட்டும் இதுவரை வராதது வருத்தத்திற்குரியது. நான் உன்னைத் தேடி வருவேன். ஆனால் அது மன்னர் கவுரவத்துக்கு அழகானதல்ல. எது எப்படியானாலும் இனியாவது நீ தவறாமல் வரக்கோருகிறேன்."

'ஒரு கொடுமையாளன் தொட்ட கடிதத்தை நான் தொட மாட்டேன்' என்று கூறி, ஸஃபியான் அக்கடிதத்தைப் படிக்காமலேயே

தூர வீசி எறிந்துவிட்டார். பிறகு அந்தக் கடிதத்தின் பின்னாலேயே மற்றவரைக் கொண்டு எழுதுவித்தார்.

"ஏழை பக்தனான ஸஃபியான் செல்வப் பேராசை பிடித்த ஹாரூனுக்கு எழுதுவது: உன்னுடன் எனக்கு எந்த விதமான தொடர்பும் கிடையாதென்று ஏற்கெனவே நானே தெரிவித்து விட்டேன். முஸ்லிம்களின் செல்வக் களஞ்சியத்திலிருந்து நீ தேவையில்லாமல் அநீதியான வழியில் செலவிட்டாயென்று உன் கடிதத்திலேயே குறிப்பிட்டிருக்கிறாய். அப்படியும் உனக்குத் திருப்தி ஏற்படவில்லை. நான் இறுதித் தீர்ப்பு நாளன்று உன்னுடைய ஊதாரிச் செலவுக்குச் சாட்சியமளிக்க வேண்டுமென்று விரும்புகிறாய். ஹாரூன்! நீ நாளை கடவுளுக்குப் பதில் சொல்லத் தயாராயிருக்க வேண்டும். நீ அரியணையில் அமர்ந்து அதிகாரம் செலுத்துகிறாய். பட்டாடைகள் உடுத்துகிறாய் உனது மாளிகை வாசலில் காவல்காரர்கள் நிற்கின்றனர். உன்னுடைய அதிகாரிகள் மது குடித்து, சாராயம் குடிப்பவர்களுக்குத் தண்டனை வழங்குகின்றனர். அவர்கள் விபசாரம் செய்தாலும், சாதாரண விபசாரிகளின்மேல் அதிகாரம் செலுத்துகின்றனர். அவர்களே எவ்வளவோ திருடுகின்றனர். ஆனால் சாதாரணத் திருடர் களின் கரங்களை வெட்டுகின்றனர். இந்தக் குற்றங்களுக்கு உனக்கும், உன்னுடைய அதிகாரிகளுக்கும் முதலில் தண்டனை வழங்க வேண்டும். பிறகு சாதாரண குற்றவாளிகளைத் தண்டிக்க வேண்டும். இனி எப்பொழுதுமே எனக்குக் கடிதம் எழுத வேண்டாம்."

"இந்தக் கடிதத்தைப் படித்ததுமே ஹாரூன் வேதனையால் வெகுநேரம் கேவிக்கேவி அழுதுகொண்டே இருந்தான்."

கஜாலி ஒரு பக்கம் தத்துவச் சுதந்திரம் விரும்பினார். மறுபக்கம் இனக் குழுக்களின் எளிமையும், சமத்துவமும் கோரினார். இனக் குழுக்களுக்கும், சிந்தனைச் சுதந்திரத்துக்கும் ஏதாவது தொடர்பு இருக்கிறதா?

(3) இஸ்லாமியப் பிரிவுகளை இணைத்தல்: இஸ்லாமுக்குள் இருந்த பல்வேறு பிரிவினரின் சச்சரவை முடிவுக்குக் கொண்டு வருவது கஜாலியின் குறிக்கோள்களில் ஒன்றாகும். தத்துவ இயலில் அவருடைய எதிரியான ரோஷ்த் கூறுகிறார்:

"கஜாலி தனது நூல்களில் எந்தச் சம்பிரதாயத்தையும் (பிரிவையும்) தாக்கி எழுதவில்லை. அவர் அஷரீக்களுடன் அஷரியாகவும், ஸூஃபிக் களுடன் ஸூஃபியாகவும் தத்துவ மேதைகளுடன் தத்துவ மேதையாகவு மிருந்தார் என்று சொல்ல வேண்டும்."

கஜாலி வாழ்ந்த காலத்தில் இஸ்லாமிய மதம் சிந்து, காஷ்கரி லிருந்து மொராக்கோ, ஸ்பெயின் வரை பரவியிருந்தது. இப்பரந்த நிலப்பகுதியில் இஸ்லாம் அல்லாத மற்ற மதங்கள் மறைந்து விட்டிருந்தன. அல்லது இஸ்லாமுடன் போட்டியிடும் சக்தியை இழந்துவிட்டிருந்தன. ஆனால் இஸ்லாமுக்குள்ளேயே பல்வேறு பிரிவுகள் முக்கியமானவை; அஷரி, ஹம்பலி, பாதனி (ஷியா) இப்பிரிவுகள் மதத்துள் மட்டும் அடங்கியிருக்கவில்லை. அவை ஆட்சிகளையும் கைப்பற்றி இருந்தன. குராஸான் (கிழக்கு ஈரான்) பிரதேசத்திலிருந்து ஈராக்வரை அஷரீக்கள் கொடிகட்டிப் பறந்தனர். பாதனீக்கள் ஷியாக்களாதலால், அலி-ம்வாவியா காலத்தில் அவர்களுக்கு எதிராக மூட்டப்பட்ட தீ அப்பொழுதும் புகைந்து கொண்டிருந்தது. அது ஒன்றும் வியப்பிற்குரியதல்ல; ஆனால் அஷரீக்களும், ஹம்பல் பிரிவினரும் சுன்னிக்களாக இருந்தும் ஒருவரையொருவர் அழிக்க விரும்பினர் என்பதுதான் வியப்பிற்குரியது. ஷெரீப் அபுல் காசிம் (கி.பி. 1082) அக்காலத்தில் மிகப் பெரிய உபதேசகராவார். பிரதமர் நிஜாமுல் முல்க் அவரை மிக மரியாதை யுடன் நிஜாமியாவில் (பாக்தாத்தில்) உபதேசகராக நியமித்தார். அவர் பள்ளி வாசலின் புனித பீடத்திலிருந்து ஹம்பல் பிரிவினர் நாஸ்திகர் களென்று பகிரங்கமாகச் சொல்லிக் கொண்டிருந்தார். அவர் அத்துடன் நிற்காமல் தலைமை நீதிபதியின் வீட்டிலும் அதையே கூறியதால், அங்கே ரத்தக்களறி ஏற்பட்டுவிட்டது. அல்ப் அர்ஸலன் ஸல்ஜூகி (கி.பி. 1062-72)யின் ஆட்சிக் காலத்தில் பள்ளிவாசலின் புனித பீடத்திலிருந்து ஷியாக்களும், அஷரீக்களும் கண்டிக்கப்பட்டு வந்தனர். நிஜாமுல் முல்க் பிரதமரானதும், அஷரீக்களைக் கண்டிப்பதை நிறுத்தச் செய்து விட்டார். ஆனால் பாவம் ஷியாக்களின் கதி அப்படியே இருந்தது. அபூ இஸ்ஹாக் ஷீராஜி பாக்தாத் அறிஞர்களில் தலை சிறந்தவர். அவர்கூட ஹம்பல் பிரிவினரைத் தாக்கிப் பேசுவதைத் தனது கடமையாகக் கொண்டிருந்தார். இதனால் பாக்தாத் நகரில் ஒரு பெரிய கலவரமே நிகழ்ந்துவிட்டது.

ஓரிடத்தில் ஒரு பிரிவினர் அதிகமாக இருந்தால், மற்ற பிரிவு களைச் சேர்ந்தவர்கள் அங்கே வாய்மூடிக் கிடக்க வேண்டி இருந்தது. இப்ன அஸீர் மோத்ஜலா பிரிவின் தலைவரும் பெரும் புலவருமாவார். அவர் கி.பி. 1085இல் காலமானார். தனது எதிரிகளுக்குப் பயந்து அவர் ஐம்பதாண்டுகள் வரை வெளியே வராமல் வீட்டுக்குள்ளேயே அடைபட்டுக் கிடந்தார். இந்தப் பிரிவினைச் சண்டைகளும், ரத்தம் சிந்துதலையும் தவறென்று கஜாலி எழுதினார்:

"மத அறிஞர்கள் மிகவும் முரட்டுப் பிடிவாதம் பிடிக்கின்றனர். அவர்கள் தமது எதிரிகளை வெறுப்புணர்ச்சியுடனும், தாழ்வுக் கண்ணோட்டத்துடனும் பார்க்கின்றனர். அவர்கள் எதிரிகளிடம் அன்புடனும், பாசத்துடனும் நடந்து கொண்டால், தமது கருத்துக் களை இனிமையுடன் எடுத்துச் சொன்னால், தமது முயற்சியில் வெற்றிபெறுவார்கள். ஆனால் அவர்கள் தமது அதிகாரத்தையும், செல்வாக்கையும் நிலைநிறுத்த மக்கள் கூட்டம் வேண்டும். மக்கள் கூட்டத்தைத் திரட்ட மதவெறி ஊட்டுவதும் வேறுபிரிவினரை ஏசுவதும் அவசியமாகும். இதனாலேயே மத அறிஞர்கள் முரட்டுப் பிடிவாதத்தைத் தமது ஆயுதமாக்கிக் கொண்டனர். அதற்கு மதப்பற்றென்றும், இஸ்லாம் எதிர்ப்பை அழிப்பது என்றும் பெயர்கள் சூட்டிக் கொண்டனர். ஆனால் இவை எல்லாம் மக்களை அழிப்பதற் காகத்தான் பயன்படும்."

"என்னுடைய மதத்தில் எழுபத்தி மூன்று பிரிவுகள் தோன்றும். அவைகளில் ஒன்று மட்டுமே சொர்க்கத்துக்குப் போகும். மற்றவை யெல்லாம் நகரத்துக்குத்தான் செல்லும்" என்பது ஒரு முறை நபிகள் நாயகத்தின் வாயிலிருந்து வெளிப்பட்டது. இந்த ஹதீஸை (தேவதூதர் வாக்கியத்தை) வைத்துக் கொண்டு ஒவ்வொரு பிரிவும் தான்மட்டுமே சொர்க்கத்திற்குப் போகப் போவதாகவும் மற்ற பிரிவுகள் அனைத்துமே நரகத்துக்குத்தான் செல்லப் போவதாகவும் சொல்லிப் பகைமையை வளர்த்துக் கொண்டிருந்தது. இஸ்லாமுக்குள் நடந்துவந்த இந்தச் சண்டையை நிறுத்த கஜாலி ஒரு நூலையே எழுதினார். அதில் இஸ்லாமுக்கும் நாஸ்திகர்களுக்குமுள்ள வேற்றுமையை விளக்கினார். அந்நூலில் அவர் மேற்கண்ட நபிகள் நாயகத்தின் வாக்கியத்தைக் குறித்துக் கூறுகிறார்:

"நபிகள் நாயகத்தின் வாக்கியம் சரியானதே. ஆனால் ஒன்றைத் தவிர மற்ற எழுபத்திரண்டு பிரிவுகளைச் சேர்ந்தவர்கள் அனைவருமே நாஸ்திகர்களென்பதும், அவர்கள் எப்பொழுதும் நரகத்திலிருப்பார்கள் என்பதும் அதன் பொருளல்ல. அவர்கள் தமது பாவ அளவின்படி இருப்பார்கள் என்பதுதான் இதன் பொருளாகும்."

கஜாலி தனது நூலில் நாஸ்திகர்களது தன்மைகளை மறுத்துக் கூறுகிறார்: "முஸ்லிம் அல்லாதவர்கள் நாஸ்திகர்களாவர். 'கல்மா' படிப்பவர்கள் எல்லோரும் ('அல்லாவைத் தவிர வேறு கடவுள் இல்லை, முகமது நபிகள் அல்லாவினால் அனுப்பப்பட்டவர்' என்பதைப் படிப்பவர்கள் எல்லோரும்) முஸ்லிம்களேயாவர். முஸ்லிம்களாக இருப்பதால் அவர்கள் அனைவருமே சகோதரர்கள், பல்வேறு பிரிவு களுக்கிடையே கருத்து வேற்றுமை இருப்பினும், அதற்கும், இஸ்லாமின்

அடிப்படைக்கும் எவ்விதத் தொடர்புமில்லை. அக்கருத்துவேற்றுமை முக்கியத்துவமில்லாதது.”

கஜாலி தனது பரந்த மனப்பான்மையை முஸ்லிம்களுக்குள் மட்டுமே நிறுத்திக் கொள்ளவில்லை.

“நமது காலத்தைச் சேர்ந்த பல துருக்கியரும், கிருத்துவ ரோமானியரும்கூடக் கடவுளின் அருளைப் பெறுவார்கள்.”

இந்த முயற்சியின் பலன், அவர் தனது வாழ்நாளிலேயே கண்டார். அஷரீக்களுக்கும் ஹம்பல் பிரிவினருக்குமிடையே சண்டைகள் பெருமளவுக்கு நின்றுவிட்டன. பாக்தாதில் ஷியாக்களுக்கும், சுன்னிக்களுக்கும் கி.பி. 1109-இல் சமரஸம் ஏற்பட்டுவிட்டது. தலை நகரில் பல பேட்டைகள் அழிந்ததற்குக் காரணமான கலகங்கள் மறைந்துவிட்டன.

கஜாலியின் வாரிசுகள்

கஜாலியின் நூல்கள் பெரும் எண்ணிக்கையில் இருப்பதைப் போலவே, அவரது சீடர்களும் மிக அதிகமாகவே இருந்தனர். அவர்களில் பலர் இஸ்லாமிய மத வரலாற்றில் சிறப்பான இடம் பெற்றுள்ளனர். முஸ்லிம்களில் பெரும்பான்மையினர் இன்றும்கூடக் கஜாலியையே தமது மதத் தலைவராகக் கருதுகின்றனர். இதிலிருந்து அவரது முக்கியத்துவத்தைப் புரிந்து கொள்ளலாம். அவருடைய சீடர்களைப் பற்றி இங்கே நாம் விரிவாகச் சொல்லாவிட்டாலும் அவருடைய ஒரு சீடரான தோமரத் குறித்துப் பின்னால் எழுதவிருக்கிறோம். ஏனெனில் அவர் தனது ஆசானுடைய மதப்பற்றுடைய அரசியல் கனவை நனவாக்குவதில் ஓரளவு வெற்றிபெற்றார்.

அத்தியாயம் ஆறு

ஸ்பெயினின் இஸ்லாமியத் தத்துவ அறிஞர்கள்

1. ஸ்பெயினின் மத, சமூக நிலைமை

1. உமையா ஆட்சியாளர்

இஸ்லாமிய அராபியர் கிழக்கில் தமது வெற்றிப் பயணத்தைத் துவக்கியபோது, மேற்கு நோக்கியும்- குறிப்பாகப் பக்கத்திலிருந்த எகிப்து நோக்கியும்- அவர்கள் பார்வை சென்றது இயற்கையே! எகிப்துக்குப் பின்னர் மேற்கு நோக்கி அவர்கள் முன்னேறி டுனீஸியா, மொராக்கோ போய்ச் சேர்ந்தனர். நபிகள் மறைந்து நூறாண்டுகள் ஆவதற்குமுன்பே கி.பி. 706இல் தாரிக் இப்னலேஸி மொராக்கோவைச் சேர்ந்த பன்னிரண்டாயிரம் முரட்டுப்படை வீரர்களைத் திரட்டிக் கொண்டு ஸ்பெயின் நாட்டின் மீது படையெடுத்தார். அப்பொழுது ஸ்பெயினை 'காதிக்' வம்சத்தினர் ஆண்டு கொண்டிருந்தனர். அவர்கள் ஆட்சி இரண்டாயிரம் வருடங்களாகத் தொடர்ந்து வந்துகொண்டிருந்தது. இதன்பொருள் ஸ்பெயின் நாடு காலத்தை அனுசரித்து மாறவில்லை என்பதுதான். உழவர்கள் நிலைமை மிகவும் மோசமாக இருந்தது. நிலச்சுவான்தார்களுடைய கொடுமைகளுக்கு எல்லையே இல்லை. அடிமை முறை காரணமாக மக்கள் பாடு திண்டாட்டமாக இருந்தது. உழவர்களுக்கும், அடிமைகளுக்கும், குழந்தைகள் பிறந்ததுமே, அவர்களை நிலப்பிரபுக்களும் படைத் தளபதிகளும் தம்மிடையே பங்கு போட்டுக் கொண்டனர். சாதாரண மக்கள் இக்கொடுமையை அனுபவித்துக் கொண்டிருந்தபோது தாரிக்கின் படை ஆப்பிரிக்கக் கரையையொட்டிச் சென்று மறுகரையிலிருந்த ஒரு மலைக்கருகில் போய் முகாமிட்டது. அந்த மலைக்கு முதலில் ஜப்ருல் தாரிக் (தாரிக்மலை) என்ற பெயர் வந்தது. அப்பெயரே சிதைந்து இன்று 'ஜிப்ரால்டர்' ஆகிவிட்டது. ரோத்ரிக் மன்னர் தாரிக்கை எதிர்த்தார். ஆனால் முதல் சண்டையிலேயே

மோசமாகத் தோற்றுப் போனார். ஏமாற்றமடைந்த ரோத்ரிக் ஆற்றில் மூழ்கித் தற்கொலை செய்து கொண்டார். மறுவருடம் ஆப்பிரிக்க முஸ்லிமான கவர்னர் மூஸாபின்நஸீர் பெருஞ்சேனையுடன் ஸ்பெயின்மேல் படையெடுத்தார். அங்கே இப்புதிய சக்தியை எதிர்த்து நிற்கக் கூடியவர் எவருமே இல்லை. ஆயினும் நாட்டில் மத, இன அமைதியின்மை சில காலம்வரை நிலவிற்று. ஆனால் மூன்று, நான்காண்டுகளுக்குப் பிறகு நாடு முழுவதும் முஸ்லிம்களின் கைக்குள் வந்துவிட்டது. சொத்துக்கள் உரிமையாளர்களுக்குத் திருப்பித் தரப்பட்டன. மதச் சுதந்திரம் அறிவிக்கப்பட்டது. மற்ற இனங்களுக்குத் தமது மதச் சட்டத்தின்படி தமது வழக்குகளைத் தீர்த்துக் கொள்ள அனுமதி வழங்கப்பட்டது. மூஸாவின் மகன் அப்துல் அஜீஜ் ஸ்பெயினின் முதல் கவர்னராக நியமிக்கப்பட்டார்.

இது நடந்து சில நாட்களானதுமே பனி உமையா ஆட்சி தாக்கப்பட்டது. அப்துல் அப்பாஸ் தனது ஆட்சியை ஏற்படுத்தி, உமையா குடும்பத்தைச் சேர்ந்த இளவரசர்களைத் தேடித்தேடிக் கொன்று தீர்த்தார். அந்தச் சமயத்திலேயே (கி.பி. 750) ஒரு உமையா இளவரசரான அப்துர் ரகுமான் தாகில் ஸ்பெயினுக்கு ஓடிவந்து அந்நாடு உமையா வம்சத்தார் கைகளிலிருந்து நழுவிப் போகாமல் பார்த்துக் கொண்டார். அப்துர் ரகுமான் டமாஸ்கஸில் கலை, கலாச்சாரச் சூழ்நிலையில் வளர்ந்தவராதலால், அவரது ஆட்சிக் காலத்தில் ஸ்பெயின் கல்வியிலும், பண்பாட்டிலும் மகத்தான வளர்ச்சியடைந்தது. மேற்கத்திய இஸ்லாமிய அறிஞர்கள் கிழக்குடன் தொடர்பு கொள்ளவாரம்பித்தனர்.

இஸ்லாம் மொராக்கோ வரையில் மட்டுமே பரவியிருந்த போது அங்கிருந்த அநாகரிக மக்களுடன் அராபியர் தொடர்பு கொண்டிருந்தனர். அவர்களுடைய நிலையும் அராபியரைவிடச் சிறப்பாக இருக்கவில்லை. ஆனால் இஸ்லாமுக்கு ஸ்பெயினில், பாக்தாதில் கிடைத்த அனுபவமே ஏற்பட்டது. இரண்டு இடங்களிலும் அது பழைய கலாசாரம் படைத்த இனங்களை எதிர்கொள்ள வேண்டிவந்தது. அராபியர் பாக்தாதில் ஈரானியப் பெண்களை ஈரானியப் பண்பாட்டோடு மணம் செய்து கொண்டனர். ஸ்பெயினில் ஸ்பானிஷ் பெண்களை ரோமன் பண்பாட்டுடன் திருமணம் செய்து கொண்டனர். இதன்விளைவு கிழக்கில் நிகழ்ந்ததைப் போலவே இருந்தது. அதைப்பற்றி எழுதுவதற்கு முன்னதாக, வரலாற்றை மேலும் சற்று விளக்க வேண்டியது அவசியம்.

ஸ்பெயினில் இருநூற்றி ஐம்பது ஆண்டுகளுக்கும் மேலாக (கி.பி. 756-1031) உமையாக்களின் ஆட்சி நடந்தது. மூன்றாம் அப்துர் ரகுமான்

(கி.பி. 912-61) ஆட்சிக் காலத்தில் ஸ்பானிஷ் உமையாக்களின் செல்வாக்கு உச்ச நிலையில் இருந்தது. இந்த அப்துர்ரகுமானே முதன் முதலாக கலீஃபா என்னும் பட்டம் சூட்டிக் கொண்டார். இவருக்குப் பின்னர் இவரது குமாரன் இரண்டாம் ஹகம் (கி.பி. 961-76) தந்தையின் செல்வாக்கை நிலைநிறுத்தினார். செல்வத்திலும், கல்வியிலும் அப்துர் ரகுமான், ஹகம் ஆகியோரின் ஆட்சிக் காலம் (கி.பி. 912-76) மேற்கில் கிழக்கிலிருந்த ஹாரூன் மாமூன் ஆட்சிக் காலத்தைப் போலவே, சிறப்புற்றிருந்தது. ஹாரூன் மாமூன் ஆட்சிக்காலம் கி.பி. 786-833 ஆகும். ஸ்பானிஷ் முஸ்லிம் சமுதாயத்தில் தமது முன்னோர்கள் அல்லது அப்பாஸிகள் ஆண்ட காலத்தைக் காட்டிலும், கல்வி, கலாச்சாரங் களுக்கு முக்கியத்துவம் அளிப்பவர்களைவிடச் சம்பாதிப்பதில் நாட்டம் கொண்டோர் அதிகமிருந்தனர். அப்துர் ரகுமான் குடி மக்களில் கிருத்துவர்களுடன் கூடவே யூதர்களும் நகர்ப்புறங்களில் பெரும் எண்ணிக்கையிலிருந்தனர். கெய்ஸர் ஹர்தியன் ஐந்து லட்சம் யூதர்களை விஜந்தீனிலிருந்து வெளியேற்றி ஸ்பெயினில் குடியேற்றினார். கிருஸ்துவ ஆட்சிக்காலத்தில் யூதர்களை அடக்கியாள முயற்சி செய்யப்பட்டது. ஆனால் இஸ்லாமிய அரசாட்சி நிலைநாட்டிய பின் அவர்களை நல்லபடி நடத்தவாரம்பித்தனர். யூதர்களும் நாட்டின் பகுத்தறிவுத் துறையிலும் கலாச்சாரத் துறையிலும் பங்கு கொள்ளத் தொடங்கினர். ஸ்பானிஷ் யூதர்களின் மதத் தலைமைப் பீடமும் பாக்தாதிலேயே இருந்ததால் அங்கே அரசவையில் யூத மருத்துவர் களும், அறிஞர்களும் பெரும் மதிப்புடன் இருந்து வந்தனர். ஸ்பெயினில் ஏற்கனவே ரோமன் கத்தோலிக் போன்ற மதவெறிபிடித்த பிரிவு வலுவுடன் இருந்து வந்தது. ஸ்பெயினுக்குள் முஸ்லிம்கள் வந்ததும், அராபியரும் அவர்களூக்கு நெருக்கமானவர்களும் பெரும் எண்ணிக்கையில் அங்கே வந்து குடியேறி விட்டனர். இதனால் ஸ்பெயின் நகரங்களிலும், கிராமங்களிலும் அராபிய மொழி சாதாரண பேச்சு வழக்கு மொழியாகி விட்டது. இந்த அராபியர் கிழக்கத்திய மதப் பிரிவினரின் சண்டைகளைப் பார்த்தவர்களாதலால், ஸ்பெயினிலும் இதர மதப் பிரிவுகள் தோன்றக்கூடாதென்று விரும்பினர். அவர்கள் ஹம்பல் பிரிவை மட்டும் ஏற்றுக் கொண்டனர். ஒரு சாதாரண அராபிய அநாகரீகமானவன் புரிந்து கொள்ளக்கூடிய குரானின் பொருளையே ஹம்பல் பிரிவு ஒப்புக் கொண்டது. கிருஸ்துவர், அராபியர் ஆகியோரின் கூட்டணியில் சேராதவர்கள் இந்த யூதர்கள் மட்டுமே. அவர்கள் கருத்துச் சுதந்திரச் சூழ்நிலையுள்ள பாக்தாதுடன் தொடர்பு கொண்டிருந்தனர். இவர்கள் மறைவாகத் தத்துவ இயல் நூல்களைப் படித்துப் பிரசாரம் செய்து வந்தனர். இவர்களைத் தவிர, பல முஸ்லிம்களும் இந்தத் 'தடுக்கப்பட்ட பழத்தை'த் தின்னக் கீழ்த்திசை போய் வந்தனர். அப்படிப்பட்டவர்களில் அப்துர் ரகுமான் பின் இஸ்மாயில் ஈரானுக்குச் சென்று, அங்கிருந்த 'ஸாபி'

அறிஞர்களிடம் தத்துவ இயலைக் கற்றார். இவர் ஸ்பெயினுக்குத் திரும்பி வந்து முதன் முதலாகப் புனித சங்க நூல்களைப் பிரசாரம் செய்தார். இவர் கி.பி. 1065-இல் காலமானார்.

2. தத்துவ இயலின் முதல் பிரவேசம்

இரண்டாம் ஹகம் ஸ்பெயினில் மன்னராக இருந்தார். அவர் ஓர் கல்வி விரும்பி. குறிப்பாகத் தத்துவ அறிஞர்களை மிகவும் கவுரவித்து வந்தார். புத்தகங்களைச் சேகரிப்பதில் அவருக்கு மிகவும் ஈடுபாடு. அவருடைய ஆட்கள் புத்தகங்களைத் தேடி டமாஸ்கஸ், பாக்தாத், கெய்ரோ, மர்வ, புக்காரா ஆகிய நகரங்களுக்குச் சென்றனர். அவரது நூல் நிலையத்தில் நாலு லட்சம் நூல்கள் இருந்தன. இந்நூல் நிலையத்தின் தலைமை நூல் நிலையக் காப்பாளர் அல்ஹஜ்ஜி என்பவராவார். நூல் நிலையப் புத்தகப் பட்டியல் 44 தொகுப்புகளாக இருந்ததாகவும், ஒவ்வொரு தொகுப்பிலும் 20 பக்கங்கள் இருந்த தாகவும் அவர் எழுதியிருக்கிறார். புத்தகங்களைச் சேகரிப்பது மட்டுமல்ல; ஹகம் அவற்றைப் படிப்பதிலும் ஆர்வம் மிக உடையவர். ஏறக்குறைய எல்லாப் புத்தகங்களையும் அவர் படித்து முடித்து விட்டார். தத்துவ இயலைப்பற்றிய நூல்களும் அங்கே நிறைய இருந்தன.

கி.பி. 976-இல் ஹகம் இறந்துவிட்ட பிறகு அவருடைய பன்னிரண்டே வயதான மகன் இரண்டாம் ஹஷ்ஷாம் அரியணை ஏறினான். காஜி மன்சூர் இப்ன அபிவாமர் அவனது பாதுகாப்பாளராக நியமிக்கப்பட்டார். அவர் ஹஷ்ஷாமின் அன்னையைத் தன் கைக்குள் போட்டுக் கொண்டு இரண்டாண்டுகளுக்குள் எல்லாப் பழைய அதிகாரிகளையும், அரசவையினரையும் பதவிகளிலிருந்து இறக்கி, தனது ஆட்களை நிரப்பிவிட்டார். பிறகு ஹஷ்ஷாமைப் பெயரளவுக்கு மன்னராக்கி, தனது பெயரிலேயே நாணயங்களையும் வெளியிட்டுக் கொண்டார். பள்ளி வாசல்களிலும் தன் பெயரிலேயே தொழுகை களை நடத்தச் செய்தார். நாட்டு மக்களும், வெளிநாட்டினரும்கூட அபிவாமரையே கலீஃபாவாக எண்ணத் தொடங்கி விட்டனர். அவர் வாள் வீச்சால் இவற்றையெல்லாம் பெறவில்லை; தனது சூழ்ச்சிகளால் இவைகளையெல்லாம் அடைந்தார். அவர் தன்னை ஒரு பெரிய மத பக்தனாகவும் காட்டிக் கொள்ள விரும்பினார். "அவர் இதற்காக மத விளக்கவுரையாளர்களின் ஒரு கூட்டத்தைக் கூட்டினார். அதில் அவர் பேசும்போது நாட்டில் தத்துவ இயல், தர்க்கவியலைச் சேர்ந்த என்னென்ன புத்தகங்கள் அப்பாவி முஸ்லிம்களின் மதப்பற்றை நாசம் செய்கின்றனவென்று அவர்களுடைய கருத்தினைக் கேட்டார். ஸ்பெயின் முஸ்லிம்கள் மத வெறியில் முன்நிற்பவர்கள். தத்துவ

இயலென்றால் அவர்களுக்குப் பிடிக்காது. ஆகவே அந்த மத விளக்கவுரையாளர்கள் உடனே தடை செய்யப்பட வேண்டிய ஒரு பெரிய புத்தகப் பட்டியலைத் தயார் செய்து இப்ன அபி ஆமரின் முன் வைத்தனர். ஆமர் அவர்களுக்கு விடை கொடுத்தனுப்பிவிட்டு தத்துவ இயல் நூல்களை எரித்துவிட வேண்டுமென்று ஆணையிட்டு விட்டார்" (முகமது யூனுஸ் அன்சாரி ஃபிரங்கி மஹலி எழுதிய இப்ன ரோஷ்த் என்ற நூலிலிருந்து).

ஹகம்மின் விலைமதிப்பற்ற நூல் நிலையம் கொஞ்ச நேரத்திலேயே எரிந்து சாம்பலாகிவிட்டது. அப்பொழுது தப்பித்துக் கொண்ட சில புத்தகங்கள் பின்னால் கி.பி. 1013இல் மொராக்கோ உள்நாட்டுச் சண்டையின் போது எரிந்து போய்விட்டன. ஹகமின் ஆட்சிக்காலத்தில் தத்துவ மேதைகளுக்குப் பெரிய பெரிய பதவிகள் தரப்பட்டிருந்தன. அவர்களையெல்லாம் ஆமர் எப்பொழுதோ ஒழித்துக் கட்டிவிட்டார். ஆனால் ஆமர் யூதர்களைக் கொன்று குவிக்கவில்லை என்பது மனச்சாந்தியளிக்கும் விஷயமாகும். அவர்கள் ஸ்பெயின் பூமியில் (ஐரோப்பாவில்) இருக்கும்வரை தத்துவச் சிந்தனையை அழிக்க முடியாது.

3. ஸ்பானிஷ் யூதர்களும், தத்துவ இயலும்

பத்தாம் நூற்றாண்டில் ஸ்பெயின் தலைநகரான கார்தோவாவில் பத்துலட்சம் மக்கள் வாழ்ந்து வந்தனர். கீழ்த்திசையில் பாக்தாத்துக்கு இருந்த முக்கியத்துவம், மேற்கிலிருந்த கார்தோவாவுக்கும் இருந்தது. ஸ்பெயின், மொராக்கோ ஆகிய நாடுகளிலிருந்து மட்டுமல்லாமல் ஐரோப்பாவின் பல்வேறு நாடுகளிலிருந்தும் முஸ்லிம்களல்லாத மாணவர்கள் கார்தோவாவுக்குக் கல்வி கற்க வந்து கொண்டிருந்தனர். அந்தக் காலத்தில் கிழக்கு நாடுகளான இந்தியா, ஜாவா, சுமத்திராவின் கலாச்சார மொழியாக சமஸ்கிருதம் விளங்கி வந்ததைப்போலவே, மேற்குப் பிராந்தியங்களான மேற்காசியாவிலும் ஐரோப்பாவிலும் அராபிய மொழியும், யூதர்களின் மொழியான 'இப்ரானி'யும் நெருக்கமான மொழிகள். இதனால் யூதர்களுக்கு வசதியாக இருந்தது. தத்துவ இயலில் முதலிலிருந்தே யூதர்கள் முக்கிய இடம் பெற்றிருந்தனர். ஆனால் இரண்டாம் ஹகம் தனது காலத்திய புகழ்பெற்ற தத்துவ இயலாளரான ஹகீம்ஹஸ்தாபின் இஸ்ஹாக் ஆதரிக்க வாரம்பித்ததும், அவர்கள் தத்துவ இயல் பதாகையை மேலும் முன்கொண்டு செல்லத் துவங்கினர். இப்ன இஸ்ஹாக் முதன் முதலில் அரிஸ்டாட்டில் தத்துவத்தைப் பிரச்சாரம் செய்யத் தொடங்கியதுமே, அதை நிறுத்த யூத மதத் தலைவர்கள் மதக்கட்டளை வெளியிட்டனர். ஆனால் அவர்கள் முயற்சி வெற்றி பெறவில்லை. பதினொன்றாம் நூற்றாண்டுத்

துவக்கத்தில் அரிஸ்டாட்டில்ஸ்பெயினின் யூதர்களின் சொந்தத் தத்துவ அறிஞராக ஆகிவிட்டிருந்தார்.

(1) இப்னஜிப்ரேல் *(கி.பி. 1021-70): ஜிப்ரேல் மால்ட்டாவில் ஒரு யூதக் குடும்பத்தில் பிறந்தார். இவர் ஸ்பெயினின் புகழ்பெற்ற பெரிய தத்துவ மேதை. இவருடைய தத்துவ இயல் "யன்பூவுல் ஹயாத்" என்பதாகும். இவரது தத்துவக் கருத்துக்கள்: உலகில் இரண்டு நேர் எதிரிமைச் சக்திகள் உள்ளன: ஜடம் (அடிப்படை இயற்கை), ஆன்மா அல்லது உருவம் (விஞ்ஞானம்). ஆனால் இவ்விரண்டு சக்திகளுமே ஒரு பரம தத்துவத்திற்குள் அடங்கியுள்ளன. ஜிப்ரேல் அதைச் சாதாரண ஜடம் அல்லது சாதாரண இயற்கையெனக் குறிப்பிடுகிறார். ஜிப்ரேலின் இக்கருத்தினை ரோஷ்த் வளப்படுத்தினார்.*

(2) மற்ற யூதத் தத்துவ அறிஞர்கள்: *ஜிப்ரேலிக்குப் பின்னர் புகழ்பெற்ற யூதத் தத்துவச் சிந்தனையாளர் மூஸா பின் மாமூன் ஆவார். இவர் கி.பி. 1135இல் கார்தோவாவில் பிறந்தார். இவர் ஒரு திறமையான அறிஞர். தோமரத்தின் வாரிசான அப்துல் மோமின் ஸ்பெயினை வெற்றி கொண்டு தத்துவ இயலை வளர்த்து வந்த யூதர்களை வேட்டையாடி அவர்களை நாட்டிலிருந்து வெளியேற்றிக் கொண்டிருந்த போது மூஸா எகிப்துக்குச் சென்று விட்டார். அங்கே எகிப்திய கல்தான் ஸலாவுத்தீன் அவரைத் தனது ராஜ வைத்தியராக நியமித்துக் கொண்டார். எகிப்திலேயே மூஸா கி.பி. 1212இல் காலமானார். சிலர் மூஸா, ரோஷ்தின் சீடரென்றும் கூறுகின்றனர்.*

மூஸாவுக்குப் பிறகு அவரது மருமகனான யூசுப் பின் யஹ்யா சிறந்த தத்துவ அறிஞராகத் திகழ்ந்தார்.

ஸ்பானிஷ் யூத தத்துவ மேதைகளின் எண்ணிக்கை மிக வேகமாக வளர்ந்து கொண்டிருந்தாலும், கதிரவனைப் போன்ற ரோஷ்தின் முன்னே அவர்களனைவரும் ஒளியிழந்த நட்சத்திரங்கள்போல்தான் இருந்தனர்.

(3) மொகித்தீன் ஆட்சியாளர்கள்: *பதினொன்றாம் நூற்றாண்டில் உமையா ஆட்சியாளர்கள் மிகவும் பலவீனர்களாகி விட்டனர். அதனால் நாட்டைத் தமது கட்டுப்பாட்டுக்குள் அவர்களால் வைத்திருக்க இயலவில்லை. இதன் விளைவாகப் பல குறுமன்னர்கள் தோன்றிவிட்டனர். அண்டையில் இருந்த கிருஸ்துவ ஆட்சியாளர்கள் நாட்டின்மேல் படையெடுத்து அதைத் தமதாக்கிக் கொள்ளவிருந்த சமயத்தில் கடலின் அக்கரையிலிருந்த (ஆப்பிரிக்காவிலிருந்த) அநாகரீக மக்கள் கி.பி. 1013இல் படையெடுத்து கார்தோவா நகரை எரித்து அழித்துவிட்டனர். பின்னர் அவர்கள் மொராக்கோவில் ஒரு*

அரசை அமைத்தனர். அவ்வரசை 'தாஷ்கீன்' என்கின்றனர். தாஷ்கீன் வம்சத்தின் கடைசி மன்னர் அலி பின் யூசுப் (கி.பி. 1147) ஆவார். அவருக்குப் பிறகு வேறொரு அரசக் குடும்பமான மொகிதீன் வம்சம் ஆட்சியைக் கைப்பற்றியது.

1. முகமது பின் தோமரத் (மறைவு: கி.பி. 1147): மொகிதீன் வம்ச ஆட்சியை நிறுவியவரான முகமது பின் தோமரத் மொராக்கோவின் ஒரு அநாகரிக இனக்குழுவான 'மஸ்ஊதி'யில் பிறந்தார். அவர் தனது குடும்பத்தை அலியின் வழித்தோன்றலென்று சொல்லிக் கொண்டார். தனது நாட்டுக் கல்வியை முடித்துக் கொண்டு அவர் கிழக்கு நோக்கி வந்தார். அங்கே அவர் கற்ற பல அறிஞர்களில் கஜாலியின் செல்வாக்கு அவர் மேல் அதிகமாக விழுந்தது. தோமரத் கஜாலியிடம் பல ஆண்டுகள் சீடராக இருந்தார். அப்பொழுது இஸ்லாம் குறித்தும் குறிப்பாக ஸ்பெயினில் இஸ்லாமிய அரசின் அவலநிலை குறித்தும் குரு, சீடர்களிடையே நீண்ட விவாதம் நடக்கும். கஜாலி ஒரு மத அரசியலமைப்பைக் கனவுகண்டு கொண்டிருந்தார். தோமரத்தும் அப்படியே! சரித்திர ஆசிரியரும், தத்துவாளருமான இப்ன சுல்தூன் இதைப் பற்றி எழுதுகிறார்:

தோமரத் கஜாலியைச் சந்தித்துத் தனது திட்டத்தைப் பற்றி அவருடன் விவாதித்ததாக மக்கள் சொல்லிக் கொள்கின்றனர். கஜாலி, தோமரத் திட்டத்தை ஆதரித்தார். ஏனெனில் அப்பொழுது உலக மெல்லாம் இஸ்லாம் வலுவிழந்து கொண்டிருந்தது. முஸ்லிம்கள் அனைவரையும் ஒன்றுபடுத்தி அவர்களைப் பெருஞ்சக்தியாக மாற்றக் கூடிய மன்னர் எவருமிருக்கவில்லை. ஆனால் கஜாலி தோமரத்திடம் போதிய சாதனங்களும், மக்கள் சக்தியும் இருக்கிறதா என்று கேட்டுத் தெரிந்து கொண்ட பிறகே, தோமரத் திட்டத்திற்குத் தனது ஒப்புதலை அளித்தார்.

கஜாலியின் ஆசியைப் பெற்றதால் உற்சாகமடைந்து தோமரத் நாட்டுக்குத் திரும்பும் வழியில் எகிப்துக்குப் போனார். கெய்ரோவில் அவருடைய எழுச்சிமிக்க சொற்பொழிவுகளால் அமைதியின்மை ஏற்பட்டு விட்டதால், ஆட்சியாளர் தோமரத்தை நகரை விட்டு வெளியேற்றிவிட்டனர். அலெக்ஸாண்டிரியாவில் சில நாட்கள் இருந்தபிறகு அவர் டூனீஸியா வழியாக மொராக்கோ போய்ச் சேர்ந்தார். தோமரத் மிக அதிகமாக மத வெறி பிடித்தவர். தனக்கு முன்னால் குரானுக்கு எதிராக எது நடந்தாலும் அவர் ஆத்திரம் கொண்டுவிடுவார். மொராக்கோ மக்கள் மிகவும் அநாகரீகமாகவும், கல்வியறிவற்றவர்களாகவும் இருந்ததால், அவர்களுக்கு தோமரத் மிகப் பெரிய மதத் தலைவராகக் காட்சியளித்தார். குறுகிய காலத்திலேயே

கஜாலியின் சீடரும், பாக்தாத்தில் படித்து வந்தவருமான தோமரத்தின் புகழ் வானளாவப் பரவிவிட்டது. அவர் மன்னர், செல்வர், முல்லாக்கள் அனைவரையும் தாக்கிப் பேச ஆரம்பித்து விட்டார். அப்படிப்பட்ட சூழ்நிலையும் அங்கே நிலவி இருந்தது. தாஷ்கீன் வம்சத்தில் ஒரு விசித்திரமான வழக்கம் இருந்து வந்தது. அவர்களில் பெண்கள் முகத்திரை இல்லாமலும், ஆண்கள் முகத்திரையுடனும் திரிந்தனர். விபசாரம் எங்கும் பரவியிருந்தது. படைச் சிப்பாய்களால் குடும்பப் பெண்களின் கற்பும் சூறையாடப்பட்டு வந்தது. நகர்ப் புறங்களில் இவையெல்லாம் சர்வ சாதாரணமாக இருந்தன. சாராயம் பகிரங்கமாக விற்கப்பட்டு வந்தது. நிலைமை மோசமாகிக் கொண்டுவருவதைக் கண்ட தாஷ்கீன் மன்னர் அலிபின் தாஷ்கீன் தோமரத்துடன் மத விவாதம் நடத்தப் புலவர் கூட்டத்திற்கு ஏற்பாடு செய்தார். மத சர்ச்சையில் தோமரத் வெற்றி பெற்றார். மன்னர் அவரது கருத்துக்களை ஏற்றுக் கொண்டார். (ஆனால் இதே அலி பின் தாஷ்கீன் கஜாலியின் நூல்களைத் தீயிலிட்டுக் கொளுத்தினார் என்பது நினைவு கூரத்தக்கது.) இதனால் அரசவையிலிருந்தவர்கள் அனைவரும் தோமரத்தின் பகைவர்களாகி விட்டனர். அவர் அங்கிருந்து தப்பித்துக் கொண்டு 'அம்ஸாம்தா' என்னும் அநாகரி இனக் குழுவினரிடம் அடைக்கலம் புக வேண்டியதாயிற்று. இங்கிருந்து அவர் தனது கருத்துக்களைப் பிரசாரம் செய்யவும், தன்னைப் பின்பற்றுபவர்களைப் படையுருவில் திரட்டவும் தொடங்கினார் (கி.பி. 1121). இதே காலத்தில் அப்துல் மோமின் அவரது சீடரானார். தோமரத் தனது வாழ்நாள் பூராவும் தனது கருத்துக்களைப் பரப்புவதிலும், மக்களைத் திரட்டுவதிலுமே ஈடுபட்டிருந்தார். ஒரு சில இனக் குழுக்களை மட்டுமே அவரால் ஒன்றுதிரட்ட முடிந்தது. ஆனால் அவர் காலமான பின்னர் அவரது சீடரான அப்துல் மோமின் அவருடைய சீடரானார். மோமின் கி.பி. 1147-இல் மொராக்கோவை வெற்றி கொண்டு தாஷ்கீன் ஆட்சியை ஒழித்துக் கட்டினார்.

2. அப்துல் மோமின்: *(கி.பி. 1147- 63):* மோமின் தன்னை 'மோஹிதீ' (ஒருமைவாதி) என்று கூறிக் கொண்டார். இதனால் அவர் நிறுவிய ஆட்சியும் மொஹிதீன் ஆட்சி என்று அழைக்கப்பட்டது. அப்துல் மோமின் மொகிதீன் வம்சத்தின் முதல் மன்னராவார். அவர் மண்பாண்டத் தொழிலாளர் குடும்பத்தில் பிறந்தாலும், தனது தகுதி, திறமைகளால் மட்டுமே தோமரத் இயக்கத்தை வெற்றி பெறச் செய்வதில் வெற்றி பெற்றார். மொராக்கோவில் மோமின் தனது ஆட்சியை அமைத்து, தோமரத் கருத்துக்களுக்கேற்ப ஆட்சி புரியத் தொடங்கினார். இச்செய்தி அக்கரையிலுள்ள ஸ்பெயினுக்கு எட்டியது. அப்பொழுது ஸ்பெயின் துண்டு துண்டாகச் சிதறிக் கிடந்தது.

அங்கிருந்த குறுநில மன்னர்களின் ஆடம்பரத்தாலும், கொடுமைகளாலும் மக்கள் வெறுப்புற்று இருந்தனர். பொது மக்களே அப்துல் மோமினியிடம் ஒரு தூதுக்குழுவை அனுப்பினர். மோமின் அவர்களை வரவேற்று உறுதியளித்து திருப்பியனுப்பினார். சில நாட்கள் கழிந்ததுமே அப்துல் மோமின் ஸ்பெயின்மேல் படையெடுத்து அதை வெற்றி கொண்டு ஸ்பெயினையும் மொராக்கோ பேரரசில் இணைத்துக் கொண்டு விட்டார்.

தோமரத் தன்னை 'அஷரீ' பிரிவைச் சேர்ந்தவன் என்று அறிவித்துக் கொண்டிருந்ததால், அஷரீயை மோமினும் அரசாங்க மதப் பிரிவாகப் பிரகடனப்படுத்தி விட்டார். ஆனால் அஷரீ பிரிவு கஜாலியின் உபதேசத்தால் உத்வேகம் பெற்றிருந்ததால், தத்துவ இயலின் விரோதியாக இல்லாமல் பகுத்தறிவுக்கு மதிப்புக் கொடுத்தது. மோமின் ஆட்சியின் ஆரம்ப நாட்களில் அவரது கொடுமைகளிலிருந்து தப்பிக்க எத்தனையோ யூதர்களும், அவர்களுடைய தத்துவ அறிஞர்களும் நாட்டைவிட்டு ஓடிச் சென்றாலும், பின்னர் நிலைமை மாறிற்று. இரண்டாம் ஹகமிக்குப் பிறகு அப்துல் மோமின் ஆட்சியில் தான் அரசு தத்துவ இயலின்பால் ஆதரவு காட்டியது. அக்காலத்தில் ஸ்பெயினில் அபு மர்தா பின் ஜுஹ்ர, இப்ன துஃபைல் ஆகிய இருவரும் பெரும் தத்துவ மேதைகளாக விளங்கினர். மோமின் இருவருக்கும் உயர் பதவிகள் வழங்கினார். மோமின் கல்வியை மிகவும் விரும்பியவர். அதுவரை மாணவர்கள் பள்ளி வாசல்களிலேயே படித்து வந்தனர். ஆனால் அப்துல் மோமின் பள்ளிக்கூடங்களுக்காகத் தனி கட்டடங்களை அமைத்தார். கால வெள்ளத்தில் இஸ்லாமுக்குள் நுழைந்துவிடும் கெட்ட விஷயங்களை அகற்றக் கல்வியினால் மட்டுமே முடியுமென்பது அவரது எண்ணமாகும்.

மோமினுக்குப் பின்னர் (கி.பி. 1163) அவரது மகன் முகமத் நாற்பத்தெட்டு நாட்கள் மட்டுமே ஆட்சியிலிருந்தார். ஆட்சி செய்ய அருகதையற்றவரென்று அவர் பதவியிலிருந்து இறக்கப்பட்டார். அதன்பின் அவரது சகோதரர் யாகூப் மன்சூர் (கி.பி. 1163-84) அரியணை ஏறினார். இவரிடம் மோமின் குணங்கள் பலவுமிருந்தன. அத்துடன் பல பலவீனங்களுமிருந்தன. அவைகளை ரோஷ்த் பற்றிக் கூறும்போது குறிப்பிடுவோம்.

2. ஸ்பானிஷ் தத்துவ அறிஞர்கள்

இப்ன பாஜா (மறைவு கி.பி. 1138)

(1) வாழ்க்கை: அபூபகர் முகமத் இப்ன பாஜா ஸ்பெயினில் ஸர்கோஸா நகரில் பதினொன்றாம் நூற்றாண்டு இறுதியில், ஸ்பானிஷ்

பேரரசு சிதறிச் சிறிய சிறிய ராஜ்ஜியங்களாக மாறவிருந்த காலத்தில் பிறந்தார். வடக்கு ஸ்பெயினில் அரைகுறை நாகரிகம் படைத்த போர் வீரர்களான கிருஸ்துவப் படைத்தளபதிகள் ஆட்சி செய்து வந்தனர். அவர்களால் ஒவ்வொரு வினாடியும் அபாயம் இருந்து வந்தது. நாட்டின் சாதாரண மக்கள் மிகவும் மோசமான நிலையை அடைந் திருந்தனர். கஜாலியின் நூல்களைத் தீயிலிட்டதிலிருந்தே தாஷீன் தத்துவ ஆதரவாளர்கள் எத்தனை பேர் இருந்தனரென்பதை நாம் உணர்ந்து கொண்டோம். அப்படிப்பட்ட நிலைமையில் இப்ன பாஜா போன்ற தத்துவ மேதை குழப்பத்திலாழ்ந்ததில் வியப்பில்லை. பாஜாவின் மதிப்பை ஸர்கோஸாவின் கவர்னரான அபூபகர் இப்ன இப்ராகீம் நன்கு உணர்ந்தார். கவர்னரே தத்துவம், தர்க்கம், கணிதம், ஜோதிடம் ஆகிய கலைகளில் வல்லவர். அவர் பாஜாவைத் தனது நண்பராகவும், அமைச்சராகவும் நியமித்துக் கொண்டதால், முல்லாக் களும் (மதத் தலைவர்களும்) படைத் தளபதிகளும் அவருக்கு எதிரிகளாகி விட்டதால், அவரால் அதிக நாட்கள் கவர்னராக இருக்க முடியவில்லை.

ஸர்கோஸாவின் தோல்விக்குப் பின்னர் பாஜா கி.பி. 1118-ல் ஷேவிலியில் இருந்தார். அங்கேயே அவர் பல நூல்கள் எழுதினார். ஒருமுறை அவர் தனது கருத்துக்களுக்காகச் சிறையும் புகவேண்டி வந்தது; ரோஷ்தின் தந்தை அவரைச் சிறையிலிருந்து விடுவித்தார். அங்கிருந்து அவர் ஃபேஜ் அரசவைக்குச் சென்றார். அங்கேயே பாஜா கி.பி. 1138இல் காலமானார். அவரது எதிரி வைத்தியரொருவர் அவரை விஷம் தந்து சாகடித்து விட்டதாகக் கூறப்படுகிறது. பாஜா தனது சொற்பகால வாழ்க்கையிலேயே விரக்தியடைந்து விட்டிருந்தார். அடிக்கடி சாவை விரும்பிக் கொண்டிருந்தார். அவருக்குப் பொருளா தாரக் கஷ்டங்களும் இருந்திருக்கலாம். அதைவிட அவரது கருத்துக் களைப் புரிந்து கொண்டு அனுதாபம் காட்டும் இனிய நண்பர்கள் அவருக்கு இல்லாமற் போனார்கள். அவரது தத்துவப் பாதையில் கணக்கற்ற இன்னல்கள்... அந்தச் சூழ்நிலையில் அவரால் மூச்சு விடவும் இயலவில்லை. அவரும் ஃபாராபியைப் போன்றே தனிமையை விரும்பினார்.

(2) **நூல்கள்:** பாஜா ஒரு சில நூல்களையே இயற்றினார். அவற்றையும் சிறந்த முறையில் எழுத முடியவில்லை. அரிஸ்டாட்டில் போன்ற மற்ற தத்துவாசிரியர்களின் நூல்களின் மீது விளக்கவுரை களாகச் சிறு சிறு புத்தகங்கள் எழுதினார். பாஜாவின் நூல்களில் "தத்பீருல் முத்வஹ்ஹத்", "ஹயாதுல்மோத்ஜல்" ஆகிய இரண்டும் சுவையானவை. ஏனெனில் அவற்றில் பாஜா ஒரு அரசியல்

கண்ணோட்டத்தை வெளியிட்டுள்ளார். ரோஷ்த் இதைக் குறித்து எழுதும்போது, "இப்ன பாஜா 'ஹயாதுல் மோத்ஜலி'ல் அமைதியுடன் வாழ விரும்பும் மனித சமுதாயத்தின் அரசியல் கண்ணோட்டத்தை வெளிப்படுத்தியுள்ளார்" என்று குறிப்பிட்டிருக்கிறார்.

அரசின் அடிப்படை, நன்னடத்தையாக இருக்க வேண்டுமென்பது பாஜாவின் கருத்தாகும். அவரது கருத்தின்படி ஒரு சுதந்திரக் குடியரசில் மருத்துவர்களும், நீதிபதிகளும் அவசியமில்லை. மனிதர்கள் நற்பழக்கங்களைக் கைக்கொண்டு உணவிலும் சுக போகத்திலும் கட்டுப்பாட்டையும், சிக்கனத்தையும் பழக்கிக் கொண்டால் நிச்சயமாக வைத்தியர்கள் தேவைப்பட மாட்டார்கள். அப்படிப்பட்ட சமூக அமைப்பில் விபசாரமும் நன்னெறி வீழ்ச்சியும் இருக்காதாதலால், நீதிபதிகள் இருக்க வேண்டியதில்லை. வழக்குகள் இருந்தால்தானே நீதிபதிகள் தேவைப்படுவர்?

(3) தத்துவக் கருத்துக்கள்: பாஜாவுக்கு ஒரு நூற்றாண்டுக்கு முன் ஜிப்ரோல் இருந்தார். கஜாலி பாஜாவுக்கு இருபத்தேழாண்டுகளுக்கு முன்னால் காலமானார். கீழ்த்திசை தத்துவாசிரியர்களின் - குறிப்பாக ஃபாராபியின் செல்வாக்கு பாஜாவின் மேல் வெகுவாக இருந்தது. தெய்வீக ஒளியால் சத்தியத்தைத் தரிசித்து, மகிழ வேண்டுமென்று கஜாலி கூறியது நடைமுறைக்கு உதவாதென்று பாஜா கருதினார். தத்துவாசிரியரின் அப்படிப்பட்ட இன்பத்தையும் துறந்துவிட வேண்டும்; ஏனெனில் மத ரகசியவாதத்தால் உண்மை வெளிப்படாது; அது மறைக்கப்பட்டு விடும். எவ்விதக் கோரிக்கையும் அற்ற தூய சிந்தனையே மகத்தான பிரம்மத்தை அறியச் செய்யும்.

(க) இயற்கை- ஜீவன்- கடவுள்: பாஜாவின் கருத்துப்படி உலகத்தில் இரு வித சக்திகள் உள்ளன. (1) ஒன்று, இயங்கக்கூடிய சக்தி; (2) மற்றொன்று, இயங்கும் தன்மையற்ற சக்தி. இயங்கக்கூடிய சக்தி கருவாகவும், எல்லைக்குட்பட்டும் இருக்கும். எல்லைக்குட்பட்ட உடலுள்ளதால், அது எப்பொழுதுமே தன்னுள் இருக்கும் இயக்கத்தின் காரணமாக முடியாது. எல்லையற்ற அதன் இயக்கத்திற்கு ஒரு காரணம் இருக்க வேண்டும். அதுவே பிரம்மமாகும். கருவும் (உடலும்) இயற்கைச் சக்தியும் (ஜடமும்) பின்னால் இயங்குகின்றன. பிரம்மம் அசையாமலிருந்தாலும், கருவுக்கும் ஜடத்திற்கும் இயக்கம் அளிக்கிறது. (3) ஜீவன் இவ்விரண்டு சக்திகளுக்கும் (ஜடத்திற்கும், பிரம்மத்திற்கும்) இடையே இருக்கிறது. அது தானாகவே இயங்கக்கூடியது. கருவுக்கும் ஜீவனுக்குமுள்ள தொடர்பு எப்படிப்பட்டதென்ற கேள்விக்கு பாஜா முக்கியத்துவமளிக்கவில்லை. மனிதனுள் ஜீவனும், பிரம்மமும் எப்படிப்பட்ட தொடர்பு கொண்டுள்ளன என்பதுதான் அவருக்குப் பெரும் பிரச்சினையாகும்.

(a) "உருவம்": ஜடத் தத்துவம் 'உருவம்' இல்லாமல் இருக்க முடியாதென்பதை அரிஸ்டாட்டிலைப் போலவே பாஜாவும் ஒப்புக் கொள்கிறார். ஆனால் 'உருவம்' ஜடத் தத்துவமில்லாமலும் இருக்க முடியும். ஏனெனில் இதை ஒப்புக் கொள்ளாவிட்டால், உலக மாற்றத்துக்கு எவ்வித விளக்கமும் சொல்ல முடியாமற் போய்விடும். இந்த மாற்றம் உண்மையான உருவங்கள் வரவும், போவதாலும்தான் நிகழ்கிறது. பாஜாவின் இந்த வாதத்தைப் புரிந்து கொள்ள ஒரு உதாரணம் இதோ! உருவமும் (தடிமனும், வட்ட வடிவமும்), ஜடத் தத்துவமும் (மண்ணும்) கலந்ததால் தான் குடம் தயாராயிற்று. மண்ணுடன் உருவம் இணையாதவரை அது குடமாகவில்லை. எவ்வளவோ காலமாக மண் இருந்தது; ஆனால் அங்கே குடமிருக்க வில்லை. ஏனெனில் மண்ணுடன் உருவம் வந்து இணையவில்லை. இப்பொழுது உருவம் வந்து மண்ணுடன் இணைந்ததுமே அது குடமாக உருமாறி விட்டது. இந்த உருவம் மண்ணைவிட்டுச் சென்றதுமே குடம் அழிந்து விடுகிறது. பைத்தாகரஸ், பிளாட்டோ, அரிஸ்டாடில் ஆகிய எல்லா தத்துவாசிரியர்களுமே இந்த 'உருவம்' என்பதை மிகவும் வலியுறுத்துகின்றனர். அது கருவிலிருந்து முற்றிலும் வேறான பொருளென்றும் அதுவே உலக மாறுதலுக்குக் காரண மென்றும் அவர்கள் கூறுகின்றனர்.

(b) மனிதனின் ஆன்மீக வளர்ச்சி: இந்த உருவத்தில் பல பிரிவுகள் இருக்கின்றன. அவைகளில் கீழ்ப்பிரிவான 'செயலாற்றும் இயற்கை' யிலும் உருவங்கள் உள்ளன. எல்லாவற்றுக்கும் மேலே தூய ஆன்மீக உருவம் (முழுமுதல்) உள்ளது. எல்லா ஆன்மீக உருவங்களையும் ஒன்றுடன் ஒன்றைப் புரிந்து கொள்வது மனிதனின் கடமையாகும். முதலில் எல்லாக் கருப் பொருள்களின் அறிவுசார் உருவங்களைப் புரிந்து கொள்ளுதல் பின்னர் உள்ளும் வெளியுமுள்ள சாதனங்களால் அறியப்படும் ஜீவனின் உருவத்தைப் புரிந்து கொள்ளுதல், பிறகு ஜீவாத்மாவையும், செயல் ஆத்மாவையும் புரிந்து கொள்ளுதல், கடைசி அண்ட சராசரங்களின் ஆன்மாவை உணர்ந்து கொள்ளுதல்... இவ்வாறு ஜீவன் தெரிந்து கொள்ள வேண்டிய வளர்ச்சி கீழ்க்கண்டவாறு இருக்கும்.

1. இயற்கை 'உருவம்'
2. ஜீவன் 'உருவம்'
3. மனித ஆன்மா 'உருவம்'
4. செயல் ஆன்மா 'உருவம்'
5. அண்ட சராசர (முழுமுதல்) 'உருவம்'

மனிதனின் சொந்தப் புலன்களால் புரிந்து கொள்ள ஆரம்பித்துப் படிப்படியாக மேன்மேலும் முன்னேறி மனிதர்களைக் கடந்த, தெய்வீகத் தத்துவத்தை அடைகிறான் (மோட்சத்தை அடைகிறான்.)

(ங) ஞானம் அறிவைச் சார்ந்தது: கஜாலி ஞானத்தைக் கடந்த யோகி தரிசனம் மோட்சத்திற்குச் சாதனமென்றார். பாஜா ஞானமில்லாமல் மோட்சமில்லை என்பவர். அதனாலேயே அவர் தெய்வத் தத்துவத்தை அடைய (மோட்சத்தை அடைய) ரகசிய மயமான ஸூஃபி வாதத்தை அல்லாமல், தத்துவ இயலை வழிகாட்டியாக எண்ணுகிறார். தத்துவ இயல் பொதுவான ஞானமாகும். சிறப்பான அல்லது தனி நபரின் ஞானத்தின் கற்பனையால் பொதுவான ஞானம் கிடைக்கிறது. ஆனால் அதற்குக் கூட உன்னத விஞ்ஞானத்தின் உதவி அவசியமாகும். இந்தப் பொதுவான அல்லது எல்லையற்று 'இருக்கிறது', 'இருப்பது' இவ்விரண்டையும் ஒப்பிட்டால், வெளிப்புறப் பொருட்களின் பிரதிபிம்பங்கள் அனைத்தும் சிந்தனையும் வெறும் பிரமையே யாகும். உண்மையான ஞானம் பொதுவான ஞானமேயாகும். அது அறிவைச் சார்ந்தது. புலன்களால் பெறும் ஞானம் கலந்த மதத்தாலும், சிந்தனையாலும் மனித விஞ்ஞானம் முழுமையை (மோட்சத்தை) அடைய முடியாது. முழுமையை அடையும் ஒரே வழி அறிவுசார் ஞானமேயாகும். சிந்தனை எல்லாவற்றையும் விடச் சிறந்த மகிழ்ச்சி யாகும். அதற்காகவே அறிவு சார் விஷயங்களைத் தெரிந்து கொள்ள வேண்டும் அறிவுசார் ஞானம் பொதுவான ஞானமேயாகும். அதுவே பொதுவான உண்மைப் பொருளாகும்; புலன்களைச் சார்ந்த தனி நபர் உண்மைப் பொருளல்ல. ஆகவே இந்த வாழ்க்கைக்குப் பிறகு தனிநபர் உருவத்தில் மனித விஞ்ஞானம் இருக்க வாய்ப்பில்லை. மனித விஞ்ஞானம் இல்லாவிட்டாலும், மனித ஜீவன் மரணத்துக்குப் பின்னர் தனி நபரைத் தொடரவும், வினைப்பயனைப் பெறும் சக்தியும் பெற்றிருக்கலாம். ஆனால் விஞ்ஞானம் அல்லது ஜீவனின் அறிவாம்சம் எல்லோரிலும் ஒன்றாகவே இருக்கும். அனைத்து மானுடத்தின் விஞ்ஞானம் அதாவது அறிவும், மானுடத்திற்குள் உள்ள மனமும் அல்லது விஞ்ஞானமுமே சாஸ்வதத் தத்துவமாகும். அந்த விஞ்ஞானமும் தனக்கு மேலுள்ள செயலாற்றும் விஞ்ஞானத்துடன் கலந்தே இருக்கும்.

பாஜாவின் இந்தச் சிந்தாந்தத்தை நாம் ஃபாராபியிலும் தெளிவற்ற முறையிலும் காண்கிறோம். பாஜாவின் மேதாவி சீடரான ரோஷ்த் இதை மேலும் வளப்படுத்தினார். மத்திய கால ஐரோப்பா தத்துவ இயலில் இது 'ரோஷ்த் சித்தாந்தம்' என்றே குறிப்பிடப்படுகிறது.

(ச) மோட்சம்: விஞ்ஞானத்தின் இறுதி வளர்ச்சியான பொதுவான விஞ்ஞான இணைப்பை மிகக் குறைந்த மனிதர்களே அடைகின்றனர்.

பெரும்பாலானவர்கள் கும்மிருட்டிலேயே அலைந்து கொண்டிருக்கின்றனர். ஆனால் பலரும் ஒளியையும், பொருள்களின் வண்ண உலகத்தையும் பார்க்கின்றனர் என்பதும் உண்மைதான்! ஆனால் பார்த்தவற்றைப் புரிந்து கொள்ளக் கூடியவர்களின் எண்ணிக்கை மிகவும் குறைவுதான்! கண்டதை உணரக் கூடியவர்களே எல்லையற்ற வாழ்வைப் பெற்று சுயம்பிரகாசமாகி விடுகின்றனர். ஒளியாக மாறுவது, முக்தி பெறுவது ஆகியவை எப்படி நடக்கின்றன என்பது குறித்து பாஜா கூறுவதாவது: அறிவு சார்ந்த செயலும், தனது பகுத்தறிவுச் சக்தியைச் சுதந்திரமாக வளர்த்துக் கொள்வதே அதற்கு வழியாகும். அறிவுசார் செயல் சுதந்திரச் செயலாகும். அதன் பின்னே பயன் பெற வேண்டுமென்ற எண்ணம் வேலை செய்து கொண்டிருக்கிறது. உதாரணமாக, ஒருவன் தான் தடுக்கிவிழுந்ததால் ஆத்திரப்பட்டு வழியிலுள்ள கல்லைப் பெயர்க்கவாரம்பிக்கிறான் என்றால், அது சிறுபிள்ளைத்தனமான காரியமாகும்; அதற்குப்பதில், தன்னைப் போல் மற்றவர்கள் தடுக்கி விழக்கூடாதென்ற எண்ணத்தில் அக்காரிய மாற்றினால், அது உசிதமானதென்றும், அறிவு பூர்வமானதென்றும் சொல்லப்படும்.

(ஏ) "தனிமை வழி": பாஜாவின் ஒரு புத்தகத்தின் பெயர் "தனிமை வழி" என்பதாகும். ஆன்மாவின் உயர் வளர்ச்சிக்காக அவர், தனிமை அல்லது தனிமைச் சிந்தனை நிறைந்த வாழ்க்கையை வற்புறுத்துகிறார். ஃபாராபி இக்கருத்தைத் தனது பகுதியான மத்திய ஆசியாவின் எஞ்சிய பவுத்தத் தத்துவத்திலிருந்து எடுத்துக் கொண்டார். பாஜி ஃபாராபியிடமிருந்து சுவீகரித்துக் கொண்டார். இந்தக் கொடுக்கல் - வாங்கலில் பவுத்தர்களின் துன்பத் தத்துவம் (நிராசைத் தத்துவம்) வந்துவிட்டதில் வியப்பேது? தனிமை வாழ்க்கை என்னும் சித்தாந்தத்தில் சமுதாயத்தை விடத் தனி நபருக்கு முக்கியத்துவம் அளிக்கப்படுகிறது. இதனாலேயே பாஜா மருத்துவர்களும், நீதிபதிகளுமில்லாத ஒரு சமுதாயத்தைக் கற்பனை செய்கிறார். அப்படிப்பட்ட சமுதாயத்தில் மனிதர்கள் மற்றவருடைய சுதந்திரத்தை ஆனவரையில் தடுக்காமல் மற்றவர்களுடன் குறைந்தபட்சத் தொடர்பு கொண்டு "ஜாலியாக வாழ வேண்டும்". உயர் நிலை அடைந்தவர்கள் செடி கொடிகளைப் போல் பரந்த நிலத்தில் முளைக்கின்றனர். அவர்களைச் சரியான முறையில் வளர்க்க ஒரு தோட்டக்காரன் தேவையில்லை. அவர்கள் அஞ்ஞானிகள் அனுபவிக்கும் கீழ்த்தர ஆடம்பரங்களிலிருந்தும், உணர்ச்சிகளிலிருந்தும் விலகி இருப்பார்கள். அவர்கள் உலக வாழ்க்கையில் தந்திரோபாயங்களுடன் எவ்விதத் தொடர்பும் கொள்ளமாட்டார்கள். அவர்கள் மற்றவர்களின் நண்பர்களாகவே இருப்பதால், அவர்களுடைய வாழ்க்கை முழுக்க முழுக்க அன்பையே ஆதாரமாகக் கொண்டது.

பின்னர் உண்மையுருவான கடவுளின் நண்பர்களாக மனிதர்களைக் கடந்த தெய்வீக ஞான- விஞ்ஞானத்தில் இணைந்து ஓய்வு பெறுகிறார்கள்."
(The History of Philosophy in Islam' by Dr. T.J. Day Boer, pp. 180-181)

இப்ன துஃபைல் (மறைவு: கி.பி. 1185)

அப்துல் மோமின் (கி.பி. 1147-63) ஆட்சியைப் பற்றி ஏற்கனவே குறிப்பிட்டுள்ளோம். அவரது மகன் (யூசுப் கி.பி. 1163-84), யாகூப் (கி.பி. 1184-98) ஆகியோரின் ஆட்சிக்காலம் மொகிதீன் வம்சத்தின் உச்ச வளர்ச்சிக் காலமாகும். இவர்கள் காலத்திலேயே ஸ்பெயினில் மீண்டும் தத்துவ இயல் சிறப்புப் பெற்றது. இதன் பொருள், சமுதாயத்தில் உடலுழைப்பு செய்யாதவர்களின் எண்ணிக்கை அதிகமாயிற்று. அதனால் அடிமைத்தனமும், ஏழ்மையும் பெருகிச் சாதாரண மக்களின் இன்னல்கள் அதிகமாயின, அவற்றைப் பொறுத்துக் கொள்ளப் பொது மக்களுக்கு மதம், பரலோகம் என்னும் அபினி தாராளமாக வினியோகிக்கப்பட்டது என்பதாகும். அதே காலத்தில் இந்தியாவில் துரோகி அரசனாகப் 'புகழ்' பெற்ற ஜயச்சந்திரனும், சூனியவாத வேதாந்தத்தை வலியுறுத்தியவரும் "கண்டன் கண்ட காத்ய" என்னும் சமஸ்கிருத நூலாசிரியருமான ஸ்ரீஹர்ஷரும் இருந்தனர்.

(1) வாழ்க்கை: அபூபகர் முகமத் இப்ன துஃபைல் கர்னாத்தாவில் கார்திஸ் என்னுமிடத்தில் பிறந்தார். அவரது பிறந்த ஆண்டு தெரியவில்லை. அவர் தான் பிறந்த மண்ணிலேயே தத்துவ இயலும், மருத்துவமும் கற்றுத் தேர்ந்தார். அப்போதைக்குப் பாஜா காலமாகி விட்டிருந்தாலும் (கி.பி. 1138) அவரது நூல்கள் துஃபைலுக்கு வழிகாட்டியிருக்கின்றன என்பதில் சந்தேகமில்லை. கல்வி முடிந்த பிறகு துஃபைல் கர்னாத்தா மன்னரின் எழுத்தராக நியமிக்கப்பட்டார். ஆனால் அவரது தகுதி, திறமை நீண்ட காலம் வரை அங்கேயே அடைபட்டிருக்கவில்லை. சில காலம் கடந்ததுமே கி.பி. 1163இல் மொராக்கோ சுல்தான் யூசுப் துஃபைலை அழைத்து, தன்னுடைய அமைச்சராகவும், ராஜ வைத்தியராகவும் வைத்துக் கொண்டார். அரசுப் பணிகளிலிருந்து கிடைக்கும் ஓய்வு நேரத்தில் துஃபைல் நூல்களைப் படித்துக் கொண்டிருந்தார். அவர் மிக அதிகமாகப் படித்தாரென்றாலும் தனது ஞானத்தையெல்லாம் தன்னுள்ளேயே வைத்துக் கொண்டு விட்டார். அவர் சொந்தமாகப் புத்தகங்கள் எழுத முயற்சிக்கவில்லை.

யூசுப்புக்குப் பிறகு யாகூப் (கி.பி. 1184-98) மொராக்கோவின் சுல்தானானார். அவரும் தனது தந்தையைப் போலவே துஃபைலைக் கவுரவித்தார். இவரது ஆட்சிக் காலத்திலேயே கி.பி. 1185இல் துஃபைல் மொராக்கோவில் காலமானார்.

(2) நூல்கள்: *துஃபைல் சில கவிதைகளையும் "ஹயீ இப்ன யக்ஜான்" ("உணர்ந்தவனின் மகனான ஜீவகனின் கதை") என்னும் நூலையும் எழுதினார். நூற்றைம்பது ஆண்டுகளுக்கு முன்னால் இதே பெயரில் பூவலி ஸீனா (கி.பி. 980-1037) ஒருநூல் எழுதியிருந்தாலும் துஃபைலின் நூலில் அவரது சொந்தக் கருத்துக்களே வெளியிடப் பட்டுள்ளன.*

(3) தத்துவக் கருத்துக்கள்: (க) அறிவும், ஆன்ம உணர்வும்: *துஃபைல், பாஜாவைப் போலவே அறிவு பூர்வமான ஞானத்தை ஒப்புக் கொள்கிறார். ஆனால் கஜாலியைப் போலப் பூரணமாக ஒப்புக் கொள்ளத் தடுமாறுகிறார்.*

"ஆன்ம உணர்வால் (யோகி தரிசனத்தால்) தென்படுவனவற்றைச் சொற்களால் விளக்க இயலாது. ஏனெனில் ஆன்ம உணர்வினால் காணப்படுபவை ஆடம்பரச் சொற்களின் ஆடையை அணிந்து கொண்டு உலகத்திலுள்ள மாமூல் பொருள்களைப் போலவே தென்படுகின்றன. உண்மை வடிவான ஆன்மாவின் கண்களைக் கொண்டு பார்க்கும்போது அவற்றுக்கு ஆன்மாவுடன் எவ்விதத் தொடர்பும் இருப்பதில்லை. இதனாலேயே அறிஞர்கள் பலர் தனது கருத்துக்களைத் தெளிவாக வெளிப்படுத்தாமல் போய்விட்டனர். பலர் அம்முயற்சியில் அடிபட்டுப் போயினர்."

(ங) ஹயீயின் கதை: *இரண்டு தீவுகள், ஒன்றில் நம்மைப் போன்ற மனித சமுதாயம் எல்லா மூடப் பழக்க வழக்கங்களுடன் இருக்கிறது. மற்றொன்றில் ஒரேயொருவன் தனிமையில் இயற்கையின் மடியிலே வளர்ந்து வருகிறான். சமுதாயத்தினர் வாழ்கின்ற தீவில் மனிதனின் கீழ்த்தர உணர்வுகள் கொட்டமடித்துக் கொண்டிருந்தன. அவற்றை முரட்டு ஞானம் படைத்த மதம்தான் வெளிப்படையாகக் கட்டுப் படுத்திக் கொண்டிருந்தது. ஆனால் இதே தீவில் இதே சூழ்நிலையில் வளர்ந்து கொண்டிருந்த இருவர் ஸல்மா, அஸல் என்பவர்கள் அறிவு பூர்வமான ஞானத்தையும், தமது கோரிக்கைகளைக் கட்டுப்படுத்து வதிலும் வெற்றி பெறுகிறார்கள். ஸல்மா சூழ்நிலைக்கேற்றவாறு நடந்து கொள்ளும் திறன் படைத்தவன். ஆகவே அவன் மதத்தால் உருவாக்கப்பட்ட மனிதர்களின் மேல் ஆட்சி செலுத்துகிறான். அஸல் சிந்தனையாளனும், துறவுச் சுபாவம் படைத்தவனும் ஆவான். அவன் சுற்றுப்பயணம் செய்துகொண்டே மற்றொரு தீவுக்குப் போய்ச் சேர்கிறான். முதலில் அவன் அதை ஜன சஞ்சாரமற்ற தீவென்று எண்ணிக் கொள்கிறான். அங்கே அவன் படிப்பிலும் யோகாப்பியாசம் செய்வதிலும் மூழ்கி விடுகிறான்.*

ஆனால் அந்தத் தீவில் ஹயியக்ஜான்- விழிப்படைந்தவனின் மகனான ஜீவகன்- என்னும் ஒரு தத்துவ மேதை இருந்தான். ஹயீ சிறுவயதிலேயே இத்தீவில் விடப்பட்டுவிட்டான். அல்லது தாயின் வயிற்றிலிருந்து பிறவாத ஜீவனைப் போல இங்கேயே தோன்றினான். குழந்தைப் பருவத்தில் மான்கள் அவனுக்குப் பாலூட்டின. பெரியவனானதும் தனது பகுத்தறிவு மட்டுமே அவனுக்குத் துணையாக இருந்தது. அவன் தனது பகுத்தறிவை நன்கு பயன்படுத்திக் கொண்டு தனது உடல் சம்பந்தமான தேவைகளை நிறைவேற்றிக் கொண்டான். பரிசோதனையினாலும், சிந்தனையினாலும் அவன் இயற்கை, வானம் (தேவர்கள்) கடவுள், தனது உள்ளுணர்வு ஆகியவைகளை உணர்ந்து கொண்டு உயர்ந்த நிலையை அடைந்துவிட்டான். அந்த நிலையையே ஸூஃபிக்கள் 'தரிசனம்' அல்லது 'மோனநிலை' என்கின்றனர். ஹயீ அத்தீவைப் போய்ச் சேர்ந்தபோது ஜீவகன் இந்த நிலையிலிருந்தான். ஹயீக்கு பேசும் மொழி தெரியாததால், இருவரும் தத்தமது கருத்துக் களைப் பரிமாறிக் கொள்ள முடியவில்லை. ஆனால் ஹயீ பேசக் கற்றுக் கொண்ட பிறகு, இருவரும் தத்தமது அனுபவங்களைச் சொல்லிக் கொண்டனர். அதிலிருந்து ஹயீயின் தத்துவ இயலும், அஸலின் மதமும் ஒரே உண்மையின் இரு உருவங்களே என்பதையும், இரண்டுக்குமுள்ள வித்தியாசமெல்லாம் மதத்தைவிடத் தத்துவ இயல் வெளிப்படையானதென்பதையும் இருவரும் தெரிந்து கொண்டனர்.

எதிரிலுள்ள தீவில் உள்ளவர்கள் அஞ்ஞானமும், இருளும் நிறைந்த வாழ்க்கை வாழ்ந்து கொண்டிருக்கின்றனர் என்பதை அறிந்த ஹயீ (ஜீவகன்) அவர்களுக்கும் சத்தியத்தின் தரிசனம் செய்விக்க வேண்டுமென்று எண்ணினார். ஆனால் அவர்களுடன் பழகிய பின்னர் அவர்கள் சத்தியத்தின் தூயதரிசனம் பெறும் தகுதியில்லாதவர்கள் என்பதைத் தெரிந்து கொண்டார். நபிகள் நாயகம் பொது மக்களுக்கு முழு ஒளியை அளிக்காமல் அதன் ஒரு பகுதியை மட்டுமே அளித்தது சரியே என்பதை ஹயீ உணர்ந்து கொண்டார். இவ்விதம் ஹயீ தனது தோல்வியை ஏற்றுக் கொண்டு நண்பனான அஸலை அழைத்துக் கொண்டு தமது தீவிற்குத் திரும்பி விட்டார். அங்கே தனது தூய தத்துவ உணர்வுடன் வாழ்வின் இறுதிவரை கடவுளின் தியானத்தில் ஆழ்ந்திருந்தார்.

ஸீனாவும், துஃபைலும் சிருஷ்டித்த ஹயிக்களில் வேற்றுமை உள்ளது. ஹயீக்கள் இருவருமே விழிப்படைந்தவர்களின் மகன் களாவர். இருவரும் தத்துவ மேதைகளே. ஸீனாவின் ஹயீ தனது தத்துவ ஞானத்தால் மற்றவர்களுக்கு வழிகாட்டுவதில் வெற்றி பெறுகிறான். ஆனால் துஃபைலின் ஹயீ தனது தோல்வியை

ஒப்புக்கொண்டு நபிகள் காட்டிய வழியைப் புகழ்ந்து கொண்டே திரும்பி விடுகிறான். இருவரும் ஒரு விஷயத்தில் ஒன்றுபட்டிருக்கிறார்கள்- இருவரும் ஞானப் பாதையைத் தலைசிறந்ததாகக் கருதுகிறார்கள்.

(ச) ஞானியின் செயல்: ஹயீயின் உருவில் துஃபைல் ஞானி அல்லது தத்துவ மேதையின் நடவடிக்கைகளை விவரித்துள்ளார். ஹயீ செயலாற்றுதலை விடுவதில்லை. செயலாற்றிக் கொண்டே எல்லாவற்றிலும் இரண்டறக் கலக்கும் தத்துவத்தைத் தேட வேண்டுமென்றும் அந்தப் பரம தத்துவத்தில் தன்னைக் கரைத்து விட வேண்டுமென்றும் எடுத்துக் கூறினார். இயற்கை முழுதும் அந்தத் தலைசிறந்த தத்துவத்தை அடைய முயற்சி செய்து கொண்டிருப்பதாகவே ஹயீ பார்த்தார். 'உலகிலுள்ள எல்லாப் பொருள்களுமே மனிதனுக்காகத்தான்' என்ற குரானின் வாக்கியத்தை ஹயீ ஒப்புக் கொள்ளவில்லை. மனிதர்களைப் போலவே மிருகங்களும், செடிகொடிகளும்கூடத் தமக்காகவும், கடவுளுக்காகவும் உயிர் வாழ்கின்றன. அதனால் அவைகளைக் கொடுமைப்படுத்துவது சரியல்லவென்று ஹயீ கருதுகிறார். உடலின் தேவைகளைக் குறைத்துக் கொண்டு உயிர் வாழ்வதற்குத் தேவையான தேவைகளை மட்டும் வைத்துக்கொள்ள வேண்டுமென்பது அவரது எண்ணமாகும். அவர் பழுத்த பழக்கங்களைச் சாப்பிட்டு விட்டு அவைகளின் விதைகளை மிக அக்கறையாக நிலத்தில் நடுகிறார். அப்பழச்செடி அழிந்துவிடக்கூடாதென்பது அவரது நோக்கமாகும். வேறு வழி இல்லாத போதுதான் ஹயீ மாமிசம் சாப்பிடுகிறார்; அப்பொழுதும் எந்த மிருக இனமும் அழிந்துவிடக் கூடாதென்பதில் அதிகக் கவனம் செலுத்துகிறார்.

இயற்கையுடன் உடல் எப்படிப்பட்ட தொடர்பு கொண்டிருக்க வேண்டுமென்பதற்கு ஹயீயின் உடல் சம்பந்தப்பட்ட இச்செயல் உதாரணமாகும். ஆனால் அவருடைய வாழ்க்கைத் தத்துவம் அவரை வானத்திலுள்ளவர்களுடன் (தேவர்களுடன்) தொடர்புபடுத்துகிறது. தேவர்களைப் போலவே தனக்கு அக்கம் பக்கத்திலுள்ளவர்களுக்குப் பயன்படும் வகையில் தனது வாழ்வைத் தூய்மையானதாக வைத்துக் கொள்ள வேண்டும். இக்கருத்தை மனத்திற்கொண்டு ஹயீ, தன்னுடைய தீவைச் சொர்க்கமாக மாற்றத் தனக்கருகிலுள்ள செடி கொடிகளுக்குத் தண்ணீர் ஊற்றுகிறார். களையெடுக்கிறார்; ஆடு மாடுகளைக் காக்கிறார். தனது உடலையும், ஆடைகளையும் சுத்தமாக வைத்துக் கொள்வதில் பெரிதும் கவனம் செலுத்துகிறார். வானக் கருவுகளைப் போலவே (கிரகங்களைப் போலவே) தன்னுடைய ஒவ்வொரு இயக்கத்தையும் எல்லோருக்கும் அனுசரணையாக வைத்துக் கொள்ள முயற்சிக்கிறார்.

இவ்விதம் ஹயீ தனது ஆன்மாவைப் பூமியிலிருந்தும், வானத்திலிருந்தும் மேலே கொண்டு சென்று தூய ஆன்மாவை அடைவதில் வெற்றி பெறுகிறார். இதுவே 'மோன நிலை' என்பதாகும். இதை எந்தக் கற்பனையினாலோ, சொல்லாலோ, மனத்தாலோ அறியவும் முடியாது, எடுத்துச் சொல்லவும் முடியாது.

இப்ன ரோஷ்த் (கி.பி. 1126-98)

பூவலி ஸீனா கீழ்த்திசைத் தத்துவ இயலில் உயர்ந்த சிகரத்தை அடைந்ததுபோலவே, மேற்கத்திய இஸ்லாமியத் தத்துவ இயலில் ரோஷ்த் மிக உயர்நிலையை அடைந்தார். அது மட்டுமல்ல; ரோஷ்த் இடைக்கால ஐரோப்பியத் தத்துவ இயலை இயங்க வைத்து, நவீன தத்துவ இயலுக்குப் புதிய உருவமளித்ததில் முக்கியப் பங்கு வகித்தார்.

(1) வாழ்க்கை: அபூவலீத் முகமத் இப்ன ரோஷ்த் கி.பி. 1126இல் ஸ்பெயினில் புகழ் வாய்ந்த நகரமான கார்தோவாவில் கல்வியறிவு நிறைந்த ஒரு குடும்பத்தில் பிறந்தார். கார்தோவாவில் அக்காலத்தில் பத்து லட்சம் மக்கள் வாழ்ந்து கொண்டிருந்தனர். அது ஒரு பெரிய கல்வி நிலையமாகவுமிருந்தது. ரோஷ்தின் குடும்பத்தவர்கள் பெரிய பெரிய அரசுப்பதவிகளில் இருந்தவர்கள். ரோஷ்தின் பாட்டனார் முகமது ஃபிகா பெரும் புலவரும், கார்தோவாவின் தலைமை நீதிபதியுமாவார். அத்துடன் ஜும்மா மசூதியின் இமாமும் (தலைமைப் புரோகிதரும்) அவரே! ரோஷ்தின் தந்தையாரும் அப்படியே. ரோஷ்தின் இல்லமே ஒரு பெரிய கல்வி நிலையமாகும். தூரப் பகுதிகளிலிருந்தும் பாட்டனாரிடமும் தந்தையாரிடமும் கல்வி கற்க மாணவர்கள் வந்து கொண்டிருந்தனர். அப்படிப்பட்ட சூழ்நிலையில் ரோஷ்தின் தாய் தந்தையர் அவரது கல்வியில் எவ்வளவு கவனம் செலுத்தி இருப்பார்களென்று சொல்லத் தேவையில்லை. ரோஷ்த் தனது தந்தையிடம் குரானும், பாட்டனார் எழுதிய ஒரு புத்தகமும் படித்து மனப்பாடம் செய்தார். பின்னர் அராபிய இலக்கியமும், இலக்கணமும் கற்றார். சிறுவயதில் ரோஷ்த் சில கவிதைகளையும் எழுதினார். ஆனால் வயது வந்த பிறகு அக்கவிதைகள் அவருக்குப் பிடிக்காததால், கார்ல்மார்க்ஸைப் போலவே அவற்றைத் தீயிலிட்டுக் கொளுத்தி விட்டார்.

சிறு வயதிலிருந்தே ரோஷ்துக்குத் தத்துவ இயலென்றால் விருப்பம். அப்பொழுது (கி.பி. 1138) பாஜா உயிருடன் இருந்தார். வாலிபத் தத்துவ அறிஞரான பாஜாவிடம் ரோஷ்த் தத்துவமும், மருத்துவமும் கற்க வாரம்பித்தார். ஆனால் பாஜா காலமான பிறகு அவர் வேறு ஆசான்களைத் தேடிப் போக நேரிட்டது. அவர்களில் அபூபகர் பின் ஜஜியேல், அபூ ஜாபர் பின் ஹாரூன் சிறந்த தத்துவாசிரியர்கள்.

பாஜாவின் மற்றொரு சீடரும், தத்துவ மேதையுமானது ஃபைல் ரோஷ்தைக் கவனித்தார். ரோஷ்த் புகழ் பெறுவதற்கு முன்பாகவே துஃபைல் எழுதினார்.

“பாஜாவுக்குப் பிறகு நமது காலத்திய தத்துவமேதை இன்னும் முழுதாக உருவாகவில்லை. அவர் இன்னும் பூரணத்துவத்தை அடைய வில்லை. ஆகவே அவருடைய உண்மையான தகுதியையும், புலமை யையும் இப்பொழுதே மதிப்பிட இயலாது.”

ரோஷ்த் இலக்கியத்தையும், ஃபிகாவையும் (இஸ்லாமிய விளக்கவுரையையும்) ஹதீஸையும் (நபிகள் வாக்கியத்தையும்) நன்கு பயின்றாலும், மருத்துவத்திலும், தத்துவத்திலும் அவரை யாராலும் வெல்ல முடியவில்லை. ரோஷ்த் கல்வி முடிந்ததும் கார்தோவா நகரில் மருத்துவமும், ஆசிரியர் தொழிலும் செய்து வந்தார்.

துஃபைல் ரோஷ்த்தின் நண்பர். அவர் சமயமறிந்து சுல்தான் யூசுப்புக்கு ரோஷ்தின் பெருமைகளை விவரித்தார். ரோஷ்தும், சுல்தான் யூசுப்பும் சந்தித்துக் கொண்ட முதல் சந்திப்பு பற்றி ரோஷ்த் கூறியது போல் அப்துல் வாஹித் மராகஷி என்பவர் இப்படி எழுதியுள்ளார்:

“நான் சுல்தானின் அரசவைக்குச் சென்றபோது துஃபைலும் அங்கே இருந்தார். அவர் என்னை யூசுப்புக்கு அறிமுகம் செய்து வைத்தார். துஃபைல் என்னுடைய குடும்பத்தின் பெருமை குறித்தும் எனது தகுதி, கல்வி குறித்தும் மிகைப்பட விவரித்தார். அதிலிருந்து துஃபைலுக்கு என் மேலிருந்த அன்பும், தயவும் வெளிப்பட்டன. சுல்தான் என்னைப் பார்த்து, எனது பெயர் முதலியவைகளைக் கேட்டார். அவர் திடீரென்று ஒரு கேள்வியைக் கேட்டார். ‘தத்துவாசிரியர்களான அரிஸ்டாட்டில் போன்றவர்கள் வானத் திலுள்ளவர்களைப் பற்றி (தேவர்களைப் பற்றி) எப்படிப்பட்ட கருத்து கொண்டிருக்கிறார்கள்? அதாவது அவர்கள் உலகத்தைச் சாஸ்வத மானதென்று எண்ணுகிறார்களா அல்லது அழிவுடையதென்று எண்ணுகிறார்களா?’ அக்கேள்வியைக் கேட்டதுமே நான் பயந்து விட்டேன். அக்கேள்வியிலிருந்து தப்பித்துக் கொள்ள நான் விரும்பினேன். அதனால் நான் ‘எனக்குத் தத்துவ இயல் தெரியாது’ என்று பதிலளித்தேன். சுல்தான் யூசுப் எனது அச்சத்தைப் புரிந்து கொண்ட, பக்கத்திலிருந்த துஃபைலுடன் அதைப்பற்றிப் பேசவாரம்பித்து விட்டார். பிளாட்டோ, அரிஸ்டாட்டில் போன்ற தத்துவாசிரியர்கள் இதைக் குறித்து கூறியுள்ளவைகளை எல்லாம் சுல்தானே எடுத்துச் சொன்னார். பின்னர் இஸ்லாமிய தர்க்க இயலாளர்கள், தத்துவாசிரி யர்கள் மேல் தொடுத்த கண்டனக் கணைகளை விவரமாகக் கூறினார்.

இதைக் கண்ட பிறகு என் அச்சம் விலகியது. துஃபைலுடன் தன் பேச்சை முடித்துக்கொண்டு சுல்தான் என்னை நோக்கினார். இப்பொழுது நான் பயமில்லாமல் என் கருத்துக்களையும் அறிவையும் வெளிப்படுத்தினேன். கடைசியில் நான் அரசவையிலிருந்து திரும்பிச் சென்ற போது சுல்தான் எனக்குத் தங்க நாணயங்களும், உடைகளும், குதிரைகளும், விலையுயர்ந்த கடிகாரமும் தந்து வழியனுப்பினார்" (இப்னரோஷ்த் ரேனா எழுதிய பிரெஞ்சு நூல், பக்கம் 10-11).

முதல் சந்திப்பிலேயே சுல்தான் யூசுப்பை ரோஷ்தின் புலமை ஆட்கொண்டு விட்டது. கிபி. 1169இல் சுல்தான் ரோஷ்தை ஷெவிலியின் ரோஷ்த் "அரிஸ்டாட்டிலின் உயிரியல் விளக்கம்" எழுதினார்.

ரோஷ்த் தனது நூல்களில் அடிக்கடி இப்படிக் குறைபட்டுக் கொள்கிறார்:

அரசுப் பணிகளிலிருந்து எனக்கு ஓய்வே கிடைப்பதில்லை. அமைதியான உள்ளத்துடன் எழுத்து வேலையைச் செய்ய எனக்கு அவகாசமே கிடைப்பதில்லை. தனது வீடு தீப்பற்றி எரியும்போது முக்கியமான சாமான்களை மட்டுமே வெளியே வீசி எறிபவனைப் போன்ற மனநிலையில் நான் உள்ளேன். என் கடமையைச் செய்ய நான் நாட்டின் தொலைப் பகுதிகளுக்கும் சுற்றுப் பயணம் செய்ய வேண்டும். இன்று தலைநகரான மொராக்கோவில் இருந்தால் நாளை கார்தோவாவில் நாளை மறுநாள் ஆப்பிரிக்காவில்! இப்படியாகச் சுற்றுப்பயணம் செய்து கொண்டே எழுத்து வேலையும் தொடர்கிறேன். ஆனால் எனது எழுத்துக்கள் மன அமைதி இன்மையால், குற்றங் குறையுடையதாகவும், அரைகுறையாகவும் இருக்கலாம்.

அரசு அதிகாரியான பிறகு ரோஷ்தின் நிலைமை இப்படி இருந்தாலும், அவர் தத்துவ இயலில் ஸீனாவைப் போன்ற திடசங் கற்பத்தையும், அக்கறையையும் காட்டியதால், பல நூல்களையும் அவரால் எழுத முடிந்தது.

கி.பி. 1184இல் யூசுப் இறந்ததும், அவரது புதல்வன் யாகூப் மன்சூர் அரியணை ஏறினான். தோமரத்தும், அப்துல் மோமினும் மொகிதீன் மன்னர்களிடையே கல்வியில் அக்கறையை ஏற்படுத்தி விட்டதால், இளவரசர்கள் கஷ்டப்பட்டுப் படிக்க வேண்டிய அவசியமேற்பட்டு விட்டது. யாகூப் தனது பாட்டனார் தந்தை ஆகியோரைக் காட்டிலும் கல்வியில் விருப்பமுடையவர்; அத்துடன் சிறந்த தளபதியுமாவார். பக்கத்தில் வளர்ந்து கொண்டிருந்த கிருத்துவச் சக்திகளைப் பலமுறை தோற்கடித்தார் அவர்.

யாகூப் தனது தந்தையைக் காட்டிலும், ரோஷ்தைக் கவுரவித்தார். அவர் தத்துவ விவாதம் செய்ய ரோஷ்தைத் தன்னுடனே வைத்துக் கொள்வார். ரோஷ்த் மன்னருடன் மிகவும் சகஜமாகப் பழகினார்.

முதுமையில் ரோஷ்த் மன்னரிடம் விடைபெற்றுக் கொண்டு கார்தோவாவில் படிப்பதிலும், எழுதுவதிலும் காலத்தைக் கழித்தார்.

கி.பி. 1195இல் யாகூப் மன்சூர் தனது எதிரியான அல்ஃபான்ஸோவின் படையெடுப்பைத் தகர்க்கும் முயற்சியில் கார்தோவா வந்தார். அப்பொழுது அவர் ரோஷ்தின் மதிப்பை உச்ச கட்டத்திற்கு உயர்த்தி விட்டார். ரோஷ்த்தின் சமகாலத்தவரான ஒரு நீதிபதி இச்சந்திப்பு குறித்து வர்ணிக்கிறார்:

"கி.பி. 1195இல் யாகூப் மன்சூர் பத்தாம் அல்ஃபான்ஸோவின் மீது படையெடுப்பதற்காகத் தயார் செய்து கொண்டிருந்தபோது ரோஷ்துக்கு அழைப்பு அனுப்பினார். அரசவையில் யாகூபின் மருமகனான முகமது அப்துல் வாஹித் மிகவும் செல்வாக்குள்ளவர். அவருடைய மகனை யாகூப் ஆப்பிரிக்காவின்கவர்னராக்கினார். அரசவையில அப்துல் வாஹிதின் நாற்காலி மூன்றாவதாக இருந்தது. ஆனால் யாகூப் ரோஷ்த்தைத் தன் பக்கத்திலேயே அமர்த்திக் கொண்டு, நீண்ட நேரம் அவருடன் அளவளாவிக் கொண்டிருந்தார். யாகூப் ரோஷ்துக்கு மரண தண்டனை விதித்து விட்டாரென்று அவருடைய எதிரிகள் வெளியே வதந்தியைப் பரப்பிவிட்டனர். காத்துக் கொண்டிருந்த மாணவர்களின் பெருங்கூட்டத்தில் இதனால் பெரும் கலவரம் ஏற்பட்டது. சற்று நேரத்துக்குப் பின்னர் இப்ன ரோஷ்த் அரச மாளிகையிலிருந்து வெளியே வந்ததும், அவரது ஆதரவாளர்கள் மகிழ்ச்சிக் குரலில் வாழ்த்தொலி எழுப்பினர். ஆனால் ரோஷ்த் மகிழ்ச்சிக்குப் பதிலாகக் கவலையே தெரிவித்தார். 'இது மகிழ்ச்சியடைய வேண்டிய சமயமல்ல; ஏனெனில் மன்னருடன் இந்த நெருங்கிய நட்பு கெட்ட விளைவுகளையே ஏற்படுத்தும் என்று அவர் ஆதரவாளர் களிடம் கூறினார்."

ரோஷ்த் சொன்னது உண்மையாயிற்று. அவருடைய வாழ்க்கையின் இறுதி நான்காண்டுகள் துன்பம் நிறைந்தவையாக மாறிவிட்டன.

(க) **உண்மைக்காகத் துன்பமனுபவித்தல்:** கி.பி. 1195-லிருந்து 1197 வரை யாகூப் மன்சூர் போர்களில் மூழ்கியிருந்தார். இறுதியில் பகைவர்களைப் பூரணமாகத் தோற்கடித்துவிட்டு நீண்ட காலம் ஷேவிலியில் இருக்க வேண்டுமென்று முடிவு செய்து கொண்டார். ரோஷ்துக்குக் கிடைத்து வந்த மரியாதையைக் கண்டு, பல பெரும் புள்ளிகள் வயிறு எரிந்து கொண்டிருந்தனர். அது மட்டுமல்லாமல்,

ரோஷ்த் தன் கருத்துக்களை வெளியிடுவதில் எச்சரிக்கையாக இல்லாததால் அப்படிப்பட்டவர்களுக்கு நல்ல வாய்ப்பு கிடைத்து விட்டது. அவர்கள் சில மாணவர்களை ரோஷ்த் கூறுவனவற்றைக் குறித்துக் கொள்ள நியமித்தனர். இப்படிச் செய்வதன் மூலம், ரோஷ்தின் சொற்களைக் கொண்டே, அவரை மத விரோதி என்று நிரூபிக்கலாமென்று அவர்கள் எண்ணினர். நடந்ததும் அதுவே. முல்லாக்களின் மத வெறி மிஞ்சியிருந்த காலத்தில் ரோஷ்த் தன் சீடர்களிடம் சொல்லக்கூடாத விஷயங்களைச் சொல்லிவிட்டார். பகைவர்களுக்கு வேறென்ன வேண்டும்? அவர்கள் ரோஷ்தின் உரைகளில் இல்லாததும் பொல்லாததும் சேர்த்து மன்னரிடம் கோள்மூட்டினர். சாட்சியத்துக்காக நூறு சாட்சிகள் ஆஜர்படுத்தப் பட்டனர்.

சாட்சியங்கள் சாட்சியம் கூறினர். ரோஷ்த் கைப்பட எழுதிய சில கட்டுரைகளும் அங்கே வைக்கப்பட்டன. அக்கட்டுரைகளில் ஒன்றில் அவர் மன்னரை, “சுல்தான்” என்று விளிக்காமல் “அநாகரிக மக்களின் தலைவர்” என்று குறிப்பிட்டிருந்தார். மற்றொரு கட்டுரையில் ரோஷ்த் வெள்ளித் தாரகையைக் கிரேக்கர்களைப்போல் தனது மரியாதையைத் தெரிவிக்கும் வகையில் “தேவி” என்று குறிப்பிட்டிருந்தார். முதல் குற்றச் சாட்டிற்காக அப்துல்லா உஸூலி என்பவர் ரோஷ்தை ஆதரித்து வாதாடியதால் கைது செய்யப்பட்டுவிட்டார். எல்லாச் சாட்சியங் களாலும், அத்தாட்சிகளாலும் ரோஷ்த் மத விரோதியான நாஸ்திக ரென்று நிரூபிக்கப்பட்டது. பாவம், யூசுப் வேறு வழியில்லாமல் ரோஷ்தைத் தனது மாணவர்களுடனும் சீடர்களுடனும் பொது மன்றத்தில் ஆஜராகும்படி கட்டளையிட்டார். இதற்காகக் கார்தோவாவின் ஜாமா மசூதியைத் தேர்ந்தெடுத்தனர். மன்னரும் தனது அரசவையினருடன் அங்கே வந்து சேர்ந்தார். அம்மாபெரும் மன்றம் குறித்து அன்ஸாரி இவ்வாறு சொல்லியுள்ளார்.

“மன்ஸூர் மன்றத்தில் இப்ன ரோஷ்த் அவருடைய தத்துவ விரிவுரைகளுடன் ஆஜர்படுத்தப்பட்டார். அவரிடம் பொறாமை கொண்டவர்கள் அவர்மேல் மேலும் பகைமையை வளர்த்தனர். ரோஷ்தின் தத்துவ இயல் முழுவதும் நாஸ்திகம் நிறைந்திருந்ததால், இஸ்லாமைப் பாதுகாக்க வேண்டிய அவசியம் ஏற்பட்டு விட்டது. கலீஃபா யூசுப் பொதுமக்களை ஜாமா மசூதியில் கூட்டியிருந்தார். ரோஷ்த் பாதை தவறிவிட்டாரென்றும், ஆகவே கண்டனத்திற்குரியவ ரென்றும் அக்கூட்டத்தில் அறிவிக்க வேண்டும். ரோஷ்துடன் காஜி அபூ அப்துல்லா உஸூலியும் இதே குற்றச்சாட்டுக்கு உள்ளாகி யிருந்தார். அவருடைய பேச்சிலும் நாஸ்திகம் வெளிப்பட்டது.

கார்தோவாவின் ஜாமா மசூதியில் இரு குற்றவாளிகளும் ஆஜர் படுத்தப்பட்டனர். அபூ அலி ஹஜ்ஜாஜ் எழுந்து நின்று 'இப்ன ரோஷ்த் நாஸ்திகராகவும், மத விரோதியாகவுமாகிவிட்டார்' என்று பிரகடனப்படுத்தினார்" ("இப்ன ரோஷ்தும், தத்துவஇயலும்" - கர்ஹுல் ஜோன்)

ஹஜ்ஜாஜ் பிரகடனத்துக்குப் பிறகு சுல்தான் ரோஷ்தை அழைத்து, 'இந்தக் கட்டுரைகள் நீ எழுதியவைதானா?' என்று கேட்டார். இதுவெல்லாம் வெறும் நாடகம் மட்டுமே. ரோஷ்தின் தத்துவக் கருத்துக்கள் என்னவென்பதை யாகூப் மன்ஸூர் அறிய மாட்டாரா? பல வருடங்கள் ரோஷ்துடன் நெருங்கிப் பழகிய அவருக்கு ரோஷ்தின் கருத்துக்கள் தெரியாமலா இருக்கும்? எல்லாம் அறிந்திருந்தும் அவர், மக்கள் முன்னே தன்னை மதப்பற்றுள்ளவராகக் காட்டிக் கொள்ளவும், அரசியல் ரீதியில் தனது இடத்தை வலுப்படுத்திக்கொள்ளவுமே மன்னர் இந்த நாடகம் ஆடிக்கொண்டிருந்தார். இப்படிப்பட்ட சந்தர்ப்பத்தில் ரோஷ்தும் சாக்ரடீஸ் வழியைப் பின்பற்றியிருக்கலாம். ஆனால் ரோஷ்த் வாழ்ந்திருந்த சமுதாயம் ஏதென்ஸின் நாகரீகச் சமுதாயத்தை விடப் பிற்பட்டதாகும். அதுவுமில்லாமல் அவர் தன்னுடைய மாணவர்கள், ஆதரவாளர்கள், நண்பர்கள் ஆகியோரையும் கவனிக்க வேண்டும். ரோஷ்த் உயிர் வாழும் நாட்கள் தத்துவ இயல் வளர்ச்சிக்கு உதவி புரியக்கூடியவையே. ஆகவே அவர் மன்னரைப் போலவே ஒன்றும் தெரியாதவர் போல், அந்தக் கட்டுரைகளை நான் எழுதவில்லையென்று மறுத்தார். அவருடைய பதிலைக் கேட்ட பின்னர், மன்னர் கட்டுரைகளை யார் எழுதியிருந் தாலும், அவர் கண்டனத்திற்குரியவராவார் என்று அறிவித்தார். குழுமியிருந்த மக்கள் கூட்டம் அதை ஆமோதித்தது. அங்கே சுல்தான் மட்டும் இல்லாமல் இருந்திருந்தால், ஆவேசமடைந்த ஜனக்கூட்டம் ரோஷ்தைப் பிய்த்தெறிந்திருக்கும் அவரை ஏதாவதொரு தனி இடத்திற்கு அனுப்பிவிட வேண்டுமென்ற மன்னரின் சொற்பத் தண்டனையையே மக்கள் ஆமோதித்தனர்.

ரோஷ்துக்கு எதிராகச் சாட்சியமளித்தவர்களில் சிலர் ஸ்பெயினில் வந்து குடியேறிய இனக் குழுக்களில் எவருடனும் ரோஷ்துக்கு வம்சத் தொடர்பில்லை என்றும் அவர் யூதர்களான பனி இஸ்ராலி குடும்பத்தைச் சேர்ந்தவரென்றும் குற்றஞ் சாட்டினர். அதனால் ரோஷ்தைக் கார்தோவாவுக்கு அருகிலிருந்த ஒரு கிராமமான லோஸீனியாவுக்கு அனுப்பிவிட வேண்டுமென்று முடிவு செய்யப்பட்டது. அந்தக் கிராமத்தில் யூதர்களைத் தவிர வேறெவரும் இருக்கவில்லை.

ரோஷ்தின் எதிரிகளும், முல்லாக்களும் (மதத் தலைவர்களும்) நீண்ட காலமாகவே அவருக்கு எதிரான துவேஷப் பிரசாரம்

செய்திருந்ததால், பொதுமக்கள் அவருக்கெதிராகக் கிளம்பி இருப்பார்களென்பது நிச்சயம். ஆகவே அப்படிப்பட்ட சூழ்நிலையில் யூதர் கிராமத்தில் ரோஷ்த் இருப்பதே அவருக்கும் நல்லதாகும். பொது மக்கள் தன்னைச் சந்தேகக் கண்கொண்டு பார்க்காமலிருக்க மன்ஸூர் அரசாங்கத்தில் ஒரு தனிப்பிரிவை ஏற்படுத்தினார். தத்துவம், தர்க்கவியல் நூல்களைத் தேடிக் கண்டுபிடித்து எரித்துவிடுவதே அந்தப் பிரிவின் பணியாகும். அந்நூல்களைப் படிப்பவர்களைத் தண்டிப்பதும் அதன் வேலையாகும். இதே காலத்தில் மன்ஸூர் பொது மக்களைச் சாந்தப்படுத்த ஒரு அரசாங்க அறிவிப்பை வெளியிட்டார்.

"சென்ற காலத்தில் சிலர் மூட நம்பிக்கைகள் கொண்டு எல்லா விஷயங்களிலும் அர்த்தமற்ற கேள்விகள் எழுப்பிக் கொண்டிருந்தனர். எனினும் சாதாரணப் பொதுமக்களை அவர்கள் தமது மேதா விலாசத்தால் கவர்ந்தனர். இவர்கள் தமது கருத்துகளை வெளிப்படுத்த ஷரீயத்துக்கு (இஸ்லாமிய மதநூல்களுக்கு) எதிரான நூல்களை எழுதினார். கிழக்குக்கும் மேற்குக்குமுள்ள வேற்றுமையே அந்நூல்களுக்கும் இஸ்லாமிய மத நூல்களுக்கும் உள்ளது. நமது காலத்திலும் சிலர் இந்நாஸ்திகர்கள் வழியில் சென்று அவர்களைப் போலவே நூல்களை இயற்றினர். இந்நூல்களில் வெளிப்பார்வைக்கு குரான் வாக்கியங்கள் நிறைந்திருந்தாலும், உண்மையில் அவை நாஸ்திகத்தையும், மத எதிர்ப்பையும் பிரசாரம் செய்கின்றன. எங்களுக்கு (சுல்தான் - மன்ஸூருக்கு) அவர்களுடைய மோசமும், கபடமும் தெரிந்ததுமே, அவர்களை அரசவையிலிருந்து வெளியேற்றி விட்டோம். அவர்களது நூல்களைக் கொளுத்தி விட்டோம். ஏனெனில் நாம் ஷரீயத்தையும், முஸ்லிம்களையும் இந்த நாஸ்திகர்களின் சூழ்ச்சியிலிருந்து பாதுகாக்க விரும்புகிறோம்... கடவுளே! இந்த நாஸ்திகர்களையும், அவர்களது நண்பர்களையும் அழித்துவிடு!... நஞ்சிடமிருந்து விலகி இருப்பதைப் போலவே இந்த நாஸ்திகர்களிடமிருந்து தூர விலகி இருங்கள். அவர்களது புத்தகங்கள் கிடைத்தால், தீயிலிட்டுக் கொளுத்துங்கள். ஏனெனில் நாஸ்திகத்துக்குத் தண்டனை நெருப்பாகும்."

தத்துவம், தர்க்கவியல் ஆகியவை குறித்து அக்காலத்தில் படித்த முல்லாக்கள் எப்படிப்பட்ட கருத்து கொண்டிருந்தனர் என்பதற்கு இப்ன ஜுஹ்ர என்னும் புலவரின் உதாரணத்தைப் பார்ப்போம். மன்ஸூர் தத்துவ நூல்களை எரிக்கும் பொறுப்பாளராக இப்ன ஜுஹ்ரவை நியமனம் செய்திருந்தார். அவரிடம் இரண்டு மாணவர்கள் மருத்துவம் கற்று வந்தனர். ஒருநாள் அவர்கள் ஒரு புதிய புத்தகம் வைத்திருந்ததை ஜுஹ்ர கவனித்தார். அதை வாங்கிப் பார்த்தபோது, அது ஒரு தர்க்கவியல் நூலென்பதைத் தெரிந்து கொண்டார். ஜுஹ்ர

உடனே ஆத்திரமடைந்து அவர்களை அடிக்கப்போனார். அம்மாணவர்கள் அவரிடம் செல்வதை நிறுத்திக் கொண்டனர். சில நாட்களுக்குப் பிறகு மாணவர்கள் ஆசிரியரிடம் போய் மன்னிப்பு கேட்டுக் கொண்டனர். அந்தப் புத்தகம் தமதல்லவென்றும், ஒரு நண்பனிடமிருந்து அதைத் தாம் வலுக்கட்டாயமாகப் பிடுங்கிக் கொண்டதாகவும், அது தம்மிடமே இருந்து விட்டதாகவும், சொல்லிக் கொண்டனர். ஜுஹ்ர அம்மாணவர்களை மன்னித்து, குரானைப் படியுங்கள், ஃபிகாவையும் (விளக்கவுரையையும்) ஹதீஸையும் நபிகள் உபதேசத்தையும் படியுங்களென்று நற்போதனை செய்தார். அவர்கள் இவற்றையெல்லாம் படித்து முடித்த பின்னர், ஜுஹ்ரவே தனது நூல் நிலையத்திலிருந்து ஃபோர்ஃபோரியஸ் எழுதிய நூலான 'ஈஸாகோஜி'யை அம்மாணவர்களுக்குத் தந்து, அதைப்படித்து, தத்துவமும் தர்க்கமும் கற்றுக்கொள்ளுங்கள் என்றார். குரானையும், ஹதீஸையும் முடிக்காமல் தத்துவம் படிக்கக் கூடாதென்று அறிவுறுத்தினார். இப்ன ஜுஹ்ர வெளிக்காட்சிக்குத் தத்துவ நூல்களையும், தர்க்க நூல்களையும் எரித்துக் கொண்டிருந்தாலும், உள்ளுக்குள் அவற்றை ஆழ்ந்து படித்துக் கொண்டிருந்தார். ஜுஹ்ரவின் பகைவர்களில் ஒருவன் ரோஷ்தை முன்னுதாரணமாகக் கொண்டு, அவரை அழிக்க விரும்பினான். அவன் பலருடைய கையெழுத்துக்களை வாங்கி, ஜுஹ்ர தத்துவ இயலின் ஆதரவாளரென்றும், அவருடைய வீட்டில் ஆயிரக்கணக்கான தத்துவ நூல்கள் இருக்கின்றனவென்றும் அவருக்கு எதிராகச் சுல்தான் மன்ஸூருக்கு ஒரு விண்ணப்பம் அனுப்பினான். அதைப் படித்த மன்ஸூர் விண்ணப்பம் எழுதியவனுக்குச் சிறைத் தண்டனை விதித்து விட்டார். கையெழுத்திட்ட மற்றவர்களும் பயத்தால் பதுங்கிப் போய் விட்டனர். முல்லாக்கள் மக்களைத் தவறான வழியில் அழைத்துச் சென்று அவர்கள் உள்ளத்தில் மதவெறியை நிரப்பி விட்டார்கள். அது நீண்ட காலம் வரை நீடித்திருக்காதென்பது மன்ஸூருக்குத் தெரியும். அவர் ரோஷ்தை மத வெறிக்குப் பலிகொடுத்து விட்டதால், மதவெறி என்னும் தீ அடங்கியிருந்தது. முல்லாக்களால் முன்புபோல் மக்களுக்கு எளிதாக மதவெறி ஊட்ட முடியாதென்பது மன்ஸூர் அறிவார். ஆகவே இவர்களை அடக்கிவிட வேண்டுமென்று அவர் முடிவு கொண்டார்.

ரோஷ்தை நாடு கடத்தியபோதே ஜஹ்பி, உஸூலி பஜாயா, கஃபீக், கராபி முதலிய தத்துவ இயலாளரும் நாடு கடத்தப்பட்டனர். இந்தக் காலத்தில் முல்லாக்கள் ஆனந்தத்தால் பல கவிதைகளை இயற்றினார்கள். அவற்றில் பல இப்பொழுதும் இருக்கின்றன.

ஸ்பெயினில் யூதர்கள் துவக்கத்திலிருந்தே தத்துவ இயலின் ஆதரவாளர்களாக விளங்கி வந்தனர். இதனால் லூஸீனியாவில்

வாழ்ந்திருந்த யூதர்கள், இந்த நாஸ்திக வீழ்ச்சியடைந்த தத்துவ அறிஞரைப் பரிதாபகரமான நிலைமையில் பார்த்ததுமே அவரைத் தலைமேல் தூக்கி வைத்துக் கொள்ளத் தயாரானார்கள். ஸ்பெயினில் ஒரு கிராம மக்கள் ரோஷ்தை உண்மைக்குப் பலியாகிவிட்ட ஒரு தியாகியாக மதித்தனர். ரோஷ்த் எதிர்காலத்தில் அனைத்துக் கல்விகளின் தேவனாக மாறப் போகிறாரென்பதும், புதிய உலகம் உருவாவதில் அவருடைய கருத்துக்கள் முக்கிய பங்காற்றப் போகின்றன வென்பதும் லூஸீனியா மக்களுக்கு அப்போதைக்குத் தெரியாது.

ரோஷ்த் அனுபவித்த கொடுமைகளைப் பற்றிக் கதை கதையாகச் சொல்லிக் கொள்கின்றனர். ஒருமுறை அவர் லூஸீனியாவிலிருந்த பிரான்ஸுக்கு ஓடிவிட்டார். முல்லாக்கள் அவரைப் பிடித்து வந்த ஒரு மசூதியின் வாசற்படியில் நிற்க வைத்து வருவோரையும் போவோரையும் அவர் மேல் உமிழச் செய்தனர். ஒரு தடவை அவருக்கிழைக்கப்பட்ட அவமானம் பற்றி ரோஷ்தே எழுதியிருப்ப தாவது:

“ஒருநாள் நானும், எனது மகன் அப்துல்லாவும் கார்தோவி மசூதிக்குள் தொழுகைக்காகச் சென்றோம். ஆனால் அங்கிருந்த குண்டர்கள் செய்த ரகளையால் நாங்கள் தொழுகையை நடத்த முடியவில்லை. எங்கள் இருவரையும் பள்ளிவாசலிலிருந்தே விரட்டி விட்டனர். இதனால் எனக்கேற்பட்ட வேதனைக்கு எல்லையே இல்லை” (‘இப்ன ரோஷ்த்’ - ரேனா, பக்.16).

ரோஷ்த் லூஸீனியாவில் பலத்த காவலில் வைக்கப்பட்டார். அவரைச் சந்திக்க எவரும் அனுமதிக்கப்படவில்லை.

(ங) விடுதலையும், இறப்பும்: இரண்டாண்டுகள் வரை ரோஷ்த் தனது முதுமைப் பருவத்தில் தத்துவக் கருத்துக்களுக்காக உடல் வேதனையும், உள்ள வேதனையும் அனுபவித்துக் கொண்டிருந்தார். வரலாற்றின் முன்னே தான் எவ்வளவு பெரிய குற்றவாளி என்பதை மன்ஸூர் அறிந்திருந்தாலும், ரோஷ்துக்குப் பதிலாகத் தன்னைப் பலியிட்டுக் கொள்ள அவர் துணியவில்லை. ஒரு புறம் மன்ஸூர் அக்கம் பக்கத்து கிருத்துவ அரசர்களை வெற்றி கொண்டு மறுபுறம் தனது மக்கள் பார்வையில் வெற்றி வீரராகத் திகழ்ந்தார். மக்களிடையே முல்லாக்களின் செல்வாக்கும் குறைந்து விட்டது. மன்ஸூரின் தூண்டுதலால் அல்லது தம்மிச்சையாகவே ஷெவலியைச் சேர்ந்த பெரிய மனிதர்கள் சிலர், ரோஷ்த் பொய்க் குற்றங்களில் சிக்கவைக்கப் பட்டாரென்று சாட்சியமளித்தார்கள். ரோஷ்த் ஜாமா மசூதியின் வாசற்படியில் நின்று, காதைப் பிடித்துக் கொண்டு இனிமேல் பழைய

தவறுகள் செய்ய மாட்டேன் என்று பச்சாதாபம் தெரிவித்தால் விடுதலை செய்யலாமென்று மன்ஸூர் உத்தரவிட்டார். ஜாமா மசூதியில் எல்லோரும் தொழுகை நடத்தும்வரை ரோஷ்த் நிற்க வைக்கப்பட்டார் (அக்கடவுள் அவர்களுடைய தொழுகையை அமைதியாகக் கேட்டுக் கொண்டிருந்தார்*). இதன் பிறகு அவர் கார்தோவாவில் மிகவும் ஏழ்மையான வாழ்க்கை வாழ்ந்தார்.

யாகூப் மன்ஸூரை அவரது மனமே வதைத்துக் கொண்டிருந்தது. அவர் ரோஷ்துக்கு ஏதாவது ஒரு வகையில் உதவி செய்ய வழி தேடிக் கொண்டிருந்தார். இதற்கிடையே மொராக்கோவின் காஜி (நீதிபதி) சில தவறுகளுக்காகப் பதவியிலிருந்து நீக்கப்பட்டார். உடனே மன்ஸூர், ரோஷ்தை அப்பதவிக்கு நியமித்துவிட்டார். தத்துவ நூல்களைத் தீயிலிட்டுக் கொளுத்தும் உத்தரவும் வாபஸ் பெறப் பட்டது. நாடு கடத்தப்பட்ட மற்ற தத்துவ மேதைகளும் வரவழைக்கப் பட்டு அவர்களுக்கு நல்ல பதவிகள் கொடுக்கப்பட்டன.

ரோஷ்த் இன்னுமொரு ஆண்டு வாழ்ந்திருந்து கி.பி. 1198 டிசம்பர் 10ஆம் தேதி மொராக்கோவில் காலமானார். அவரது உடல் கார்தோவா கொண்டுவரப்பட்டுக் குடும்பக் கல்லறைகள் இருந்த 'மக்பரா அப்பாஸில்' நல்லடக்கம் செய்யப்பட்டது.

இருபத்தி மூன்று நாட்களுக்குப் பிறகு (கி.பி. 1199 ஜனவரி 2ஆம் நாள்) மன்ஸூரும் தனது வாழ்க்கையில் ஒரு களங்கத்தைச் சுமந்து கொண்டு இறந்துவிட்டார். ஸ்பெயின் மண்ணிலிருந்து மன்ஸூர் வம்சத்தின் ஆட்சி மட்டுமல்லாமல், இஸ்லாமே துடைத்தெறியப்படும் காலம் விரைவிலேயே வந்துவிட்டது. ஆனால் ரோஷ்தின் தத்துவக் குரல் ஐரோப்பா முழுதும் எதிரொலிக்க ஆரம்பித்தது.

(ச) ரோஷ்தின் குணநலன்கள்: ரோஷ்தின் குணநலத்தைக் குறித்து வரலாற்றாசிரியரான பாஜா கூறுகிறார்:

"இப்ன ரோஷ்தின் யோசனைகள் மிகவும் வலுவானவையாக இருக்கும். அவர் ஒருபுறம் பெரிய மேதாவியாக இருந்தது போலவே மறுபுறம் திட உள்ளம் படைத்தவராகவும் இருந்தார். அவர் திட சங்கற்பம் உடையவர், துயரங்களைக் கண்டு அஞ்சாதவர்" ("தப்காதில் அதிப்பா" பக்கம் 76)

"ரோஷ்த் கம்பீரமான உருவமுள்ளவர். அவர் அதிகம் பேசும் சுபாவமுடையவரல்ல. மண்டைக் கர்வம் அவரை அண்டவே இல்லை. யாரையும் ஏசுவதென்பது அவருக்குப் பிடிக்காது. செல்வமும், பதவியும்

---

* இங்கே ராகுல்ஜியின் நையாண்டியின் தீவிரம் கவனிக்கத்தக்கது - மொ-ர்.

பெற வேண்டுமென்னும் ஆசையே இல்லாதவர். அவர் தனக்காகச் செலவு செய்வதில்லை, மற்றவர்களுக்கு உதவி செய்வதில் அவர் மிகவும் மகிழ்ந்தார். முகஸ்துதி என்றால் அவருக்கு அருவருப்பு. நண்பர்களுக்கு மட்டுமல்லாமல் பகைவர்களுக்கும் அருளக்கூடியவர். 'நாம் நமது நண்பர்களுக்கு உதவி செய்தால், அது நமது விருப்பத்தைப் பொருத்தது. ஆனால் நாம் விரும்பாத பகைவர்களுக்கும் உதவி செய்வதுதான் உண்மையான உதவியும், கருணையுமாகும்' என்று அவர் கூறுவார்" ("ஆஸாருல் அத்ஹார்", பக். 222)

"ரோஷ்த் நீண்ட காலம் நீதிபதியாகப் பணியாற்றினாலும், அவர் ஒரு குற்றவாளிக்குக்கூட மரண தண்டனை விதிக்கவில்லை. அத்தனை கருணை உள்ளம் படைத்தவர் அவர். மரண தண்டனை விதிக்க வேண்டிய சந்தர்ப்பம் ஏற்பட்டால் ரோஷ்த் நீதிபதி ஆசனத்திலிருந்து இறங்கி, வேறு ஒருவரை அதில் அமர்த்தி விடுவார். கிரேக்கத் தத்துவ அறிஞர்கள் ஏதென்ஸ் நகரை நேசித்ததைப் போலவே, ரோஷ்த் கார்தோவா நகரை நேசித்தார். ஒரு தடவை மன்ஸூரின் அரசவையில் ரோஷ்துக்கும் ஜுஹ்ரக்குமிடையே தத்தமது நகரங்களான கார்தோவா, ஸேவிலி குறித்து விவாதம் துவங்கியது. அப்பொழுது ரோஷ்த் கூறினார். "ஸேவிலியில் யாராவது அறிஞர் இறந்துவிட்டால், அவரது நூல்கள் விற்பனைக்காகக் கார்தோவா கொண்டு வரப்படுகின்றன. ஏனெனில் ஸேவிலியில் இந்நூல்களைப் படிப்பவர்கள் எவருமில்லை. அதே போல் கார்தோவாவில் யாராவது இசை மேதை இறந்துவிட்டால், அவருடைய இசைக் கருவிகள் விற்பனைக்காக ஸேவிலுக்கு எடுத்துச் செல்லப்படுகின்றன. ஏனெனில் கார்தோவாவில் அவற்றைப் பயன் படுத்துபவர்கள் எவருமில்லை" ("நப்ஹுல்தைப்" பக். 216)

"புத்தகம் படிப்பதென்றால் ரோஷ்துக்கு மிகவும் விருப்பம். இரவு நேரத்தில்கூட அவருடைய கைகளிலிருந்து புத்தகம் விலகி இருப்ப தில்லை. அவர் பெரும்பாலும் இரவு பூராவும் படித்துக் கொண்டே இருந்தார். அவர் இரு இரவுகளை மட்டுமே புத்தகம் படிக்காமல் கழித்தார்- ஒன்று, அவரது திருமண முதல் இரவு: இரண்டு, அவருடைய தந்தை இறந்த நாள்" ("அல்தீவாஜில் மஜ்ஹப்", பக். 284)

(2) நூல்கள்: பல்வேறு விஷயங்கள் குறித்தும் ரோஷ்த் அறுபதுக்கும் அதிகமான நூல்கள் எழுதியுள்ளார்.

விஷயம்	**புத்தகங்களின் எண்ணிக்கை**
1. தத்துவம்	28
2. மருத்துவம்	20
3. மதநூல் விளக்கவுரை	8

4. தர்க்கவியல்	6
5. ஜோதிடமும், கணிதமும்	4
6. அராபிய இலக்கணம்	2
மொத்தம்	68

ரோஷ்த் தனது எல்லா நூல்களையும் அராபிய மொழியிலேயே எழுதினார். ஆனால் அராபிய மூலத்தில் எழுதப்பட்ட பல நூல்கள் அழிந்து விட்டன. அவற்றின் இப்ரானி அல்லது லத்தீன் மொழி பெயர்ப்புகளே இன்று கிடைக்கின்றன.

துஃபைல் தத்துவ நூல்களை எழுத ரோஷ்தை எவ்வாறு உற்சாகப்படுத்தினார் என்பதற்கு ரோஷ்தின் எழுத்துக்களே சாட்சி: "ஒருநாள் இப்ன துஃபைல் என்னை அழைத்தார். நான் அவரிடம் சென்றதும், 'அரிஸ்டாட்டிலின் தத்துவ இயல் மிகவும் கம்பீரமானதாக இருப்பதாகவும் அவருடைய நூல்களுக்கு அராபிய மொழியில் சரியான மொழிபெயர்ப்புகள் இல்லை என்றும் இன்று அமீருல் மோமினீன் (யூசுப்) வருத்தப்பட்டுக் கொண்டிருந்தார். அரிஸ்டாட்டிலின் நூல்களை யாராவது சுருக்கி எளிமையாக எழுதினால் நன்றாக இருக்கும். எனக்கு வயதாகி விட்டதால், என்னால் அந்தக் காரியம் செய்ய இயலாது. நீ இதைச் செய்ய நினைத்தால் சுலபமாகச் செய்யலாம். உன்னால் இதை நன்றாகவும் செய்ய முடியும்' என்று அவர் கூறினார். நான் அப்படியே செய்கிறேன் என்று இப்ன துஃபைலுக்கு வாக்குறுதி அளித்தேன். நான் அன்றிலிருந்தே அரிஸ்டாட்டில் நூல்களுக்கு விளக்கவுரைகளும், விரிவுரைகளும் எழுதவாரம்பித்தேன். ("இப்ன ரோஷ்த்" (ரேனா) பக். 11).

(3) தத்துவச் சிந்தனை: ரோஷ்தின் கருத்தில் அரிஸ்டாட்டில் மனித அறிவின் உச்சகட்ட வளர்ச்சியாவார். அரிஸ்டாட்டில் தத்துவ ஞானத்தைப் புரிந்து கொள்வதில் தவறு இழைக்காத அளவுக்கு அவருடைய நூல்களை விளக்க வேண்டுமென்பது ரோஷ்தின் எண்ணமாகும். இதனாலேயே அவர் பலமுறை ஃபாராபி ஸீனா முதலிய தத்துவாசிரியர்களின் தவறுகளைச் சுட்டிக்காட்டுகிறார். ஃபாராபி 'இரண்டாம் அரிஸ்டாட்டில்' என்று புகழ் பெற்றார். ஆனால் அரிஸ்டாட்டிலைப்போல் யாராலுமே அறிவுச் சிகரங்களை எட்ட முடியாதென்பது ரோஷ்தின் கருத்தாகும். பிற்கால உலகம் ரோஷ்தை 'அரிஸ்டாட்டிலின் விரிவுரையாளர்' என்று அழைத்ததைப் பாவம், ரோஷ்த் அறியமாட்டார்.

முதலில் ரோஷ்தும், கஜாலியும் மற்ற தர்க்கவியலாளர்களும் விவாதித்த விஷயங்களைக் கவனிப்போம்.

(க) கஜாலிக்கு மறுப்பு: நமது நாட்டில் ஸ்ரீஹர்ஷர் வாழ்ந்த காலத்திலேயே ரோஷ்த் வாழ்ந்திருந்தார். இருவரும் தத்துவ நூல்களை இயற்றியவர்களே! ஸ்ரீ ஹர்ஷர் தனது சமஸ்கிருத நூலான "கண்டன கண்ட காத்ய"வில் பவுத்தத் தத்துவ இயலாளரான தர்மகீர்த்திக்கு எதிரான வாதங்களைக் கூறியிருக்கிறார். ரோஷ்த் தனது அராபிய நூலான "தோஹாஃபதுல் தோஹாஃபத் ஃபிலாஸஃபா" என்னும் நூலில் கஜாலிக்கு எதிரான கருத்துக்களைச் சொல்லியிருக்கிறார். ஸ்ரீ ஹர்ஷர் பொருள் முதல்வாதத் தத்துவாசிரியர்களுக்கு எதிராகத் தனது நூலில் "சூனிய பிரம்மவாதத்தை" நிலைநிறுத்த முயற்சிக்கிறார். ஆனால் அவரது சமகாலத்தவரான ரோஷ்த் இருவிதமான பிரம்மவாதத்தைக் கண்டித்து, "பொருள் முதல்ஆன்மவாதத்"தை நிலை நிறுத்த முயற்சிக்கிறார். இது தர்மகீர்த்தியின் தத்துவத்திற்கு அருகில் வருகிறது. அதாவது கிழக்கத்தியத் தத்துவ அறிஞர்களில் ஒருவரான ஸ்ரீஹர்ஷர் பொருள் முதல்வாதத்தை எதிர்த்து, எண்ண முதல்வாதத்தை (ஆன்மீக வாதத்தை, சூனிய வாதத்தை) நிலைநாட்ட முயற்சித்தபோது மேற்கத்தியத் தத்துவ அறிஞர்களில் மற்றொருவரான ரோஷ்த் எண்ண முதல்வாதத்தை (ஸூஃபி பிரம்மவாதத்தை) எதிர்த்து, பொருள் முதல்வாதத்தை நிறுவ முயற்சித்தார். இருவருடைய முயற்சிகளுக்கும் நாம் என்ன விளைவு களைப் பார்க்கிறோம்? ஸ்ரீஹர்ஷரின் சீடர்கள் பிரம்மவாதமென்னும் மாயவலையில் சிக்கிக்கொண்டு இந்தியாவில் உயிரற்ற சமுதாயத்தை உண்டாக்கினர். ஆனால் ரோஷ்தின் சீடர்கள் மறுமலர்ச்சிப் போராட்டத்தில் பங்கு கொண்டு புதிய ஐரோப்பாவைத் தோற்றுவிப்பதில் வெற்றிகண்டனர். இந்தியாவில் கஜாலி, ஸ்ரீஹர்ஷர் ஆகியோரின் தத்துவச் சிந்தனை எல்லோராலும் ஒப்புக்கொள்ளக்கூடியதாக இருந்ததற்குக் காரண காரியத் தொடர்பு காணப்படுகிறது.

(a) தத்துவ விமரிசனம்: கஜாலியின் தகுதியற்ற செயல்:

நமது நினைவைப் புதுப்பித்துக் கொள்ள இஸ்லாமியத் தர்க்கவியலைக் ('கலா'மை) கவனிக்க வேண்டும். முதலில் மோத்ஜலாவால் தர்க்கவியல் பயன்படுத்தப்பட்டது. பின்னர் அபுல் ஹஸன் அஷரீ, பஸ்ரா நகரத்தில் அந்த ஆயுதத்தைக் கொண்டே மோத்ஜலாவைத் தாக்கவாரம்பித்தார். அஷரீயின் சீடரான அபூபகர் பாக்லானி அதில் கொஞ்சம் தத்துவாம்சத்தை இணைக்க விரும்பினார். கஜாலியின் ஆசானான இமாம் ஹர்மைன் தர்க்கவியலை வளப்படுத்தியது மட்டுமல்லாமல், கஜாலி போன்ற சிறந்த சீடனை அளித்தார். கஜாலி ஸூஃபி தத்துவம், தத்துவ இயல், குரான் வாதம், பகுத்தறிவு, எண்ண முதல்வாதம், இனக்குழுக்களின் ஜனநாயகம்... ஆகிய எத்தனையோ விஷயங்களைக் கலந்து, 'தர்க்கவியல்' என்ற பெயரில் ஒரு விசித்திரமான

கலவையைத் தயார் செய்ததை ஏற்கெனவே பார்த்தோம். கஜாலி எழுதிய "தத்துவக் கண்டனம்" என்னும் நூலைக் கண்டிக்கும் வகையில், ரோஷ்த் "தத்துவக் கண்டனத்துக்குக் கண்டனம்" என்னும் பெயரில் ஒரு நூல் இயற்றினார். இதிலிருந்தே ரோஷ்த், கஜாலியின் விசித்திரக் கலவையை விரும்பவில்லையென்பது தெரிகிறது. அவர் தனது நூலான "கஷ்ஃபுல் அதலா"வில் கஜாலியின் கலவையைப் பற்றிக் கூறுகிறார்:

"இஸ்லாமில் முதன்முதலில் அன்னிய மதத்தினர் கருத்து வேற்றுமையைத் தோற்றுவித்தனர். பிறகு மோத்ஜலாக்களும், அஷரீக்களும், ஸூஃபிக்களும், இறுதியாகக் கஜாலியும் அந்தக் கைங்கரியத்தைச் செய்தனர். முதலில் கஜாலி "தத்துவக் கருத்து" என்னும் நூல் எழுதினார். அதில் அவர் கிரேக்க ஆசாரியர்களின் கருத்துக்களை அப்படியே காப்பியடித்து எழுதிவிட்டார். பின்னர் எழுதிய "தத்துவக் கண்டன"த்தில் மூன்று சித்தாந்தங்கள் குறித்து, தத்துவாசிரியர்களை நாஸ்திகர்கள் என்றார். பிறகு "ஜவாஹருல் குரானி"ல் ("தத்துவக் கண்டனத்தில்") தனது உண்மைக் கருத்துக்கள் வரவில்லை என்று சொல்லிக் கொண்டார். கஜாலி எழுதிய "மிஷ்காதுல் அன்வார்" என்ற நூலில், ஞானிகளைப் பல பிரிவுகளாகப் பிரித்து, எல்லா ஞானிகளுமே அசலான சத்தியத்தை உணரவில்லை என்பதை நிரூபித்தார். அவர் கடவுளைப் பொறுத்த தத்துவக் கருத்துக்களை மட்டுமே சரியானவையென்று கருதுகிறார். இதற்குப்பிறகும் கஜாலி பல இடங்களிலும் 'முழுமுதல் ஞானம்' என்பது வெறும் சிந்தனைக்கும், தியானத்துக்கும் உரிய விஷயமென்று கருதுகிறார். அதனாலேயே அரிஸ்டாட்டில் போன்ற தத்துவ மேதையை விமரிசிக்கிறார். ஞானம் என்பது தனிமையிலும் சிந்தனையிலும் கிடைக்கிறதென்று நிரூபிக்கிறார். சுருக்கமாகக் கூறவேண்டுமென்றால், கஜாலியின் கருத்துக்கள் ஒன்றுக்கொன்று முரணானவையும், நிலையற்றவையுமாகும். அவரது உண்மைக் கருத்துக்களை அறிந்து கொள்வதும் கடினமாகும்."

கஜாலி தனது காலத்திய தத்துவாசிரியர்களின் கருத்துக்களைக் கடுமையாக விமர்சித்து அவர்களுடைய இருபது சித்தாந்தங்களைக் கண்டித்தார். அதற்குப் பதிலளிக்கும் வகையில் ரோஷ்த் "கண்டனத்துக்குக் கண்டன"த்தில் எழுதுகிறார்:

"தத்துவ இயல் நூல்களை ஆழ்ந்து படித்தவனால்தான் தத்துவாசிரியர்களின் இந்தச் சித்தாந்தங்களை ஆராயமுடியும் (கஜாலி ஸீனாவைத் தவிர வேறெந்தத் தத்துவாசிரியரையும் அறியமாட்டார்) கஜாலியின் விமரிசனத்துக்கு இரண்டு காரணங்கள்தான் கூற முடியும். ஒன்று, அவர் எல்லா விஷயங்களும் தெரிந்து ஆட்சேபிக்கிறார் எனலாம். இது விஷமத்தனமான செயலாகும். இரண்டு, அவர் ஒன்றும்

அறியாவிட்டாலும் ஆட்சேபிக்கிறார் என்றால் அது முட்டாள் தனமான செயலாகும். ஆனால் கஜாலியில் இரண்டும் இருப்பதாகத் தெரியவில்லை. அவரது அகந்தையே அவரை இந்நூல் எழுதத் தூண்டியதாகத் தோன்றுகிறது. இதனாலேயே அவருடைய எண்ணம் மக்களுக்கு ருசிக்கவில்லை என்பதில் வியப்பில்லை."

(b) நிலையான காரண காரிய விதி: இயற்கையிலே காரண காரிய விதியை ஒப்புக் கொண்டால், பகுத்தறிவுக்கு விரோதமான செயற்கை நிகழ்ச்சிகள் தவறென்றாகிவிடும். மதத்தின் அடிப்படையே பகுத்தறிவுக்கு ஒவ்வாத நிகழ்ச்சிகளை நம்புவதில் தானே அடங்கி இருக்கிறது. ஆகவே கஜாலி இயற்கையில் காரண காரிய விதியை மறுத்துவிட்டார்.

இதைப் பற்றி ரோஷ்த் சொல்கிறார்:

"காரண காரிய விதியை மறுக்கும் நபர், ஒவ்வொரு செயலையும் ஒருவன் அல்லது ஒன்று செய்கிறது என்பதையும் ஒப்புக் கொள்ளத் தேவையில்லை. மேலெழுந்த வாரியான காரணங்களை நாம் கருத்தூன்றிப் பார்க்க வேண்டிய அவசியமில்லாவிட்டாலும் அது காரண காரிய விதியைப் பாதிப்பதில்லை. சில விஷயங்களுக்குக் காரணங்களை நம்மால் தெரிந்து கொள்ள இயலாது என்பதாலேயே காரண காரிய விதியை எடுத்த எடுப்பிலேயே நிராகரித்துவிட முடியாது. இது மிகவும் தவறான விஷயமாகும். பொருளிலிருந்து தெரியாத காரணத்தைத் தேடிக்கண்டுபிடிப்பதுதான் நமது கடமை யாகும். ஒரு விஷயத்தின் காரணம் நமக்குத் தெரியவில்லையென்றால், தெரிந்தவற்றைக்கூட மறுத்து விடுவது சரியானதல்ல...

"அறிவின் பயன்தான் என்ன? உண்மையில் உள்ள பொருள்களின் காரணங்களைக் கண்டுபிடிக்க வேண்டும். ஆனால் காரணங்களையே மறுத்துவிட்டால், பிறகு என்ன எஞ்சி நிற்கப் போகிறது? ஒவ்வொரு காரியத்துக்கும் ஒரு காரணம் தவறாமல் இருந்து தீருமென்பது தர்க்கவியல் நிரூபிக்கப்பட்ட ஒன்றாகும். அப்படி இருக்கும்போது காரணத்தையே நிராகரித்துவிட்டால், அதன் விளைவாகப் பொருளே தெரியாமல் போய்விடும். எதையுமே தெரிந்ததாக ஒப்புக்கொள்ள முடியாமல் போய்விடும். தெரிந்த பொருள்களையும் கற்பனை என்று சொல்ல வேண்டிவரும். இவ்வித 'உண்மை அறிவு' உலகத்தில் இல்லாமலே போய்விடும்" ("தோஹாஃபதுல் தோஹோஃபத்", பக்கம் 122).

"கஷ்ஃபுல் அதலா" நூலில் இதைப்பற்றி ரோஷ்த் மேலும் கூறுகிறார்:

"காரண காரிய விதியை முழுதாக மறுத்துவிட்டால், அதாவது உலகத்தின் தற்காலக் காரண காரிய விதியிலிருந்து வேறு ஒரு நிலைக்கு மாற முடியும் என்பதை ஒப்புக் கொண்டால், உலகத்தில் நிலையான தொடர்பு எதுவுமில்லையென்று நம்பினால், சிற்பியின் சிற்பத்தை எப்படி விளக்க முடியும்? இதன் பெயரே சிற்பம் என்பதாகும். உலகம் முழுதும் விதியை அனுசரிக்க வேண்டும். மனிதனின் எல்லாக் காரியங்களுமே அவனுடைய ஒவ்வொரு உறுப்பாலும் செய்யப்படுகின்றன. பார்வை ஞானம் கண்ணாலும், கேள்வி ஞானம் காதாலும், சுவை நாக்காலும் பெறப்படாவிட்டால், பின்னர் மனிதனின் உருவத்தில் கடவுள் செதுக்கிய அற்புதச் சிற்பம் எங்கே இருக்கப் போகிறது? தற்போதைய அமைப்பே மாறிவிட்டால், அதாவது மேற்கு நோக்கி இயங்குவது கிழக்கு நோக்கி இயங்க வாரம்பித்தால், கிழக்குத் திசையில் இயங்குவது மேற்குத் திசையில் இயங்கத் தொடங்கினால், மேலே செல்லும் தீ கீழே இறங்கினால், கீழே விழும் மண் மேலே எழும்பினால் கடவுளுடைய கைத்திறனும், அற்புதச் சிற்பமும் பொய்யானவை ஆகிவிடாதா?"

(c) மதத்தையும், தத்துவத்தையும் இணைக்கும் முயற்சி தவறானது: கஜாலியும் பகுத்தறிவையும், மதத்தையும் அல்லது தத்துவத்தையும் மதத்தையும் இணைப்பதை விரும்புபவர். அதே போல் ரோஷ்தும் விரும்பினாலும் இருவர் கருத்துக்களிலும் வேற்றுமை இருக்கிறது. இப்ன ரோஷ்த் மதத்தைத் தத்துவத்துக்குள் அடங்கியதாகக் கருதுகிறார். கஜாலியோ தத்துவம் மதத்திற்குள் அடங்கியதாக எண்ணுகிறார். ரோஷ்த் எழுதுகிறார்: "ஏதாவதொரு விஷயம் பிரமாணத்தால் நிரூபணமான பின்னர், மதத்தைக் குறித்துப் புதிய விளக்கம் செய்ய வேண்டும்."

(ங) உலகம் முதலோ, கடைசியோ இல்லாதது: அரிஸ்டாட்டிலும், மற்ற கிரேக்கத் தத்துவ அறிஞர்களும் உலகை எண்ணத்திலிருந்து தோன்றியதாகக் கருதாமல், அது அனந்த கால முதல் இருந்து வருவதாகவும், அனந்த காலம்வரை இருக்குமென்றும் நினைத்தனர். கஜாலியும், இஸ்லாமும் இக்கருத்தை ஒப்புக் கொள்வதில்லை. இதை விளக்கி ரோஷ்த் தன்னுடைய நூலான "பவுதீக இயல் சுருக்க"த்தில் எழுதியிருப்பதாவது:

"உலகத் தோற்றத்தைக் குறித்துத் தத்துவ இயலாளர்களிடையே இரண்டு மாறுபட்ட கருத்துக்கள் நிலவுகின்றன. 1) ஒரு பிரிவினர் உலகம் தோன்றியதையே மறுத்து, வளர்ச்சி விதியை நம்புபவர்கள். 2) மற்றொரு பிரிவினர் வளர்ச்சியை மறுத்து, தோற்றத்தை ஒப்புக் கொள்பவர்கள். தோற்றமென்றால் சிதறியிருக்கும் பரமாணுக்கள்

ஒன்று சேர்ந்து இணக்கமான உருவத்தை அடைவதுதான் என்பது வளர்ச்சி விதியாளரின் கருத்தாகும். அப்படிப்பட்ட நிலையில் பவுதீகப் பரமாணுக்களுக்கு உருவம் அளித்து அவற்றுள் மாற்றங்களை உண்டாக்குவதே கடவுளின் செயலாகி விடுகிறது. அந்த நிலையில் கடவுள் சிருஷ்டிகர்த்தா ஆகமாட்டாரென்பது இதன் பொருளாகி விடுகிறது. அது மட்டுமல்லாமல் கடவுளின் தரமே தாழ்ந்துவிட்டு, அவர் வெறும் 'நடத்துநர்' ஆகிவிடுகிறார்.

"இதற்கு மாறாக, சிருஷ்டி கர்த்தா, இயற்கையின் அவசியமே இல்லாமல் உலகைப் படைத்தாரென்று தோற்றம், படைப்பு ஆகியவைகளை நம்புகிறவர்கள் கருதுகின்றனர். நமது இஸ்லாமியத் தத்துவ இயலாளர்கள் (கஜாலி போன்றோர்) கிருத்துவத் தத்துவ இயலாளர்கள் இக்கருத்தையே நம்புகின்றனர்.

"இந்த இரண்டு கருத்துக்களைத் தவிர வேறு சில கருத்துக்களும் உள்ளன. அவை குறைத்தோ, கூட்டியோ இவ்விரு கருத்துக்களில் ஒன்றை ஆதரிக்கின்றன. எடுத்துக்காட்டாக, 1) இப்ன ஸீனா உலகத்தின் தோற்றம் இயற்கையின் உருவகமே என்னும் வளர்ச்சிவாதிகளின் கருத்தை ஒப்புக் கொண்டாலும், உருவத்தின் தோற்றம் குறித்து, அரிஸ்டாட்டிலிருந்து வேறுபடுகிறார். இயற்கையும், உருவமும் உண்டானவை அல்லவென்றும் அவை எப்பொழுதுமே இருப்பவை யென்றும் அரிஸ்டாட்டில் சொல்கிறார். ஆனால் இப்னஸீனா இயற்கையை தோன்றியதல்லவென்றும், உருவம் மட்டும் உண்டான தென்றும் கருதுகிறார். இதனாலேயே அவர் உலகத்தைப் படைத்த வருக்கு 'உருவ அமைப்புச் சக்தியாளர்' எனப் பெயரிட்டார். இவ்விதம் ஸீனாவின் கருத்துப்படி இயற்கைச் செயலுக்கு மட்டுமே அடிப்படை யாகிறது. தோற்றுவிக்கும் திறமையோ, செயல் திறமையோ அதன் தன்மையிலேயே இல்லை. 2) இதற்கு மாறாக இயற்கையும் அவசியம் நேரும்போது, படைக்கும் தொழில் புரிகிறது என்பது தேமாஸியுஸ், ஃபாராபி போன்றோர் கருத்தாகும். 3) அரிஸ்டாட்டிலின் கருத்து மூன்றாவதாகும். அதன் சுருக்கம் வருமாறு: சிருஷ்டிகர்த்தா இயற்கை யையும் படைத்தவரல்ல; உருவத்தையும் படைத்தவரல்ல. ஆனால் இயற்கையும், உருவமும் இணைந்ததால் உண்டாகும் பொருள்களைப் படைத்தவர் அவர். இயற்கையில் இயக்கத்தை உண்டாக்கி, உள் சக்தியின் நிலையில் இருக்கும் செயலாக்கத்தை உருவமாக மாற்றி விடுகிறார். படைப்பாளரின் பணி இது மட்டுமே! இயற்கையை இயங்க வைத்து, உள்ளுக்குள் மறைந்துள்ள சக்தியைச் செயலுருவத்தில் வெளிக் கொணர்வது தான் உற்பத்திச் செயலின் பொருளாகிறது. அதாவது படைப்பு என்பது உற்பத்தியின் இயக்கச் செயலாகும்.

ஆனால் இயக்கம் சூடில்லாமல் தோன்ற முடியாது. இதனாலேயே நீரிலும், பூமியிலும் புதைந்து கிடக்கும் உஷ்ணத்தால் பல வண்ணச் செடி கொடிகளும், உயிர்களும் உண்டாகின்றன. இயற்கையின் இந்த எல்லாச் செயல்களுமே சில விதிகளின்படியும், வரிசைப்படியும் நடக்கின்றன. இவற்றையெல்லாம் காணும்போது, ஏதோவொரு முழு ஞானம் இவற்றையனைத்தையும் நடத்திச் செல்கிறது என்னும் எண்ணம் தோன்றுகிறது. ஆனால் அறிவுக்கு இதைப் பற்றிய புலன் உணர்ச்சியோ, மனத் தொடர்பான ஞானமோ இருப்பதில்லை. அரிஸ்டாட்டிலின் எண்ணப்படி, உலக சிருஷ்டிகர்த்தா உருவத்தைப் படைப்பவரல்ல என்றாகிறது. நாம் அவரை உலகத்தை உண்டாக்கியவ ரென்று ஒப்புக் கொண்டால், ஒரு பொருள் அதற்குமுன் இல்லாத நிலையிலிருந்தே உண்டாயிற்று என்பதையும் ஒப்புக் கொள்ள நேரும்.

"உருவங்கள் உண்டாக்கப்பட்டனவென்று நம்பி இப்னஸீனா தவறு செய்கிறார். நமது இஸ்லாமியத் தர்க்க வியலாளர்களும் பொருள் அதற்கு முன் இல்லாத நிலையிலிருந்து தோன்றியது என்று நம்பித் தவறு புரிகிறார்கள். இந்தச் சித்தாந்தத்தை ஏற்றுக் கொண்டு நம்முடைய தர்க்கவியலாளர், ஒரே சமயத்தில் ஒன்றுக்கொன்று முரணான பொருள்களை உண்டாக்குபவராகச் சிருஷ்டி கர்த்தாவைக் கருதுகின்றனர். இதன்படி நெருப்பு சுடாதென்றும், நீரில் திரவத் தன்மை இல்லையென்றும் ஒப்புக் கொள்ள வேண்டும். உலகத்திலுள்ள பொருள்களெல்லாம் தத்தமது செயல்களுக்காக உலக சிருஷ்டி கர்த்தாவின் தலையீட்டை எதிர்நோக்குகின்றன. இது மட்டுமல்ல; ஒருவன் ஒரு கல்லை எடுத்து வானத்தை நோக்கி வீசி எறிகிறான் என்றால், அச்செயலை அவனோ, அவனுடைய உடலுறுப்புகளோ செய்வதில்லை என்றும், உலக சிருஷ்டி கர்த்தாவே அம்மனிதனின் செயலை இயக்குகிறார் என்றும் அவர்கள் கருதுகின்றனர். இவ்விதமாக அவர்கள் மனிதனின் செயலாற்றலின் வேரையே வெட்டி விட்டனர்."

இதே கருத்தை விவரித்து ரோஷ்த் மற்றோரிடத்தில் எழுதுகிறார்:

(a) *இயற்கை:* "உலகத் தோற்றம் என்பது இயக்கத்தின் பெயரே யாகும். ஆனால் இயக்கத்துக்கு ஒரு இயக்குபவன் இருக்க வேண்டும். அந்த இயக்குபவன் உள்சக்தி அல்லது தகுதி நிலையிலிருந்தால், அதன் பெயரே இயற்கையாகும். அதற்கு எத்தனையோ உருவங்களை அணி செய்விக்கலாம்; ஆனால் அது தனது உண்மையுருவத்தில் மற்ற உருவங்களிலிருந்து முழுக்க முழுக்க வேறுபட்டிருக்கும். அதைத் தர்க்கத்திற்கு ஏற்ற முறையில் விளக்க முடியாது. அது சக்தியின்- தகுதியின்- பெயராகும். இதுவே காரணமாகும். உலகத்தின் மிகப் பழையதும், அனாதியானதாகும். ஏனெனில் உலகத்திலுள்ள எல்லாப்

பொருள்களும் தோன்றுவதற்கு முன்பு அவை சக்தி அல்லது தகுதி நிலையிலிருந்தன. சூனியத்திலிருந்து பொருள் தோன்ற முடியாது.

"இயற்கை எப்பொழுதுமே அனாதியானதும், அழிவில்லாததது மாகும். உலகில் முடிவில்லாத பிறப்பு தொடர்ந்து நடந்து வருகிறது. உள்சக்தி அல்லது தகுதி நிலையிலுள்ள பொருள் செயல் நிலைக்குத் தவறாமல் வரும். அப்படி இல்லையென்றால் உலகத்தில் பல பொருள்கள் படைப்பாளி இல்லாமலேயே இருந்துவிட வேண்டி வரும். இயக்கத்திற்கு முன் இருப்பதோ, இருப்பதற்கு முன் இயக்கமோ நிகழக்கூடியதல்ல. அதற்குப் பதிலாக இயக்கம் என்பது முதலும், முடிவும் இல்லாததாகும். அதன் படைப்பாளர் 'நிலை' என்பதல்ல; அதற்குப் பதிலாக, இயக்கத்தால் அவை ஒன்று மற்றொன்றின் காரணமாகின்றன."

(b) இயக்கமே எல்லாம்: "உலகமே இயக்கத்தால் நிலைத்திருக் கிறது. நமது உடலுக்குள் நிகழ்ந்து கொண்டிருக்கும் மாற்றங் களாலேயே, நாம் உலகத்தை மதிப்பிடுகிறோம். இம்மாற்றங்களே இயக்கத்தின் பல்வேறு வகைகளாகும். உலகம் உயிரற்ற ஒரு இயந்திரம் போல், இயக்கமற்று நின்றுவிட்டால், நமது மூளையிலிருந்தே உலகத்தின் எண்ணம் துடைத்தெறியப்பட்டு விடும். நமது மூளை யாலும், எண்ண இயக்கங்களாலும் நாம் கனவு நிலையில் உலகை மதிப்பிடுகிறோம். இனிய கனவில் நாம் நம்மை மறந்து மூழ்கியிருக்கும் போது, நமது உள்ளத்திலிருந்து உலகத்தின் எண்ணமும் மறைந்து விடுகிறது. சுருக்கமாகச் சொல்வதென்றால், முதலும் முடிவையும் பற்றிய கருத்துக்கள் நமது மூளையில் உதிப்பதே இயக்கம் செய்யும் அற்புதத்தினால்தான்! இயக்கமே இல்லாவிட்டால், உலகத்தில் தொடர்ந்து நடந்து வரும் உற்பத்தியே நிகழாது. அதாவது உலகத்தில் எந்தப் பொருளுமே இருக்காது" ('பவுதீக இயல் சுருக்கம்').

(ச) ஜீவன்: அறிவு அல்லது ஆன்மாவின் சித்தாந்தம் அரிஸ்டாட்டிலுக்கு எவ்வளவு முக்கியத்துவமுடையதோ அவ்வளவு ரோஷ்துக்கும் முக்கியத்துவமுடையது. ஏனெனில் ரோஷ்த் இதை அடிப்படையாகக் கொண்டே தனது ஆன்ம சித்தாந்தத்தை நிறுவினார். ஆனால் உலகத்தை உணர்ந்து கொள்ள இயற்கையையும், இயக்கத் தையும், இயக்கத்தின் ஊற்றுக் கண்ணான கடவுளையும் அறிவது எவ்வளவு அவசியமோ, அதேபோல், இயற்கைக்கும், கடவுளுக்கு மிடையேயுள்ள ஜீவனையும் உணர்ந்து கொள்வது அவசியமாகும்.

(a) பழைய தத்துவ இயலாளரின் கருத்துக்கள்: பழைய கிரேக்கத் தத்துவாசிரியர்கள் ஜீவனைக் குறித்து இரண்டு விதமான

கருத்துக்களைக் கொண்டிருந்தனர். ஒன்று, ஜீவன் இயற்கையிலிருந்து வேறானதாகக் கருதாமை; இரண்டு, ஜீவனையும், இயற்கையையும் வெவ்வேறானவையாகக் கருதுதல், ஜீவனுள் அறிவும், தன்னியக்கமும் தவறாமல் இருக்குமென்று புராதன கிரேக்கத் தத்துவ அறிஞர்கள் ஏகோபித்த கருத்து கொண்டிருந்தனர். ஜீவன் எப்பொழுதுமே இயங்கிக் கொண்டிருக்கும். முதலும் முடிவுமற்ற பொருளென்பது அக்கிமனின் கருத்தாகும். ஜீவன் எல்லா பவுதீக பொருட்களைக் காட்டிலும், சிறப்பானதும் நுண்ணியதும் ஆகுமென்றும், இதனாலேயே அதனால் மாறும் அனைத்து பொருட்களையும் அறிய முடிகிற தென்றும் அழிவுடைமை தத்துவவாதியான ஹெராகிலிது (கி.மு. 535-425) வின் எண்ணமாகும். தேவஜேன் (கி.மு. 421- 322) ஜீவனின் மூலப்பொருளைக் காற்றைப் போன்றதென்று கருதுகிறார். அவரது கருத்துப்படி ஜீவன் சூட்சும, பகுத்தறிவுச் சக்தியுடையதாகும். ஜீவன் நிலை இல்லாமல் எப்பொழுதுமே இயங்கிக் கொண்டிருக்கும் உலகத்திலுள்ள மற்ற பொருட்களை இயக்கிக்கொண்டிருக்கும் சக்தி என்பது பரமாணுவாதியான தெமோகிருது (கி.மு. 460-370) வின் எண்ணமாகும். ஜீவன் மற்ற கலப்படப் பொருள்களைப் போலவே, நான்கு ஜட, உயிர்ப் பொருள்களால் ஆனதென்று பவுதீகவாதியான எம்பேதோகல் (கி.மு. 483-430) கூறினார். பைதாகரஸ் (கி.மு. 570-500) ஜேனோ (கி.மு. 490-430) வைத் தவிர, சாக்ரடீஸுக்கு (கி.மு. 469-399) முந்தைய எல்லாக் கிரேக்கத் தத்துவ அறிஞர்களும் ஜீவனையும், இயற்கையையும் வெவ்வேறானவையாகக் கருதவில்லை.

(b) பிளாட்டோவின் கருத்து: ஜீவனும், இயற்கையும் வெவ்வேறானவை என்று பிளாட்டோ வலியுறுத்திக் கூறினார். அவருடைய கருத்துப்படி, மனித உடலுக்குள் இருக்கும் ஜீவன் மூன்று விதமானது. 1) மனித மூளையில் எப்பொழுதும் இயங்கிக் கொண்டே இருக்கும் பகுத்தறிவு ஜீவன் 2) இதயத்துள் இருக்கும் மிருக ஜீவன், இது அழிவுடையது. இதனால் மனிதன் சினமும் வீரமும் அடைகிறான். 3) மிருக ஜீவனைவிடத் தாழ்ந்தது தாவர ஜீவனாகும். பசி, தாகம், காமம் போன்றவை இதிலிருந்தே பிறக்கின்றன. மிருக ஜீவனும், தாவர ஜீவனும் சாதாரணமாகப் பகுத்தறிவு ஜீவனுடைய கட்டுப் பாட்டிலேயே பணியாற்றுகின்றன. ஆனால் ஓரோர் சமயம் அவை தம்மிச்சைப்படியும் இயங்கவாரம்பிக்கின்றன. அப்பொழுது பாவம், பகுத்தறிவு அவைகளைக் கட்டுப்படுத்தும் சக்தியை இழந்து விடுகிறது. அந்நிலையில் மனிதன் செய்யும் காரியங்கள் அறிவற்றவை என்று சொல்லப்படுகின்றன.

(c) அரிஸ்டாட்டிலின் கருத்து: ஜீவன் இயற்கையிலிருந்து வேறானதென்ற பிளாட்டோவின் கருத்தை அவரது சீடரான

அரிஸ்டாட்டில் ஒப்புக் கொள்ளவில்லை. பழைய தத்துவாசிரியர்கள் தாவர, மிருக ஆன்மீக ஜீவன்களை ஒரே மாதிரியாக எடுத்துச் சொல்லக்கூடிய அறிகுறிகளைத் தெரிவிக்கவில்லை என்பது அவர்கள் மேல் அரிஸ்டாட்டிலின் குற்றச்சாட்டாகும். ("உடலியல்" இரண்டாம் அத்தியாயம்) அரிஸ்டாட்டில் கூறுகிறார். இயற்கைச் செயலின் அடிப்படை மட்டுமேயாகும். ஜீவன் செயல் அல்லது உருவம் (Physical body) மட்டுமேயாகும். இயற்கையும் ஜீவனும், அல்லது இயற்கையும் உருவமும் ஒன்றுக்கொன்று தொடர்புடையவை யென்றும், ஒன்று மற்றொன்றின் பகுதியென்றும், இவ்விரண்டின் இணைப்பே பவுதீக, உரு (Form) வென்றும் சொல்லப்படுகிறது. இல்லாத நிலை அல்லது இருட்டில் விழுந்து கிடக்கும் இயற்கையை ஜீவன் (உருவம்) இயற்கையைச் சார்ந்து நிற்பதேயாகும். ஏனெனில் அது இயற்கையில் முன்பிருந்தே உள்ள விஷயங்களையே வெளிச்சத்திற்குக் கொண்டு வருகிறது.

அரிஸ்டாட்டிலும் பிளாட்டோவைப் போலவே, ஜீவனை மூன்று பிரிவுகளாகப் பிரிக்கிறார். 1) தாவர ஜீவன்; ஈனுவதும், வளர்ச்சியும் இதன் வேலைகளாகும். இது செடி, கொடிகளில் இருக்கும். 2) மிருக ஜீவன்: இதில் ஈனுவதும், வளர்ச்சியும் தவிர, அறிந்து கொள்ளும் சக்தியும் இருக்கும். இந்த ஜீவன் எல்லா மிருகங்களிலும் இருக்கும். (3) மனித ஜீவன்: இது மேற்கூறிய இரண்டு ஜீவன்களைக் காட்டிலும் சிறந்தது. இதில் பெற்றெடுப்பதும், வளர்ச்சியும், அறிவதும் தவிர, அறிவு, சிந்தனை எண்ணம் ஆகிய திறன்கள் இருக்கும். இவை மனிதனில் மட்டுமே இருக்கும். உடலியலைத் தோற்றுவித்த அரிஸ்டாட்டில், டார்வினின் பரிணாம வாதம் வரை செல்ல முடியாவிட்டாலும். ஒருவித வளர்ச்சியைத் தாவரங்கள், மிருகங்கள், மனிதர்கள் என்னும் வரிசையில் நம்புகிறார். அரிஸ்டாட்டிலின் கருத்துப்படி ஜீவன் தனது முந்தைய குணங்களுடன் கூடப் பிந்தைய குணங்களுடனும் வளர்ச்சி யடைகிறது. அவர் ஜீவன் (உருவம்) இயற்கையிலிருந்து மாறுபட்ட தென்று எண்ணுவதில்லை. ஜீவன்கள் நபர்களின் உருவத்தில் தோன்றுகின்றன என்றும், நபர்களின் அழிவுடன் அவையும் அழிந்து விடுகின்றனவென்றும் அவர் கருதுகிறார். அரிஸ்டாட்டில் ஜீவனின் எல்லையை இங்கே முடித்துவிட்டு ஆன்மாவின் எல்லைக்குள் நுழைகிறார். இதைப்பற்றி பின்னால் விவரிப்போம். அவரது பிரிவினைப்படி இயற்கை- உருவம் (ஜீவன்) - ஆன்மா என்றாகின்றன. இவற்றில் இயற்கையும், உருவமும் இணைபிரியாத தோழிகள். ஆனால் உபநிஷத்துக்கள் இயற்கை, உருவம் (ஜீவன்) ஆகியவற்றின் தோழமையை ஒப்புக் கொள்ளாமல் உருவத்தை ஆன்மாவாக்கி ஆன்மாவையும், பரமாத்மாவையும் தோழிகளாக்குகின்றன. ("ஸ்வேதாஷ்வர்

உபநிஷத்''தும், ''முண்டக உபநிஷத்''தும்) ஆனால் நாம் இங்கே தெளிவாக்கிய பிரிவினையைப்போல் அரிஸ்டாட்டில் தனது கட்டுரை களில் தெளிவாகக் கூறவில்லை. ஓரிடத்தில் அவர் மனித ஜீவனை 'ஜீவன்' என்னும் வகையில் சேர்த்து, அது இயற்கையுடன் கலந்திருப்ப தாகக் கருதுகிறார்; அது நபருடன் தோன்றி, அழிவதாகவும் எண்ணுகிறார். மற்றோரிடத்தில் அவர் அதைத் தாவர மனித ஜீவன்களிலிருந்து வெளியேற்றி ஆன்ம உலகத்திற்குள் கொண்டுவர விரும்புகிறார். அந்த வாழ்க்கையே ஆன்ம ஞானமாகும்.

ஆன்ம விஞ்ஞானம்: ஆன்மீக ஜீவன் கீழ் நிலைகளான இயற்கை, உருவம் ஆகியவைகளைவிடச் சிறந்தது. அதுவே எல்லாப் பொருள் களையும் அறியும் ஆன்ம, விஞ்ஞானம் மேலிருந்து கிழக்கு - உலகத்திற்குள் - ஒரு குறிப்பிட்ட நோக்கத்துடன் அனுப்பப்படுகிறது. இந்த உலகத்தின் (இயற்கை அல்லது உருவ) நபர்களுடன் அதற்கு எவ்விதத் தொடர்பும் இல்லை. அது பொதுத் தன்மையையும், உருவத்தையுமே அறியும். இதன் உதவியாலேதான் மனிதன் புலன்களின் உலகத்தைக் கடந்த பகுத்தறிவு உலகத்தை அறிந்து கொள்ள முடிகிறது. ஆனால் பகுத்தறிவு உலகத்தைச் சரியாகப் புரிந்துகொள்ள வேண்டுமானால், மானிடத்தைக் கடந்த விஞ்ஞானங்களாலேயே முடியும். ஆகவே ஆன்மீக விஞ்ஞானமென்பது ஒரு கண்ணாடி போன்றது. அதன் வழியாக மனிதன் மேலுள்ள விஞ்ஞான உலகத்தின் நிழலைப் பார்க்க முடியும்.

புலன்களின் விஞ்ஞானம்: ஆன்மீக விஞ்ஞானம் உருவம் அல்லது பொதுத் தன்மையை மட்டுமே அறியும் என்பதைக் கூறினோம். இதனால் தனிநபரை அறிந்து கொள்ள அரிஸ்டாட்டில் 'புலன்களின் விஞ்ஞானம்' என்னும் ஒன்றைக் கற்பனை செய்தார். நெருப்பைத் தொட்டு உஷ்ணத்தை அறிவது புலன்கள் விஞ்ஞானத்தின் வேலை யாகும். புலன் விஞ்ஞானத்தின் செயலாற்றல் நிச்சயிக்கப்பட்ட தாகும். உடலுக்குள் அவை எல்லைக்கு உட்பட்டே இருக்கும். ஆன்ம விஞ்ஞானமோ உடலின் ஒரு பகுதிக்குள் மட்டுமே அடங்கியிருப்பதல்ல. அதற்கு வெளிப்புற விஷயங்களைப் பற்றிய கட்டுப்பாடில்லை. அது செயல்படுவதற்கு இடம், காலம் போன்ற விதிகளில்லை. அது பவுதீகப் பொருள்களைச் சார்ந்திருப்பதே இல்லை.

ஆன்ம விஞ்ஞானம் அதாவது ஜீவனுக்கும் உடலுக்குமுள்ள பரஸ்பர தொடர்பு குறித்தும், உடலின் தோற்றம், அழிவுகளுடனேயே ஜீவனின் தோற்றமும் அழிவும் நிகழ்கின்றன என்பதையும் சொன்னோம்.

ஆனால் ஆன்ம விஞ்ஞானம் உடலிலிருந்து முற்றிலும் மாறுபட்ட தாகும். அது தனது செயலைத் தொடங்குவதற்கு உடலைச் சார்ந் திருக்காததைப் போலவே, உடல் அழிந்த பின்னரும் அதிலே எவ்வித மாற்றமும் ஏற்படுவதில்லை. அது புராதனமானதும், சாஸ்வதமானது மாகும்.

அரிஸ்டாட்டில் ஆன்ம விஞ்ஞானம் இரண்டு பிரிவுகளாக இருக்கிறதென்றார். செயல் விஞ்ஞானம், அடிப்படை விஞ்ஞானம் (Material or Receptive Reason) செயல் விஞ்ஞானம் பொருள்களைத் தெரிந்து கொள்ளத் தக்கனவாக்குகிறது. இது மானிடத்தைக் கடந்த விஞ்ஞானங்களின் ஆன்ம விஞ்ஞானமாகும். அதை அடையக்கூடியவர் களில் மனித இனமும் ஒன்று. அடிப்படை விஞ்ஞானம் தெரிந்த பொருள்களால் சலனமுற்று அவற்றின் நிழலைத் தன்னுள் கிரகித்துக் கொள்கிறது. இது மனித நபர்களின் விஞ்ஞானமாகும். முதலாவதின் தன்மை செயலும், சலனமுமாகும். இரண்டாவதின் தன்மை சலனமடைவதாகும். இவ்விரண்டுமே இருந்தாலும், அடிப்படை விஞ்ஞானத்தின் ஒளி - வெளிப்படுவது - செயல் விஞ்ஞானத்துக்குப் பிறகு வருகிறது. செயல் விஞ்ஞானம் அடிப்படை விஞ்ஞானத்தை விடச் சிறந்தது, ஏனெனில் செயல் விஞ்ஞானம் தூய்மையான விஞ்ஞானச் சக்தியாகும். ஆனால் அடிப்படை விஞ்ஞானத்தின் மேல் அதன் செல்வாக்கு பரவுவதால், அதில் உடலும் கலந்துள்ளது. அரிஸ்டாட்டிலின் விஞ்ஞானக் கருத்துக்களின் சுருக்கமாவது:

1. செயல் விஞ்ஞானமும், அடிப்படை விஞ்ஞானமும் ஒன்றேயல்ல; வெவ்வேறானவை.

2. செயல் விஞ்ஞானம் அழிவற்றதும், அடிப்படை விஞ்ஞானம் அழிவுடையதுமாகும்.

3. செயல் விஞ்ஞானம் மனித நபர்களிடமிருந்து மாறுபட்ட தாகும்.

4. செயல் விஞ்ஞானம் மனிதனுக்குள்ளும் இருக்கிறது.

அரிஸ்டாட்டிலின் நூல்களுக்கு விரிவுரை எழுதிய அப்ரதிஸியுஸும், தெமாஸியுஸும் (கி.பி. 549) அரிஸ்டாட்டிலுக்கு மாறுபட்ட கருத்து கொண்டிருந்தனர். அவர்கள் செயல் விஞ்ஞானம் மனிதனிடமிருந்து வேறுபட்டதென்று கருதுகின்றனர். தெமாஸியுஸ் செயல் விஞ்ஞானத் தைத் 'தகர்க்கும் விஞ்ஞானம்' என்கிறார். திஸியுஸோ அதைக் 'காரண காரிய விஞ்ஞானம்' என்கிறார்.

(ஞ) ரோஷ்தின் விஞ்ஞானத் தத்துவம்: மேற்சொன்னவற்றி லிருந்து அரிஸ்டாட்டிலின் கீழ்வரும் கருத்துகள் நமக்குத் தெரிய வருகின்றன. முக்கிய தத்துவங்கள் மூன்று: இயற்கை, ஜீவன் (உருவம்), விஞ்ஞானம். அவர் ஜீவனை மூன்று பிரிவுகளாக்குகிறார். அவற்றில் மானுடம் ஜீவனை விஞ்ஞானத்தின் பக்கம் இழுக்க விரும்புகிறது. விஞ்ஞானத்தை இரு பகுதிகளாக்குகிறார். அவை செயல் விஞ்ஞானமும், அடிப்படை விஞ்ஞானமும் ஆகும்.

ஆனால் ரோஷ்த் விஞ்ஞானத்தை ஐந்து பிரிவுகளாகப் பிரிக்கிறார்: (1) இயற்கை விஞ்ஞானம் (2) பயிற்சி விஞ்ஞானம் (3) அறியும் விஞ்ஞானம் (4) அடிப்படை விஞ்ஞானம் (5) செயல் விஞ்ஞானம்.

அப்ர திஸியுஸூம், மற்ற அராபியத் தத்துவாசிரியர்களும் இயற்கை விஞ்ஞானத்தையும், அடிப்படை விஞ்ஞானத்தையும் ஒன்றாகக் கருதுகின்றனர். ஆனால் ரோஷ்த் ஒரோர் சமயம் இயற்கை விஞ்ஞானத்தைச் செயல் விஞ்ஞானத்தின் ஆன்மாவாக எண்ணுகிறார். ஓரிடத்தில் அதை அனாதியானதென்று சொல்கிறார். மற்றோரிடத்தில் அதற்கு மாறுபட்டுக் கூறுகிறார். தெமாஸியுஸ் பயிற்சி விஞ்ஞானத் தையும், அறியும் விஞ்ஞானத்தையும் ஒன்றென்கிறார். ஏனெனில் விஞ்ஞானம் விஞ்ஞானத்தையே உண்டாக்கும்; இயற்கை, விஞ்ஞானத்தை உண்டாக்காது. ஆகவே ஞானம் படைத்த எல்லாப் பொருட்களுமே செயல் விஞ்ஞானத்தால் மட்டுமே உண்டானவை. இதை வலியுறுத்தி அவர் மேலும் சொல்கிறார்: அனைத்து விஞ்ஞானங்களும் ஒன்றிலிருந்தே தோன்றினாலும், பகுத்தறிவுச் சக்தி ஒவ்வொரு நபரிலும் அவரது பயிற்சியால் கிடைத்த அறிவைப் பொறுத்தே இருக்கும். ஆகவே அறியும் விஞ்ஞானத்துக்கும், பயிற்சி விஞ்ஞானத்துக்குமிடையே வேற்றுமை கிடையாது. அதாவது பயிற்சியால் பெறப்படுவதே அறியும் விஞ்ஞானமாகும். தெமாஸியுஸின் இக்கருத்துக்கு மாறாக ரோஷ்த் பயிற்சி விஞ்ஞானத்தில் இரண்டு சிறப்புக்களைக் காண்கிறார். ஒருபுறம் அது கடவுளின் செயலைத் தெரிவிப்பதால், அதை அனாதியான தாகவும், அழிவில்லாததாகவும் கருதுகிறார். மறுபுறம் அதை மனிதனுடைய பயிற்சியின் விளைவு என்கிறார். அதனால் அது தோற்றமுடையதென்றும், அழிவுடையதென்றும் சொல்கிறார்.

பெயர்கள் வெவ்வேறாக இருந்தாலும் அரிஸ்டாட்டிலும், மற்ற விளக்கவுரையாளர்களையும் போலவே, ரோஷ்த் விஞ்ஞானப் பிரிவுகளை ஒப்புக்கொள்ளாமல், விஞ்ஞானம் ஒன்றென்றே கருதுகிறார். அவர் கூறுகிறார்: விஞ்ஞானம் பல்வேறு உருவங்களையும், முறை களையும் ஏற்றுக் கொள்ளும் சக்தி படைத்ததாக இருந்தாலும், அது உருவமில்லாததாகத்தான் இருக்க வேண்டும். அதாவது விஞ்ஞானம்

என்பது அறிவுத் தகுதியின் பெயரேயாகும். ஆனால் மனிதனுள் தகுதியை ஒப்புக் கொண்டு அவனுள்ளே இருக்கும் செயல் விஞ்ஞானத்தை நிராகரித்துவிட வேண்டுமென்பதல்ல இதன் பொருள். மனிதனுள் செயல் விஞ்ஞானத்தை ஒப்புக் கொண்டால், விஞ்ஞானம் ஒரு சிறப்பான உருவம் பெற்றுவிட்டதென்பதையும் ஒப்புக் கொள்ள வேண்டும். செயல் என்பது உள்ளுக்குள் இருக்கும் தகுதியின் வெளிப் பாட்டின் பெயரேயாகும். அது ஒரு குறிப்பிட்ட உருவம் பெறுவதின் பெயரல்ல. ஆன்மீக தகுதியை ஒப்புக்கொண்டு வெளிப்புற செயல் பாட்டினை ஒப்புக் கொள்ளாமல் இருப்பதற்குக் காரணமே இல்லை. இந்த நிலையில் ஞானத்திற்கும் நம்பிக்கைக்கும் பொருள்ஞானத் தகுதியல்ல; ஞான நிகழ்ச்சி என்பதாகும். ஆன்மீக விஞ்ஞானமும், வெளிப்புறச் செயல் விஞ்ஞானமும் அதாவது சக்தியும், செயலும் ஒன்றாகாதவரை ஞானம் (அறிவு) தோன்றாது. அடிப்படை விஞ்ஞானத்தில் பன்மையும், பெரும்பான்மையும் இருக்கும். அது மனித உடலைப்போல் அழிவுடையது. ஆனால் செயல் விஞ்ஞானம் தோற்றத்திலிருந்தே மனிதனிலிருந்து வேறுபட்டும், அழிவில்லாமலும் இருக்கும்.

இரண்டு விஞ்ஞானங்களிலும் மேற்கூறிய வேற்றுமைகள் இருந்தாலும், இரண்டும் ஒன்று சேர்ந்தாலும், மனிதர்கள் பல பேராக இருப்பதால் செயல் விஞ்ஞானம் பலவாறாக ஆகிவிடாது. மனிதர் களின் பன்மை செயல் விஞ்ஞானத்தில் கரைந்தும் விடாது. செயல் விஞ்ஞானப் பிரிவுகளில் மானுடம் பங்கிடப்பட்டுவிட்டது. செயல் விஞ்ஞானமும், அடிப்படை விஞ்ஞானமும் ஒன்றாகத் திரட்டப் படுவதால், மனித மூளை ஒரே விதமான தகுதிகளை உள்ளடக்கியதால், மனித இனத்திற்குச் செயல் விஞ்ஞானப் பிரிவுகள் இரண்டறக் கலந்து கொண்டே இருக்கின்றன. இப்பிரிவுகள் அழிவில்லாதவையும் நிலையானவையுமாகும். இவை தனிப்பட்ட மனிதர்களுடன் இணைக்கப் பட்டிருக்கவில்லை. மனிதப் பூண்டே இல்லாத நிலை ஏற்பட்டாலும் கூட, இவை இப்படியே தொடர்ந்து செயல்பட்டுக் கொண்டிருக்கும். நடக்கமுடியாத இந்தக் கற்பனையும் தேவையில்லை. உலகம் முழுதும் பரம விஞ்ஞானத்தின் (பரமாத்மாவின்) ஒளிக்கதிர்களால் ஒளி பெற்றிருக்கிறது. உயிர்களிலும், தாவரங்களிலும் உலோகத் தாதுக் களிலும், பூமியின் உள்ளும் புறமும் இந்த பரமாத்மாவின் ஆட்சியே நடந்து கொண்டிருக்கிறது. இவ்வெல்லாவற்றிலும் பரமாத்மா ஒளிர்ந்து கொண்டிருப்பதைப் போலவே, மனிதனுள் கூட ஒளிர்ந்து கொண்டிருக்கிறது. ஏனெனில் மனிதனும் கூட அந்த ஒளிரும் உலகின் ஒரு பகுதியேயாகும். எல்லா மனிதர்களிலும் மனிதத் தன்மை ஒன்றாக இருப்பதைப் போலவே, எல்லா மனிதர்களிலுள்ளும் ஒரு விஞ்ஞானம்

(ஆன்மா) நிறைந்திருக்கிறது. மனிதன் எண்ணிக்கையில்லாமல் சூன்யமாகி, உலகை ஆட்டிப்படைக்கும் பரமாத்மா செயல்படும் போது, அது பல்வேறு உருவங்களில் வெளிப்படுகிறது- ஓரிடத்தில் உயிரிலும், மற்றோரிடத்தில் தேவர்களிலும், இன்னோரிடத்தில் மனிதர்களிலும் அது வெளிப்படுகிறது. இதனாலேயே தனிநபர் உருவம் அழிவுடையது. ஆனால் மனிதத் தன்மையின் ஆன்மா, சாஸ்வத மானதும், அழிவில்லாததுமாகும். ஏனெனில் அது அந்தப் பரமாத் மாவின் ஒரு பகுதியாகும்.

செயல் விஞ்ஞானமும் மானுட விஞ்ஞானமும் அனாதியானவை யாகும்போது, மனிதத் தன்மை எப்பொழுதுமே அழியாதென்பது இதனால் ருசுவாகிறது. மனிதனுள் அறிவொளி (தத்துவம், விஞ்ஞானம் ஆகியவை) எப்பொழுதுமே நிறைந்திருக்கும்.

(ட) எல்லா விஞ்ஞானங்களும் பரம விஞ்ஞானத்தில் இணைகின்றன: ரோஷ்த் கூறிய விஞ்ஞானங்களை ஏற்கெனவே குறிப்பிட்டோம். ரோஷ்த் அதை விளக்கும்போது கூறுகிறார்: (1) மனிதன் பிறக்கும்போதே இயற்கை விஞ்ஞானம் அவனுடன் இருக்கும். அப்பொழுது அது அறிவுத் தகுதி உருவத்தில் மட்டுமே இருக்கும். வயது வளர வளர, உள்ளடங்கியிருக்கும் தகுதி செயல் உருவத்தைப்பெறும். (2) இந்த வளர்ச்சி, பயிற்சி விஞ்ஞானத்தை அடையும்போது முடிவுக்கு வரும். இதுவே மனித வாழ்வின் இறுதி நிலையாகும். ஆனால் பயிற்சி விஞ்ஞானம் விஞ்ஞானத்தின் இறுதி நிலையல்ல. எனினும் இயற்கையுடன் இணைந்த அதன் வளர்ச்சி முற்றுப்பெறுகிறதென்று கூறலாம். அது பின்னர் அது இயற்கை உலகிலிருந்து மேலெழுந்து தூய விஞ்ஞான உலகை நோக்கி முன்னேறுகிறது. அது விஞ்ஞான உலகை நெருங்க நெருங்க, அது விஞ்ஞான உலகத்துடன் கலந்து வருகிறது. இந்நிலையை அடைந்து விஞ்ஞானம் எல்லாப் பொருட்களின் அறிவையும் பெற்றுவிடுகிறது. அதாவது அறியும் விஞ்ஞான நிலையை அடைந்து விடுகிறது. இந்த நிலையிலேயே “நான்- நீ” எனும் வேற்றுமை மறைந்து விடுகிறது. மனிதன் கடவுள் நிலையை அடைந்து விடுகிறான். இதில் அனைத்துப் பொருள்களும் நிறைந்திருப்பதால், மனிதனும் “எல்லாம் அவனே!” என்பதுபோல் ஆகிவிடுகிறான்.

(பரம விஞ்ஞானமே எல்லாம்): அரிஸ்டாட்டில் கூறுகிறார்: “அறிவே விஞ்ஞானத்தின் உருவமாகும். அவ்வறிவும் வெறும் புலன்கள் சம்பந்தப்பட்டதல்ல. அதற்குப் பதிலாகப் பழம் பெரும் குணங் களுடைய விஞ்ஞான மயமான பொருள்கள் சம்பந்தப்பட்டது. ஆகவே விஞ்ஞானங்களின் விஞ்ஞானமென்பது கடவுளை அறிய

வைக்கும் அறிவில்லாது வேறல்ல என்பது தெளிவு. இந்த அறிவு புராதனமான சிவமாகும். அதாவது மங்களகரமானதாகும். அறிவைக் காட்டிலும் வேறெந்த சிவமும் (நல்லதும்) இருக்கமுடியாது. ஆகவே கடவுள் இந்த நல்லதின் ஊற்றுக்கண்ணாகும். ஆனால் அதனுடைய அறிவில், தெரிந்து கொள்பவன், தெரிந்து கொள்வது என்கிற வேற்றுமை இருப்பதில்லை. ஏனெனில் அங்கே அதன் உருவத்தைத் தவிர வேறெந்தப் பொருளுமே இருப்பதில்லை ஒருவேளை இருந்தாலும் அது, அதனுள்ளேயே இருக்கும். ஆகவே கடவுள் தன்னிடமிருந்து வேறுபட்ட பொருளைக் கண்டாலும், அது அவருடைய அறிவிலிருந்து வேறுபட்டதாக இருக்க முடியாது. இவ்விதமாகக் கடவுள் தெரிந்து கொள்பவரும், தெரிந்து கொள்வதுமாகி விடுகிறார். அவரது அறிவு அறிவின் அறிவாகும். ஏனெனில் அந்த நிலையில் அறிவு, தெரிந்து கொள்பவர், தெரிந்து கொள்வது ஆகியவற்றில் எவ்வித வேற்றுமையும் இருப்பதில்லை. அறிவே தெரிந்து கொள்பவருமாகும்: தெரிந்து கொள்பவரே தெரிந்து கொள்வதுமாகும்.

ரோஷ்த் தன்னுடைய "நடைமுறை இயலி"ல் எழுதுகிறார்:

"அறிவு- நம்பிக்கையைத் - தவிர மற்ற அனைத்து நல்லவை களிலும், எதுவுமே விரும்பத்தக்கதல்ல. அவற்றில் எதனாலும் ஆயுள் வளர்வதில்லை. அவைகள் எல்லாமே அழியக்கூடியவை. ஆனால் இந்த மங்களம் (அறிவு) அழிவில்லாதது. எஞ் சிய அனைத்தும் மற்றவர்களின் விருப்பங்களைப் பூர்த்தி செய்யும். ஆனால் இது (அறிவு) தன்னுடைய விருப்பமாகவே இருக்கும். அதைத் தவிர வேறெந்த விருப்பமே கிடையாது. ஆனால் அறிவுகளின் உயர்ந்த இடத்தை மனிதனால் அடைய முடியாதென்பதுதான் இதிலுள்ள சங்கடமாகும். மனிதன் தலையிலிருந்து கால்வரை பவுதீகச் சக்திகளால் நிறைந்திருக் கின்றான். அவன் மானிடக் கூட்டுக்குள் இருந்து உயர்ந்த நிலையை அடைய இயலாது. எனினும் அவனுள் கடவுள் ஒளி ஒளிர்ந்து கொண்டே இருக்கிறது. மனிதன் தனது மானிட மேலுறையை வீசியெறிந்து, கடவுள் ஒளியை நோக்கி முன்னேற முயன்றால், தனது தனித்துவத்தை அழித்துக் கொண்டால் நிச்சயமாக அவன் சிவத்தை (நல்லதை) அடைய முடியும். மனிதன் பவுதீகப் பொருளாதலால், அவன் மனிதனைப் போல் மட்டுமே வாழ வேண்டுமென்று சிலர் சொல்கின்றனர்.

ஆனால் இது சரியல்ல. மனிதன் பவுதீகப் பொருள்களுடன் மட்டுமே தொடர்பு கொண்டிருக்க வேண்டுமென்றும் அவர்கள் கூறுகின்றனர். ஒவ்வொரு இனத்தின் சிவமும் (நல்லதும்) மகிழ்ச்சியை வளர்க்கும், அதற்கு அனுகூலமான பொருளிலேயே இருக்கும். ஆகவே

மனிதன் புழு, பூச்சிகளைப் போல் வெள்ளத்தில் அடித்துச் செல்லப் படுவதில் அவனுடைய நல்லது அடங்கியிருக்கவில்லை. அவனுள்ளே கடவுளின் ஒளி ஒளிர்ந்து கொண்டிருக்கும்போது அவன் அதைப் பார்க்க ஏன் முயற்சிக்கக் கூடாது? கடவுளில் ஏன் இரண்டறக் கலந்துவிடக் கூடாது? இதுதானே உண்மையான சிவமும், அமர வாழ்வும். அந்த உயர்நிலையை எப்படிப் புகழ்வது? அது ஒரு வியத்தகு நிலையாகும். அங்கே சென்று அறிவு தன்னிலை மறந்துவிடுகிறது. மகிழ்ச்சி வெள்ளத்தால் எழுதுகோல் நின்றுவிடுகிறது. நா வறண்டு போய் விடுகிறது. சொற்கள் பொருளென்னும் திரைக்குள் மறைந்து விடுகின்றன. அந்த உயர்நிலையின் உருவத்தை எப்படி வர்ணிப்பது?"

(ண) பரமவிஞ்ஞானம் அடையும் வழி: மேற்கூறியதிலிருந்து ரோஷ்த், ஸூஃபி சித்தாந்தத்தின் யோகத்தையும், தியானத்தையும் கடவுளை அடைய வற்புறுத்துகிறார்போல் தோன்றலாம். ஆனால் உண்மை அதுவல்ல. அவர் அறிவை அடைவதின் மூலமே பரம விஞ்ஞானத்தை அடையலாமென்பதை வற்புறுத்துகிறார். இஸ்லாமியத் தத்துவாளர்களில் ரோஷ்தே, ஸூஃபி வாதத்தின் பரம விரோதியாவார். அவர் யோகம், தியானம், பிரம்மத்தில் கலப்பது ஆகியவைகளைப் பச்சைப் பொய் என்று கூறுகிறார். மனிதன் அறிவுடன் பிறந்தான். ஆகவே தன்னுடைய அறிவை வளர்த்துக் கொள்வதிலேயே அவனது சிவம் (நல்லது) அடங்கியுள்ளது. மனிதன் இந்த அறிவை வளர்த்துக் கொண்டு விஷயங்களின் உண்மை நிலையை அறியும்போதுதான் அவன் நல்லதை அடையமுடியும். ஸூஃபிக்களின் நடைமுறை உபதேசம், பொய்யானதும் வீணானதுமாகும். புலன்கள் உலகத்தை விஞ்ஞான உலகமாக மாற்றுவதே மனிதப்பிறவியின் குறிக்கோளாகும். இந்தக் குறிக்கோளை அடையும்போது மனிதனுக்கு- அவன் எம்மதத்தைச் சார்ந்தவனாக இருந்தாலும்- சொர்க்கம் கிடைக்கிறது. "உலக நிலையை ஆராய்வதுதான் தத்துவாளர்களின் உண்மையான மதமாகும். ஏனெனில் கடவுளின் படைப்பை - கைத்திறனை- உண்மையாக அறிந்து கொள்வதுதான், சிறந்த கடவுள் தொழுகையாக இருக்க முடியும் இது கடவுளையே அறிமுகம் செய்து கொள்வது போலாகும். இது ஒன்றினால் மட்டுமே கடவுள் மகிழ்ச்சியடைகிறார். சிறந்த முறையில் கடவுளைத் தொழுபவர்களை 'நாஸ்திகர்கள்' என்று சொல்லி துன்புறுத்துபவர்களே மிகக் கெட்ட செயல் செய்பவர் களாவார்கள்."

(த) மனிதன் சூழ்நிலையின் அடிமை: மனிதன் செயலாற்றுவதில் சுதந்திரம் உடையவனா அல்லது இல்லாதவனா என்பது குறித்து மற்ற

தத்துவ மேதைகளைப் போலவே, ரோஷ்தும் எவ்வளவோ எழுதியுள்ளார். இது குறித்துக் கூறுவதற்கு முன்பு 'முடிவு செய்வது' என்பதைப் (சங்கற்பம்) புரிந்து கொள்ள வேண்டும். ஏனெனில் ஏதாவதொரு காரியம் செய்வதற்கு முன்னால் முடிவு செய்யப்படுகிறது. அல்லது முடிவு செய்வதே (சங்கற்பமே) ஒரு காரியம்- மனம் சம்பந்தப்பட்ட- காரியமாகும்.

(a) முடிவு செய்தல்: முடிவு செய்வது பற்றி ரோஷ்தின் கருத்தாவது: முடிவு செய்வதென்பது மனிதனின் ஒரு ஆன்மீக (மானசீக) நிலையாகும். மனிதன் ஒரு காரியம் செய்ய வேண்டுமென்பது அதன் நோக்கமாகும். ஆனால் சங்கற்பமென்பது மனிதனுள்ளிலிருந்து தோன்றுவதில்லை; எத்தனையோ வெளிப்புறக் காரணங்களால் அது தோன்றுகிறது. இந்த வெளிப்புறக் காரணங்களால் நமது சங்கற்பம் திடமாவது மட்டுமல்லாமல், அதன் ஸ்திரத் தன்மையும், எல்லையும் நிர்ணயிக்கப் படுகின்றன. சங்கற்பம் (முடிவு செய்வதென்பது) விருப்பு- வெறுப்பு என்னும் இரண்டு மன நிலைகளைச் சேர்ந்ததாகும். இது வெளிப்புறத் திலுள்ள நன்மை அல்லது தீமை புரியக்கூடிய பொருள் அல்லது எண்ணத்தால் ஏற்படுகிறது. சங்கற்பம் வெளிப்புறக் காரணங்களைச் சார்ந்துள்ளது என்பது இதனால் தெரிகிறது. உதாரணமாக ஒரு அழகிய பொருள் நமது கண்களுக்குத் தென்பட்டால் மகிழ்ச்சியடைகிறோம். ஒரு அழகற்ற அல்லது பயங்கரக் காட்சி காணப்பட்டால், வெறுப்பும் அருவருப்பும் கொள்கிறோம். மனத்தின் இந்த விருப்பு - வெறுப்பு நிலைகளின் பெயரே சங்கற்பமாகும். நமது மனத்தைத் தொடக்கூடிய காட்சியோ விஷயமோ நமக்கெதிரே தோன்றாதவரை சங்கற்பமும் பிறக்காதென்பது தெளிவாகிறது.

(b) சங்கற்பத்தைத் தோற்றுவிக்கும் வெளிப்புறக் காரணங்கள்: (1) சங்கற்பம் (முடிவு செய்வது) தோன்றுவதற்கு வெளிப்புறக் காரணங்கள் இருக்கின்றன என்பதைக் கூறினோம். ஆனால் இவ்வெளிப்புறக் காரணங்கள்கூட ஒரு அமைப்பில்லாமல், கட்டுப் பாடில்லாமல் தாறுமாறாக இல்லை என்பதையும் கருத்தில் கொள்ள வேண்டும். இவை வெளிப்புறக் காரணங்களுக்கு உட்பட்டு இருக்கும். இவ்விதம் ஒரு அமைப்போ, கட்டுப்பாடோ இல்லாமல் நம்முள் சங்கற்பம் தோன்றாது. (2) காரணத் தொடர்ச்சியைப்போலவே சங்கற்பத் தொடர்ச்சியும் இருக்கும். அதன் ஒவ்வொரு பகுதியும் வெளிப்பகுதியுடன் இணைந்திருக்கும். (3) நமது சங்கற்பம் பெரும் பாலும் சார்ந்துள்ள நமது உடலமைப்புகூட, ஒரு குறிப்பிட்ட அமைப்பைச் சார்ந்திருக்கும். இம்மூன்றும் காரண- காரிய வரிசையில் ஒன்று மற்றொன்றுடன் இணைந்திருக்கும். இம்மூன்று இணைப்புப்

பகுதிகள் மனித மூளைக்குப் புலப்படாதவை. நம்முடைய உடலமைப்பில் ஏற்படும் மாற்றங்கள் நமது அறிவுக்கும், அதிகாரத்துக்கும் அப்பாற்பட்டவை. இதேபோல் நமது மானசீக வாழ்க்கையைப் பாதிக்கும் வெளியுலகச் செயல்களும், பிரதிபலிப்புகளும் எண்ணற்றவை மட்டுமல்லாமல், நமது அறிவுக்கும், ஆற்றலுக்கும் அப்பால் நின்று நம்மேல் வேலை செய்கின்றன. இவ்விதம் இந்த வெளிப்புறச் செயல்களையும், பிரதிபலிப்புகளையும் திரட்டுவது மட்டுமல்ல, அவற்றைப் புரிந்து கொள்வதும் மனிதனால் இயலாத காரியமாகும். இதன் காரணமாகவே மனிதன் சூழ்நிலையின் முன்னால் இயலாதவனாக இருக்கிறான். அவன் விரும்புவது ஒன்று; நடப்பது மற்றொன்று.

(4) சமூகக் கருத்துக்கள்: ரோஷ்த் விஞ்ஞானம் என்று குறிப்பிடும்போது சிறு ஞானப் பொறிகூடப் பரமவிஞ்ஞானத்திலிருந்து தெறித்ததெனச் சொல்லி, எல்லாமும் விஞ்ஞான மயம் என்று கூறுகிறார். அதே சமயத்தில் அவர் இயற்கையை மறுக்கவில்லை; அதை 'மாயை' என்று குறிப்பிடவில்லை. 'சூழ்நிலை வாத'த்தில் அவர், விஞ்ஞான ஒளி நிறைந்த மனிதன் இயற்கைக்குக் கட்டுப்பட்டவன் என்கிறார். இயற்கை தனது இடத்தில் விஞ்ஞானம் போலவே சுதந்திரமுள்ளதாகும். இவ்விரு கருத்துக்களை அடிப்படையாகக் கொண்டு ரோஷ்தின் சீடர்கள் 'விஞ்ஞான வாதிகள்' (ஆன்மீக வாதிகள்) 'பொருள் முதல்வாதிகள்' என்னும் இரு பிரிவுகளாகப் பிரித்துவிட்டனர். ரோஷ்த் ஆன்மீகவாதத்தை விரும்பினாலும், அவரது ஆன்மீகவாதம் கஜாலியின் ஸூஃபி தத்துவம், சங்கரரின் அத்வைத பிரம்ம தத்துவம் போன்றதல்ல. அத்தத்துவங்கள் உலகை மாயை என்றும், பொய்யென்றும் உரைக்கின்றன. ஆனால் ரோஷ்தின் சமூகக் கருத்துக்களை ஆராயும்போது, அவர் பொருள்முதல் வாதத்தையும், நடைமுறைத் தத்துவத்தையுமே வலியுறுத்தியதாகத் தெரிகிறது.

(க) சமுதாயத்தின் ஆதரவாளர்: சமுதாயத்தின் முன்பு தனிநபருக்கு ரோஷ்த் எவ்வளவு குறைந்த மதிப்பளித்தார் என்பதற்கு இதோ சாட்சியம்: "மனித இனத்தின் நிலை தாவரங்களைப் போன்றது. உழவர்கள் வீணான புல் பூண்டுகளைக் களையெடுத்து வீசி எறிவது போல், பெரிய பெரிய நகரங்களில் மக்கள் தொகை கணக்கெடுத்து, எந்த வேலையும் செய்யாமல் பிழைத்துக் கொண்டிருக்கும் அனாவசிய நபர்களைப் பொறுக்கி எடுத்துக் கொன்றுவிட வேண்டும். தூய்மையையும், சுகாதார பாதுகாப்பையும் முன்னிறுத்தி நகரங்களை

அமைப்பது அரசின் கடமையாகும். வேலைசெய்யும் சக்தி இல்லாதவர்களையும், ஊனமுற்றோரையும் நகரங்களிலிருந்து அகற்றாத வரையிலும் இதைச் சாதிக்க முடியாது.”

அரிஸ்டாட்டில் அரசியல் நூலேதும் இயற்றாததால், பிளாட்டோவின் ‘குடியரசு’ நூலின் மேல் விளக்கவுரையை ரோஷ்த் எழுதினார். அவர் பெரும்பாலான பிளாட்டோவின் கருத்துக்களை ஏற்றுக் கொண்டார். பலவீனமான குழந்தைகளைச் சாக விட்டுவிட வேண்டுமென்ற பிளாட்டோவின் கருத்தையொத்து ரோஷ்த் அனாவசியமானவர்களை நகரங்களிலிருந்து அகற்றிவிட வேண்டுமென்றார். ஆனால் சுகாதாரப் பாதுகாப்பு, நல்ல சூழ்நிலை, குடும்பக் கட்டுப்பாடு ஆகிய வழிகளால் மக்களைக் கொல்லாமலேயே வருங்காலச் சந்ததியினரைச் சிறப்பாக உருவாக்க முடியுமென்பதை ரோஷ்த் உணர்ந்திருக்கவில்லை. அக்காலத்திய பகுத்தறிவு நிலைமையில் அதை மன்னித்து விடலாம். ஆனால் இன்று படுகொலைகள் புரிந்து ‘தாழ்ந்த’ இன மக்களைக் கொன்று குவித்து, ‘உயர்ந்த’ இனத்தை வளர்க்க முயற்சி செய்பவர்களைப் பற்றி என்ன செய்வது?*

ரோஷ்த் அறிவற்ற மன்னர்களையும், மத வெறிபிடித்த மத குருக்களையும் கடுமையாக எதிர்த்தவர். முல்லாக்கள் (மத குருக்கள்) கருத்துச் சுதந்திரத்தை எதிர்த்தார்கள். ஆதலால் ரோஷ்த் அவர்களை மானிடத்தின் பகைவர்களாகக் கருதினார். தனது காலத்திய முல்லாக்களிடமும், மன்னர்களிடமும் அவர் கசப்பான அனுபவங்களைப் பெற்றிருந்தார். கையால் எழுதப்பட்ட நான்கு லட்ச நூல்கள் இருந்த நூல் நிலையத்தைத் தீக்கு இரையாக்கியதை அவர் மறக்கவில்லை. உலகில் இப்படிப்பட்ட அக்கிரமங்களைப் பார்த்த பிறகும் ரோஷ்த், ஃபாராபி, பாஜா ஆகியோர்போல், தனிநபர் வாழ்க்கைக்கோ அல்லது தனிமை வாழ்க்கைக்கோ முக்கியத்துவம் அளிக்கவில்லை. சமுதாயத்தில் அவர் நம்பிக்கை கொண்டிருந்தார். தனிநபர் வாழ்க்கை எந்தக் கலைப் படைப்பையும் படைக்க இயலாது, எந்த விஞ்ஞான சாதனையும் சாதிக்க முடியாதென்று அவர் சொல்லி வந்தார். ஒரு தனிநபர் சமுதாயம் ஏற்கெனவே திரட்டிவைத்துள்ள செல்வத்தை மட்டுமே பயன்படுத்திக் கொள்ள இயலும் அல்லது பெயரளவுக்கான சிறு சிறு சீர்திருத்தங்களே செய்ய முடியும். சமுதாயத்தில் இருந்து கொண்டு தன்னாலியன்றவரை அதன் நன்மைக்குப் பணியாற்றுவதே

---

* இங்கே ராகுல்ஜி இரண்டாம் உலகப் போருக்கு முன் இட்லர் ‘தாழ்ந்த’ இனமக்களென்று யூதர்களைப் படுகொலை புரிந்ததையும், ‘உயர்ந்த’ இனத்தவரான ஆசிரியர்களே உலகை ஆளத் தகுதியுள்ளவர்கள் என்று கொக்கரித்ததையும் குறிப்பிடுகிறார் - மொ-ர்.

ஒவ்வொருவனின் கடமையாகும். இதனால்தான் ரோஷ்த் பெண் சுதந்திரம் விரும்பினார். மதப்பற்றுள்ளவர்கள் கருதுவதைப் போல் அவர் 'நன்னடத்தை' என்பது வானத்திலிருந்து குதித்ததாகக் கருதவில்லை. அது அறிவிலிருந்து உதித்ததாக எண்ணினார். நன்னடத்தையால் நாட்டுக்கும், சமுதாயத்துக்கும் நன்மை விளைய வேண்டுமென்று ரோஷ்த் விரும்பினால், மதமும் சமுதாயத்துக்கு பயன்பட வேண்டுமென்றார். பொதுவாகத் தத்துவ இயலுக்கு எதிரான கருத்துக் கொண்டிருந்ததால், ரோஷ்த் மத நம்பிக்கை கொண்டிருக்கவில்லை. ஆனால் பிளாட்டோவின் 'பல்வேறு மூலகங்களால் மனிதர்கள் தோன்றியதால், அவர்களிடையே பல்வேறு பிரிவுகள் இருக்கின்றன' என்னும் சித்தாந்தத்தைப் பிரசாரப் பலத்தினாலேயே பலரும் ஏற்றுக்கொண்டு விட்டதைப் போலவே, மதமும் ஒரு பிரச்சாரச்சாதனம் என்றே அவர் கருதினார். அதனால் சமுதாயத்துக்கு நன்மை ஏற்படுமானால் அந்தச் சாதனத்தையும் பயன்படுத்திக் கொள்வதில் ரோஷ்துக்கு ஆட்சேபணை இல்லை.

(ங) பெண் சுதந்திரத்தின் ஆதரவாளர்: முஸ்லிம் மன்னர்கள் காலத்தில் பெண்கள் முக்காடில்லாமல் திரிந்தனர். ஆண்கள் முக்காடு போட்டுக் கொண்டிருந்தனர். இப்படியாக இஸ்லாம் தன்னால் இரு வெவ்வேறு எல்லைகளையும் தொட முடியுமென்பதை நிரூபித்துக் கொண்டது. ஆனால் முஸ்லிம் அரசிகளும், இளவரசிகளும் உண்மைச் சுதந்திரமான பொருளாதாரச் சுதந்திரம் பெற்றிருக்க வில்லை. ரோஷ்த் பெண்களுக்குச் சுதந்திரம் வேண்டுமென்றார். ஏனெனில் அப்பொழுதுதான் சமுதாயம் நலமடைய முடியும். இவ்விஷயத்தில் பிளாட்டோவும் ரோஷ்த் அளவுக்குப் பரந்த மனப் பான்மை கொண்டிருக்கவில்லை என்பது இங்குக் குறிப்பிடத்தக்கது.

ரோஷ்தின் கருத்துப்படி, ஆண்- பெண்களின் உடல் சக்தியிலும், மானசீக சக்தியிலும் பெரும் வேற்றுமைகள் ஏதுமில்லை. கலை, கல்வி, போர்த் தந்திரம் போன்றவற்றில் ஆண்கள் நிபுணத்துவம் பெறுவதைப் போலவே, பெண்களும் திறமை பெற முடியும். ஆண்களோடு சரிநிகர் சமானமாகப் பெண்களும் சமுதாயத்துக்குச் சேவை செய்ய முடியும். அது மட்டுமல்ல. எத்தனையோ கலைகளையும், கல்விகளையும் இயற்கைப் பெண்களுக்காக மட்டுமே ஏற்படுத்தி இருக்கிறது. உதாரணமாக , பெண்கள் பங்கெடுக்கும்போதே இசை பரிமளிக்கிறது. போர்களிலும் பெண்களின் பங்கு கற்பனை விஷயமல்ல. ஆப்பிரிக்காவின் பழங்குடியினரிடையே நடைபெற்ற யுத்தங்களில் பெண்கள் படைவீராங்கனைகளாகவும், படைத் தளபதிகளாகவும் சிறப்பான பங்காற்றியிருக்கின்றனர். பெண்கள் சிறப்பான முறையில்

அரசாட்சியும் நடத்தியிருக்கின்றனர் என்பதற்கு எத்தனையோ எடுத்துக்காட்டுகள் உள்ளன. இன்றையச் சமுதாய அமைப்பு, பெண்களுக்குச் சற்றும் உகந்ததல்ல; ஏனெனில் அவர்களுக்குத் தமது திறமையை வெளிப்படுத்த போதிய வாய்ப்பே கிடைப்பதில்லை. குழந்தைகளைப் பெறுவதும், அவர்களை வளர்ப்பதுமே பெண்களின் கடமை என்று இன்றைய சமுதாயம் முடிவு செய்து விட்டது. இதன் காரணமாகவே அவர்களுள் மறைந்து கிடக்கும் இயற்கையான சக்தி அழிந்து கொண்டிருக்கிறது. இதனாலேயே நமது நாட்டில் (ஸ்பெயினில்) சமுதாயத்தில் சிறப்பான இடம் வகிக்கும் பெண்கள் மிகக் குறைவாக இருக்கின்றனர். அவர்களது வாழ்க்கை, தாவர வாழ்க்கை யாகும். மரம், செடிகளைப் போலவே அவர்கள் தத்தமது கணவர் களின் தனி ஆஸ்தியாக இருக்கின்றனர். நமது நாட்டில் (ஸ்பெயினில்) நாளுக்கு நாள் வளர்ந்து வரும் ஏழ்மைக்குப் பெண்களின் இந்த மோசமான நிலைமையே காரணமாகும். நம்நாட்டில் ஆண்களை விடப் பெண்களே அதிகம். அவர்கள் எந்த வேலையும் செய்யாமல் வீணாகவே பொழுதைப் போக்குகின்றனர். இதனால் அவர்கள் தமது உழைப்பால் குடும்பத்தின் செல்வத்தைப் பெருக்காமல், ஆண்களுக்குச் சுமையாகவே இருந்து வருகின்றனர்."

ரோஷ்த் இந்தத் தன்னுடைய கருத்துக்களால் ஐரோப்பியச் சமுதாயத்தில் புயலை ஏற்படுத்தி, அதை ஒரு புதிய திசைக்கு உந்தித் தள்ளினார் என்பது நமக்குப் புரிகிறது.

3. யூதத் தத்துவ அறிஞர்கள்

(க) இப்ன மைமூன் (கி.பி. 1135-1208)

இப்ன மைமூன் முஸ்லிம் குடும்பத்தில் பிறந்தவரல்ல. அவர் இப்ன ஜிப்ரோல் போன்று யூதக் குடும்பத்தில் பிறந்தார். அவரைப் பற்றிக் கூறும்போது இஸ்லாமியத் தத்துவத்துடனோ, குரானுடனோ, அவரைத் தொடர்புபடுத்துவது நமது நோக்கமல்ல, அரேபியாவில் மிகச்சிறிய அளவில் தோன்றிய பழைய - புதிய கருத்தோட்டங்களைப் பற்றி வர்ணிப்பதே நமது நோக்கமாகும். இதனாலேயே நாம் ஸ்பானிஷ் இஸ்லாமியத் தத்துவ இயல் மூலவரான ஜிப்ரோல் குறித்து முன்பு எழுதினோம். இங்கே இப்ன மைமூன் குறித்துக் கூறுவோம். இவருடன் இப்பரம்பரை முடிவடைந்து விடுகிறது.

(1) வாழ்க்கை: மூஸா இப்ன மைமூன், ரோஷ்த் பிறந்த நகரமான கார்தோவாவில் கி.பி. 1135ல் பிறந்தார். சிறு வயதிலிருந்தே அவர் அறிவுக் கூர்மையுடையவர். மைமூன் இளைஞராக இருக்கும்போதே யூத மத நூல்களுக்கு விளக்கவுரைகள் எழுதினார். இதனால் யூதர்களிடையே

அவருக்கு மதிப்பு ஏற்பட்டது. மைமூன் யாரிடம் தத்துவம் கற்றார் என்பதில் கருத்து வேற்றுமை உள்ளது. அவரை ரோஷ்தின் சீடரென்று சிலர் குறிப்பிடுகின்றனர். தத்துவக் கருத்துக்களில் அவர் ரோஷ்தைப் பின்பற்றினார் என்பதில் ஐயமில்லை. ஆனால் மைமூன் தனது "தஸாலா" என்னும் நூலில், தான் இப்ன பாஜாவின் ஒரு சீடரிடம் தத்துவம் கற்றதாகக் குறிப்பிடுகிறார். மொஹிதீன் வம்சத்தின் முதல் அரசரான அபுல் மோமின் (கி.பி. 1147-63) ஆட்சித் துவக்கத்தில் யூதர்கள் கொடுமைப்படுத்தப்பட்டபோது, மைமூனும் எகிப்துக்கு ஓடிப் போய்விட்டார். பின்னால் அவர் எகிப்தின் புதிய மன்னரும், ஷியாக் களை அழித்தவருமான ஸலாவுத்தின் அயூபின் ராஜ வைத்தியரானார். எகிப்து வந்தபிறகு ரோஷ்த் நூல்களைப் படிக்கும் ஆர்வம் அவருக்கு ஏற்பட்டது. கி.பி. 1191ல் மைமூன் தனது சீடரான யூசுப் இப்ன யஹ்யாவுக்கு இப்படி எழுதினார்: "நான் ரோஷ்த், அரிஸ்டாட்டில் நூல்களின் மேல் எழுதிய எல்லா விளக்கவுரைகளையும் திரட்டி விட்டேன். உண்மையில் ரோஷ்தின் கருத்துக்கள் மிகவும் நியாயமானவை. அதனாலேயே அவருடைய கருத்துக்கள் எனக்கும் மிகவும் பிடித்திருக் கின்றன."

எல்லோரிலும் மைமூனே முதன் முதலாக ரோஷ்தின் சிறப்பை உணர்ந்தவர். அவரால் தூண்டப்பட்டே யூத அறிஞர்கள் ரோஷ்த் தத்துவ இயலைக் கற்றறிந்ததோடல்லாமல், அவரது நூல்களை இப்ரானி, லத்தீன் ஆகிய மொழிகளில் மொழிபெயர்க்கவும் செய்தனர். இம்மொழிபெயர்ப்புக்கள் ஐரோப்பாவில் ஒரு புதிய கருத்தோட்டத் தையே உருவாக்கின.

மைமூன் கி.பி. 1208-ல் காலமானார்.

(2) தத்துவக் கருத்துக்கள்: ரோஷ்த் தத்துவ இயலின் பகுத்தறிவு ஆயுதத்தைக் கொண்டு, இஸ்லாமிய மதவாதிகளைத் தாக்கியதைப் போலவே, மைமூன் யூத மதவாதிகளைக் கடுமையாக விமரிசித்தார் ரோஷ்தின் "தோஹாஃபதுல் தோஹாஃபத்" நூலைப் போன்றே, மைமூனின் "தலாலா" யூத மதவாதிகளைத் திணற வைத்தது. யூதர்களின் எத்தனையோ சித்தாந்தங்கள் இஸ்லாமிய சித்தாந்தங்களைப் போன்றே இருந்தன. அவற்றைக் கண்டிப்பதில் ரோஷ்தைப் போலவே மைமூன் உற்சாகம் காட்டினார். கடவுளைப் பற்றிய கருத்தில் மைமூன் ரோஷ்தையும் கடந்துவிட்டார். கடவுளைக் குறித்து "அவர் இவரல்ல" என்றும், "கடவுள் இப்படி இல்லை" என்று மட்டுமே சொல்ல முடியுமென்று மைமூன் கூறினார். கடவுளில் இந்தவிதமான குணங்கள் இருக்கின்றன என்று நம்மால் கூற முடியாது. ஏனெனில் கடவுளின் சிறப்புக்களை நம்மால் தெளிவாகக் கூற முடிந்துவிட்டால், கடவுளும்

இந்த உலக விஷயங்களைப் போலாகிவிடுவார். கடவுள் எதனுடனும் தொடர்பற்றவர் அல்லது இரண்டறக் கலந்தவரென்றும் சொல்ல முடியாது. ஏனெனில் இரண்டறக் கலந்திருப்பதும் ஒரு குணம் தானே! உலகம் கடவுளால் திடீரென்று படைக்கப்பட்டதல்லவென்று மைமூன் கருதாவிட்டாலும், அப்படிக் கருதுபவர்களை நாஸ்திகர் களென்று சொல்ல அவர் தயாராயில்லை.

விஞ்ஞான சித்தாந்தத்தில் ரோஷ்திலிருந்து மைமூன் வேறுபட்டார். இயற்கை விஞ்ஞானம் பயிற்சி விஞ்ஞானத்திடமிருந்து அறிவைப் பெறுகிறதென்றும், பயிற்சி விஞ்ஞானம் கடவுளிடமிருந்து அறிவைப் பெறுகிறதென்றும் மைமூன் கருதினார். ரோஷ்தைப் போன்றே அவரும் தத்துவ இயலுக்கு மிக முக்கியத்துவம் அளித்தார். மனிதனுடைய இறுதி உயர்வு அவனது தத்துவ ஞான உயர்விலேயே அடங்கியிருக்கிறது. அதுவே கடவுளின் உண்மையான ஆராதனை யாகும். தத்துவ ஞானத்தால் மட்டுமே மனிதன் உயர்நிலையை அடைய முடியும். ஆனால் இது எல்லோருக்கும் எளிதல்ல. அதனாலேயே அறிவீனர்களுக்காகவும், சாதாரண அறிவுள்ளவர்களுக் காகவும் கடவுள் தேவதூதர்களை அனுப்பிவைக்கிறார்.

(ங) யூசுப் இப்ன யஹ்யா (கி.பி. 1191)

வாழ்க்கை: யூசுப் இப்ன யஹ்யா மொராக்காவைச் சேர்ந்த யூதர். யூதர்கள் கொடுமைப்படுத்தப்பட்ட காலத்தில் அவரும் எகிப்துக்குச் சென்றுவிட்டார். அங்கே அவர் மைமூனிடம் தத்துவம் கற்றார். யூசுப்பும் தனது ஆசானைப் போலவே பெரிய ரோஷ்த் பக்தர். மைமூனுக்கு எழுதிய ஒரு கடிதத்தில் யூசுப், ரோஷ்திடம் தனக்குள்ள பக்தியை வெளிப்படுத்தினார்.

"நான் தங்கள் அன்பு மகள் சுரையாவை (என்னை)த் திருமணம் செய்து கொள்ளக் கோரினேன். அவள் இந்த ஏழையின் கோரிக்கையை ஒப்புக்கொள்ள மூன்று ஷரத்துக்களை விதித்தாள்: (1) மணமகளுக்குப் பணம் அளிப்பதற்குப் பதிலாக, நான் எனது இதயத்தை அவளுக்குத் தந்துவிட வேண்டும் (2) எப்பொழுதும் அவளை நேசிப்பேன் என்று நான் சபதம் செய்ய வேண்டும். (3) அவள் என்னை அணைத்துக் கொள்ள அனுமதிக்க வேண்டும். திருமணத்திற்குப் பிறகு நான் இந்த ஷரத்துக்களை நிறைவேற்றக் கோரினேன். எவ்வித ஆட்சேபணையு மில்லாமல் அவள் ஒப்புக் கொண்டாள். இப்பொழுது நாங்கள் மகிழ்ச்சியாக இருக்கிறோம். எங்கள் திருமணம் இரண்டு சாட்சிகள் முன்னால் நடந்தது: ஒருவர் தாங்கள்- மூஸா இப்ன மைமூன்: மற்றொருவர் இப்ன ரோஷ்த்."

கடிதம் முழுவதையும் யூசுப் உவமை நடையில் எழுதியிருக்கிறார். சுரையா உண்மையில் மைமூனின் மகளல்ல. மைமூனினால் அளிக்கப் பட்ட தத்துவக் கல்வியையே யூசுப் அவருடைய செல்வமகளென்று குறிப்பிடுகிறார். இந்தத் 'திருமண'த்தில் அவர் ரோஷ்தின் பங்கையும் மறக்கவில்லை.

யூசுப் ஸிரியாவில் இருந்தபோது, ஜமாலுத்தீன் குஃப்தீயுடன் நட்பு கொண்டிருந்தார். ஜமாலுத்தீன் எழுதுகிறார். "நான் ஒரு நாள் யூசுப்பிடம் கூறினேன்: 'இறந்த பிறகு ஜீவன் உலகச் செய்திகள் தெரிந்து கொண்டிருக்கும் என்பது உண்மையானால், நம்மிருவரில் யார் முதலில் இறந்தாலும், மற்றவருக்குக் கனவில் தோன்றி மரணத்துக்குப் பிந்தைய நிலைமையைத் தெரிவிக்க வேண்டும்'. இப்படி நான் சொல்லிய சிறிது காலத்திற்குப் பிறகு யூசுப் காலமாகி விட்டார். அவர் என் கனவில் தோன்றி பரலோகத்தைப் பற்றிக் கூறுவாரென்று ஆவலாக எதிர்பார்த்தேன். இப்படியே இரண்டாண்டுகள் கழிந்துவிட்டன. கடைசியில் ஒருநாளிரவு கனவில் அவரைக் காணும் வாய்ப்பு கிடைத்தது. அவர் ஒரு பள்ளிவாசலின் வாசலில் அமர்ந்திருந்தார். அவரது உடைகள் வெண்மையாக இருந்தன. அவரைப் பார்த்ததுமே நான் எங்கள் பழைய ஒப்பந்தத்தை நினைவுபடுத்தினேன். யூசுப் முதலில் புன்னகைத்துப் பின்னர் முகத்தைத் திருப்பிக் கொண்டார். ஆயினும் நான் சொன்னபடி நடக்கவேண்டுமென்று அவரை வற்புறுத்தினேன். வேறு வழி இல்லாமல் அவர் கூறினார்: 'முழுமுதல் உடலணுவில் கலந்துவிட்டது. உடலணு உடலணுவில் இருந்துவிட்டது.'"

யூசுப் இப்ன யஹ்யா ஒரு சிறந்த எழுத்தாளராக உருப்பெறவில்லை. அதற்குப் பதிலாகத் தனது ஆசானான ரோஷ்தின் தத்துவக் கருத்துக்களை யூதர்களிடையே நன்கு பரப்பினார். இதன் விளைவாக யூதர்களிடையே மதப்பற்று குறைந்து விட்டது. இதைக் கண்டு யூத குருமார்கள் மைமூனியருக்கு எதிரிகளாகி விட்டனர். கி.பி. 1305-ல் பாரஸ்லோனா (ஸ்பெயின்)வின் தலைமை யூத மத குருவான சுலேமான் இப்ன இத்ரீஸ், இருபத்தைந்து வயதாவதற்கு முன்பு யாராவது தத்துவ நூல்களைப் படித்தால் அவர்கள் இன ஒதுக்கல் செய்யப்படுவார்கள் என்று உத்தரவு வெளியிட்டார்.

ஐரோப்பாவில் தத்துவ இயலைப் பரப்புவதில்- குறிப்பாக ரோஷ்த் நூல்களின் மொழிபெயர்ப்புகள் வழியாக - யூத அறிஞர்கள் வகித்த பங்கு குறித்து அடுத்த அத்தியாயத்தில் விவரிப்போம்.

4. இப்ன கல்தூன் (கி.பி. 1332- 1406)

(சமூக நிலைமை): பதின்மூன்றாம் நூற்றாண்டில் இஸ்லாம் இந்தியாவை வென்று, கிழக்கில் தனது ஆட்சியை விஸ்தரித்த அதே

சமயத்தில், மேற்கில் கிளர்ந்தெழுந்து கொண்டிருந்த ஐரோப்பிய இனங்களின் தாக்குதலால் அது ஸ்பெயினிலிருந்து விலகிச் செல்ல நேர்ந்தது. இஸ்லாம் இப்படி ஆட்சியை மட்டும் விட்டுப் போக வில்லை; மதமும் ஜிப்ரால்டர் கரையைவிட்டு ஆப்பிரிக்காவுக்குத் திரும்ப நேர்ந்தது. அங்கே அப்பொழுதும்கூட இஸ்லாமியப் பதாகை பட்டொளி வீசிப்பறந்து கொண்டிருந்தது. மொராக்கோ தலைநகரான ஃபேஜில் தயாரிக்கப்பட்ட கருநிறக் குஞ்சம் அமைந்த சிவப்புத் தொப்பிகள் 'துருக்கித் தொப்பிகள்' என்னும் பெயரில் இன்றும் இந்தியாவில் முஸ்லிம்கள் பலரின் தலைகளில் காணலாம். இனக் குழுக்கள் காலத்தில் யூதர்கள் அரசியல் வெற்றிபெற மதத்தை வெற்றிகரமாகப் பயன்படுத்தியதைப்போல, நிலவுடைமைச் சமுதாயத்தில் கிருத்துவ மதத்தால் அப்படிச் செய்ய முடியவில்லை. அது இனக் குழு மனப்பான்மையைவிட்டு, பல்வேறு நாடுகளில் மத உணர்ச்சியைக் கொண்டு மட்டுமே பரவிற்று. மதப் பிரச்சாரத்துடன் அரசியல் செல்வாக்கும் பின்னால் ஏற்பட்டது. ஐரோப்பாவில் எத்தனையோ ஜெர்மானிய, ஸ்லாவிய குறுநில மன்னர்கள் கிருத்துவ மதத்தை ஏற்றுக்கொண்டு இனக்குழுச் சுதந்திரத்தை அழிப்பதற்காகவே தமது மக்களிடையே அம்மதத்தைப் பரப்பினர். அவனது கொடுங் கோலாட்சியை வலுப்படுத்தவும் செய்யலாம். எனினும் அடுத்த நாட்டின் மீது படையெடுத்து அதை வெற்றிகொள்ள 'ஜஹாத்' (மதப்போர்) துவக்க கிருத்துவ மதத்தில் வாய்ப்பில்லை, அசல் இனக்குழு சமுதாயத்தில் மதம், அரசியல், பொருளாதாரம் ஆகியவை சமூக வாழ்வின் தவிர்க்கமுடியாத பகுதிகளாக இருக்கும். ஆகவே இனக்குழு தன் முன்னால் ஒரு குறிப்பிட்ட குறிக்கோள் வைத்துக் கொண்டு காரியமாற்றும் என்று சொல்வதற்கில்லை. இஸ்லாமிய இனக்குழுச் சமுதாயம் அரேபியாவில் தோன்றினாலும், நிலவுடைமைச் சமுதாயத்தின் செல்வாக்கிலிருந்து அது தப்பித்துக் கொள்ள முடியவில்லை. மதத்தைப் பொறுத்தவரை அது நிலவுடைமைச் சமுதாயத்திற்கு அடிபணிந்து விட்டது. ஆனால் ஆரம்பத்தில் அது பொருளாதாரத்திலும், அரசியலிலும் இனக்குழுக் கண்ணோட்டம் கொண்டிருந்தது. ஒவ்வொரு இனக்குழுவின் கடவுள் அதனுடைய மதத்திலிருந்தும், இனத்திலிருந்தும் பிரிக்க முடியாமல் இருப்பார். அதனால் அவரை வேறொரு இனக்குழுவுக்கு அளிக்க முடியாது (ஒப்படைக்கமுடியாது). ஆனால் இஸ்லாம் இந்த விஷயத்தில் ஒரு இனக்குழுவல்லாத மதமாகும். அதனுடைய கடவுள் 'குரைஷ்'* இனக் குழுவுக்கு மட்டும் சொந்தமானவரல்ல; அவர் அராபிய மொழிபேசும்

* இந்த 'குரைஷ்' இனக்குழுவில்தான் நபிகள் நாயகம் பிறந்தார். மொ-ர்.

இனக்குழுக்களுக்கு மட்டும் சொந்தமானவரல்ல. உலகத்திலுள்ள அனைத்து மக்களுக்கும் அவர் உரிமையானவர். இவ்விதம் இஸ்லாம் மதத்தைப் பொறுத்தவரை இனக்குழுவல்லாததாக இருந்தாலும், போர்த் தந்திரத்தாலும், அரசியலிலும் - ஆட்சிமுறையில் - ம்வாவியா இனக்குழு முறையை விட்டுவிட்டதை ஏற்கெனவே குறிப்பிட்டோம். இனக்குழு முறையைப் பலரும் ஜனநாயகம் என்று தவறாகப் புரிந்து கொள்கின்றனர். ஆனால் போர்த் தந்திரத்தில் இஸ்லாம் இனக்குழு முறையை விட்டுவிடவில்லை. 'ஜஹாதும்' (மதப்போரும்), 'மால் கனீமத்தும்' (கொள்ளையில் கிடைத்த செல்வத்தைப் பங்கிட்டுக் கொள்ளுதல்) நியாயமானவை என்று கூறுவது இதற்கு எடுத்துக் காட்டாகும். அராபிய இனக்குழுக்கள், இனக்குழுக்களின் பொதுவான விதிப்படி 'ஜஹாதையும்' 'மால் கனீமத்தையும்' நேர்மையானவை யென்று கருதின. ஆனால் இஸ்லாம் பரப்பி வந்த நிலவுடைமை மதத்திற்கு இன்னும் பரந்த கண்ணோட்டம் தேவைப்பட்டது. அப்படிப்பட்ட பரந்த கண்ணோட்டத்தை கிருத்துவம், பவுத்தம் போன்ற உலகு தழுவிய மதங்கள் ஏற்றுக் கொண்டிருந்தன. இஸ்லாமும் அவ்விதம் மாறுவதற்கு வரலாறும் நிர்ப்பந்தம் கொண்டு வந்தது. நபிகள் நாயகம் தமது ஆரம்ப நாட்களில் (மக்காவில் வாழ்ந்த காலத்தில்) கிருத்துவர்களின் அன்பையும், வாதத் திறமையையும் கொண்டு இஸ்லாமை அமைத்தார். ஆனால் 'குரைஷ்' இனத்தவரின் கொடுமைகளிலிருந்து 'தப்பித்துக் கொள்ள' அவர் மதினாவுக்கு ஓடிவந்த பின்னரும், அங்கேயும் உயிருக்கு அபாயம் நிலவியபோது, வேறு வழியில்லாமல் நபிகள், கையில் வாளையெடுக்க வேண்டி ஏற்பட்டது. ஒவ்வொரு வாளுக்குப் பின்னாலும் ஒவ்வொரு கோஷம்' இருந்தாக வேண்டும். அங்குள்ள மக்கள் இனக்குழுக் கோஷத்தை மட்டுமே புரிந்து கொள்வார்கள். அந்தக் கோஷம் 'ஜஹாதும்', 'மால் கனீமத்தும்' தவிர வேறெதுவாக இருக்க முடியும்? அதனால் நபிகள் நாயகமும் அந்தக் கோஷத்தையே ஏற்றுக் கொள்ள வேண்டி வந்தது. இந்த முழக்கத்தின் மேல் அல்லாவின் ஆமோத முத்திரை விழுந்துவிட்ட பிறகு, எல்லா நாடுகளிலும், எல்லாக் காலங்களிலும் அதைப் பயன்படுத்திக் கொள்பவர்களை யாரால் தடுக்க முடியும்? இஸ்லாம் அராபியாவைவிட்டு வெளியே சென்றபோது இந்த 'ஜஹாத்' (மதப்போர்) கோஷத்தையும் தன்னுடன் கொண்டு சென்றது (இம்மதப் போர் தம்மைப் பாதுகாத்துக் கொள்வதற்கு மட்டுமல்லாமல், செல்வத்தைப் பறிக்கும் படையெடுப்புகளாகவும் இருந்தன). இஸ்லாமிய தலைமைப் பதவி அராபிய இனக்குழுக்களிடமிருந்தும் அராபிய குறுநில மன்னர்களின் கைகளிலிருந்தும் நழுவிச் சென்று விட்டாலும், அவர்களும் இந்த கோஷத்தைத் தமது சுயநலத்துக்காகப் பயன்படுத்தினர்.

இஸ்லாம் ஒரு சிறு இனக்குழுவிலிருந்து வளர்ந்து பல்வேறு இனங்களுடன்கூடிய 'உலக இனக்குழு'வாக மாற வேண்டுமென்ற குறிக்கோளை வைத்திருந்ததை ஏற்கெனவே குறிப்பிட்டோம். ஒரு இனக்குழுவாக இருப்பதற்கு ஒரு மதம், ஒரு மொழி, ஒரு இனம், ஒரு பண்பாடு, ஒரு நாடு (நிலப்பரப்பு) ஆகியவை தேவை. இஸ்லாம் இந்நிலைமையைத் தோற்றுவிக்கவும் முயன்றது. இன்றும் மொராக்கோ, டிரிபோலி, எகிப்து, சிரியா, மெஸப்படோமியா (முதலில் ஸ்பெயினிலும் ஸிஸிலியிலும்கூட) ஆகிய நாடுகளில் அராபிய மொழி பேசப்படுகிறது. இது 'ஒரு மொழி' உருவாக்க முயன்றதின் விளைவேயாகும். அராபிய மொழியில் மட்டுமே தொழுகை நடத்த வேண்டுமென்ற கட்டாய மனப்பான்மையும் இதையே தெரிவிக்கிறது. ஈரான், தாய்லாந்து, துருக்கி போன்ற நாடுகளின் தேசிய கலாச்சாரங்களையும் இலக்கியங் களையும் அழிக்கும் முயற்சியும் ஒரே இனக்குழுவை அமைப்பதற்காகத் தான் நடந்தது. துவக்ககால அராபிய முஸ்லிம் வெற்றி வீரர்கள் மிகவும் ஆர்வத்துடன் இஸ்லாமின் இக்குறிக்கோளை நிறைவேற்ற விரும்பினர். ஆனால் தமது முயற்சியை அன்றைய தலைமுறையைச் சேர்ந்த இனங்கள் மட்டுமே எதிர்க்கவில்லை. இயற்கையும் தமக்கு எதிராகவே உள்ளதென்பது பாவம், அவர்களுக்குத் தெரியாது. இயற்கை நிலவுடைமைச் சமுதாய அமைப்பை மீண்டும் பழைய இனக்குழு அமைப்பாக மாற்ற அனுமதிக்காதென்பதை அவர்கள் அறியமாட்டார்கள். கடைசியில் பயங்கரப் படுகொலைகளுக்கும் அபார தியாகங்களுக்குப் பின்னரும் ஒரே இனக்குழு அமைய முடியவில்லை.

நிலவுடைமைச் சமுதாயத்தினருக்கு 'ஜஹாத்' முழக்கம் விசித்திர மாகத் தென்பட்டது. அவர்கள் யுத்தங்கள் செய்யவில்லை என்பதல்ல. ஆனால் அந்த யுத்தங்கள் அரசர்களின் தலைமையில் அரசியல் நோக்கங்களுக்காக நடத்தப்பட்டன. யுத்தங்களில் கடவுளின் உதவி வேண்டப்பட்டாலும், இரு தரப்பினருமே தமது போரில் கடவுள் நடுநிலையாக இருக்கிறார் என்று எண்ணி வந்தனர். மதப்பற்றுடைய வர்கள் யார் பக்கம் நீதி இருக்கிறதோ அவர்களுக்கே கடவுள் உதவி செய்வாரென்றும் நம்பி வந்தனர். தாம் செய்யும் போர் கடவுளுக்காகச் செய்யும் போரென்று அவர்களால் நினைக்க முடியவில்லை. இஸ்லாமிய மதப்போர் வீரர்கள் பல்வேறு நாடுகளில் அடைந்த வெற்றிகளைப் பற்றி இங்கு விவரிக்க வேண்டிய அவசியமில்லை. இஸ்லாமிய மதப் போர்களைப் பார்த்து ஐரோப்பிய இனங்களும் கிருத்துவ மதப்போர்கள் செய்யவேண்டி நேர்ந்தது. இம்மதப் போர்களுக்குப் பிறகும் முஸ்லிம் ஸ்பெயினில் எத்தனையோ ஸ்பானிஷ் கிருத்துவக் குடும்பங்கள் எஞ்சியிருந்தன. ஆனால் கிருத்துவ

ஸ்பெயினில் ஒரு முஸ்லிமும் உயிருடனிருக்கவில்லை என்பதிலிருந்து கிருத்துவமதப் போர்களின் பயங்கரத் தன்மையைப் புரிந்து கொள்ள முடியும்.

இக்காலத்தைச் சேர்ந்த ஒரு இஸ்லாமியத் தத்துவ அறிஞரைப் பற்றி இங்கே விவரிப்போம்.

(1) வாழ்க்கை: *இப்ன கல்தூன் கி.பி. 1332ல் வட ஆப்பிரிக்கா விலுள்ள டூனிஸ் நகரில் பிறந்தார். அவரது குடும்பம் முதலில் ஸேவலியில் (ஸ்பெயினில்) வாழ்ந்து வந்தது. ஆகவே நாம் அவரைக் குடிபெயர்ந்த ஸ்பானிஷ் முஸ்லிம் என்று சொல்லலாம். டூனிஸிலேயே அவர் கல்வி கற்றார். அவருடைய தத்துவ குரு கிழக்கிலேகூடக் கல்வி கற்றவர். இதனால் கல்தூனுக்கு பலதரப்பட்ட விஷயங்களைக் கற்கும் அரிய வாய்ப்பு கிட்டியது.*

கல்வி முடித்தபிறகு கல்தூன் ஒரு சமயம் ஏதாவதொரு அரசவையில் பணியாற்றினார். மற்றொரு சமயம் ஊர் சுற்றிக் கொண்டிருந்தார். அவர் பலமுறை பல்வேறு சுல்தான்களின் சார்பில் ஆப்பிரிக்காவிலும், ஸ்பெயினிலும் அரசத் தூதராகவும் இருந்தார். அவர் கொஞ்சம் காலம் ஸேவலியில் அரசத் தூதராக 'கொடுமை யாளனான' பீட்டரின் அரசவையிலும் இருந்தார். அப்பொழுது தனது முன்னோர்களின் நகரமான ஸேவலி கிருஸ்துவர்களின் கைகளில் சிக்கித் தவிப்பதைப் பார்த்தபோது, அவரது உள்ளம் எப்படி வேதனையடைந்திருக்கும்? அதனால் அவர் தீவிரமாகச் சிந்திக்க வேண்டிய அவசியமேற்பட்டது. அவருடைய சிந்தனையோட்டத்தை அவரது வரலாறு தத்துவ நூல்களில் காணலாம். கைஸ்தில் மன்னரான பெட்ரோவின் அரசவையிலும், மற்ற அரசவைகளிலும் அவர் தூதராக இருந்தார். அப்பொழுது தைமூரின் ஆட்சி மத்திய ஆசியாவிலிருந்து மத்தியதரைக் கடலின் கிழக்குக்கரை வரை பரவியிருந்தது. டமாஸ்கஸும் தைமூரின் ஒரு தலைநகராக இருந்தது. கல்தூன், டமாஸ்கஸில் தைமூரின் அரசவையில் மதிப்பிற்குரிய விருந்தாளியாகப் பல காலம் இருந்திருக்கிறார். கி.பி. 1406ல் கெய்ரோவில் கல்தூன் காலமானார்.

(2) தத்துவக் கருத்துக்கள்: (க) அஷரீ *பிரிவினரைப் போலவே வேறுசிலரும் தத்துவ இயலையும், தர்க்கத்தையும் பயன்படுத்தி, தத்துவ இயல் தவறானதென்றும், அறிவைப் பெறுவதற்கு அது தகுந்ததல்ல வென்றும் நிரூபிப்பதற்கே முயற்சித்தனர் என்பதை நாம் இதுவரை பார்த்தோம். கஜாலியைப் போன்ற சிலர் தத்துவ இயல் ஓரளவுக்கே நமக்கு உதவி புரிய முடியுமென்றும், அதற்குப்பிறகு யோகமும், தியானமுமே நம்மைக் கரைசேர்க்க முடியுமென்றும் சொல்லி*

வந்தனர். ஸீனா, ரோஷ்த் போன்றவர்கள் இவ்விரு முறைகளையும் பொய்யானவையென்றும், வீணானவையென்றும் சொல்லி நம்மை வழி நடத்திச் செல்ல அறிவைத் துணைகொண்டு தத்துவ இயல் ஒன்றை மட்டுமே நாம் செல்லும் பாதையாகக் கொள்ள வேண்டுமென்றனர். கல்தூன், ரோஷ்த், ஸீனா ஆகியோருக்கு அருகில் இருந்தாலும் அவர் உலகத்தையும் அதன் பொருள்களையும் மிகவும் உன்னிப்பாகக் கவனித்தார். அப்படி உன்னிப்பாகக் கவனித்ததால் பவுதீக உலகில் அவருக்கு நம்பிக்கை ஏற்பட்டது. சத்தியத்தை உணர உலகத்திலேயே அவருக்குச் சிறந்த சாதனம் கிடைக்குமென்ற நம்பிக்கை ஏற்பட்டது. அவர் கூறியதாவது: தத்துவ அறிஞர்கள் தமக்கு எல்லாமே தெரியுமென்று நினைக்கிறார்கள். ஆனால் மகத்தான உலகத்தை முழுமையாக உணரத் தத்துவ அறிஞர்களாலும் இயலாது. உலகத்தில் கணக்கற்ற பொருள்களும், தனிநபர்களும் இருக்கிறார்கள். அவர் களனைவரும் அறிந்துகொள்ள எந்த மனிதனாலும் முடியாது. தர்க்கத்தால் நாம் ஒரு முடிவுக்கு வந்தாலும், அது பல சந்தர்ப்பங்களில் நடைமுறை உண்மையோடு ஒத்துப் போவதில்லை. இதிலிருந்து வெறும் தர்க்கத்தால் மட்டுமே உண்மையை அறிய முடியாதென்பது தெளிவாகிறது. ஆகவே பரிசோதனையால் கிடைத்த அனுபவத்தை அடிப்படையாகக் கொண்டு விஞ்ஞானி உண்மையை அடைய முயற்சி செய்ய வேண்டும். விஞ்ஞானி பரிசோதனை, அனுபவம், முடிவு ஆகியவைகளால் மட்டுமே திருப்தியடைந்துவிடக்கூடாது. அவர் பல தலைமுறைகளாக மனித இனம் விட்டுச் சென்ற முடிவுகளிலிருந்து உதவிபெற வேண்டும். பரிசோதனையைப் பின்பற்றினால்தான் ஒரு வாதம் உண்மையை அடைய முடியும். இந்த விஞ்ஞான சித்தாந்தத்தைக் கல்தூன் பலமாக ஆதரித்தார்.

(ந) தர்க்கத்தால் ஞானத்தை அடைய முடியாது: கல்தூன் ஜீவன் இயற்கையாகவே ஞானமற்றதென்று கருதுகிறார். ஆனால் அதே சமயத்தில் அது தனது அனுபவத்தை அடிப்படையாகக் கொண்டு சிந்திக்கவும் முடியும். ஜீவன் இப்படிச் சிந்தனையில் மூழ்கி இருக்கும்போது திடீரென்று மின்னலைப்போல் ஒரு கருத்து மூளையில் தெறிக்கிறது. அப்பொழுது நாம் உள்பார்வையை- உண்மையை - அடைகிறோம். இந்தப் பரிசோதனையை, சிந்தனையை, உள்பார்வை யைப் பின்னால் தர்க்கத்தின் மொழியில் அமைத்துக் கூறலாம். இதிலிருந்து தர்க்கம் ஞானத்தைத் தோற்றுவிப்பதில்லை என்று தெரிகிறது. தர்க்கம் ஞானப் பாதையைத் தெளிவாக்குவதோடு சரி. சிந்திக்கும்போது அந்த ஞானப் பாதையை நாம் பற்றிக் கொள்ள வேண்டும். ஞானத்தை எப்படி நாம் அடையமுடியுமென்பதைத் தர்க்கம் நமக்குத் தெரிவிக்கிறது. அது நமது தவறைச் சுட்டிக்

காட்டுகிறது. நமது அறிவைக் கூர்மையாக்குகிறது. அது சரியான வழியில் சிந்திக்கத் துணைபுரிகிறது.

கல்தூன் ஞானப் போரில் பரிசோதனையை முக்கியமானதாகவும், தர்க்கத்தை இரண்டாவதாகவும் கருதுகிறார். இதனால் அவர் ரசாயன அற்புதச் செயல்கள், ராசிபலன் போன்ற மூட நம்பிக்கைகளிலிருந்து விடுபடுவாரென்று எதிர்பார்க்கலாம்.

(ச) வரலாறும் விஞ்ஞானமும்: வரலாற்றின் உள் புகுந்து, அதன் அடிப்படை விதிகளான வரலாற்றுத் தத்துவ இயலையும் வரலாற்று விஞ்ஞானத்தையும் அடைய வேண்டுமென்ற கல்தூனின் கருத்து மிகவும் முக்கியத்துவமுடையதாகும். கல்தூனின் கருத்துப்படி, வரலாறு தத்துவ இயல் அல்லது விஞ்ஞானத்தின் ஒரு பகுதியென்று சொல்ல வேண்டும். நிகழ்ச்சிகளைத் திரட்டுவதும், அவற்றிடையே காரண-காரியத் தொடர்பைத் தேடுவதுமே வரலாற்றாசிரியரின் பணியாகும். இந்தப் பணியை ஆழ்ந்த விமரிசனக் கண்ணோட்டத்துடன் பாரபட்சமில்லாமல் நிறைவேற்ற வேண்டும். காரணத்தை அனுசரித்தே காரியமும் இருக்கும் என்னும் சித்தாந்தத்தை எப்பொழுதுமே நம் கண்முன்னே வைத்திருக்க வேண்டும். அதாவது ஒரே மாதிரியான நிகழ்ச்சிகள், அவற்றுக்கு முன் ஒரே மாதிரியான நிலைமைகள் இருந்தன என்பதைத் தெரிவிக்கின்றன. அல்லது நாகரிகத்தின் ஒரே மாதிரியான நிலைமைகளில் ஒரே விதமான நிகழ்ச்சிகள் நிகழ்கின்றன. காலம் செல்லச் செல்ல மனிதர்களின் சுபாவத்திலும், மனித சுபாவத்தின் தன்மையிலும் மாற்றமேதும் ஏற்படவில்லை; அல்லது பெரும் மாற்றமேதும் ஏற்படவில்லை. அப்படி ஒரு மாற்றம் ஏற்பட்டிருந்தால், நிகழ்காலத்தின் ஒரு உயிருள்ள ஞானம், சென்ற கால ஆராய்ச்சிக்கு ஒரு சிறந்த சாதனமாக முடியும். நாம் முழுமையாக அறிந்ததின் உதவி கொண்டும் நம் கண்முன்னாலிருப்பதின் துணை கொண்டும் நாம் சென்ற காலத் தொடர்புடைய, சரியாகத் தெரியாத ஒரு நிகழ்ச்சி குறித்து ஒரு முடிவுக்குவர முடியும். ஒவ்வொரு தலைமுறையையும் எடுத்துக் கொண்டு, தற்கால உரைகல்லில் அதை உரசிப் பார்க்க வேண்டும். அது தற்காலத்துக்கொவ்வாததைத் தெரிவித்தால், அதன் உண்மையில் சந்தேகம் கொள்ள வேண்டும். நிகழ்காலமும், இறந்த காலமும் இரண்டு நீர்த்துளிகளைப் போல, ஒன்று மற்றதைப் போலாகும். இந்த விதி பொதுவாகச் சரியாக இருக்கலாம். ஆனால் விவரமாக ஆராயும்போது பல தொல்லைகள் ஏற்படலாம். இந்த விதி சரியாக ஏற்பட நிகழ்ச்சிகள் தேவைப்படலாம்.

கல்தூனின் எண்ணப்படி, சமூக வாழ்க்கை அல்லது சமூகத்தின் பவுதீக, பகுத்தறிவுப் பண்பாடு வரலாறு விவரிக்க வேண்டிய விஷய

மாகும். மனிதன் எப்படி உழைக்கிறான். எப்படித் தனது உணவைப் பெறுகிறான் என்பதை வரலாறு எடுத்துக்காட்ட வேண்டும். மனிதர் களில் ஒருவர் மற்றவரை ஏன் சார்ந்திருக்கிறார்? அவர்கள் ஒரு பெரிய தலைவனுக்குக் கீழ்ப்படிந்து ஒரு பெரிய சமுதாயத்தின் உறுப்பாக ஏன் இருக்க விரும்புகிறார்கள்? ஒரு நிலையான வாழ்க்கையில் ஒரு உன்னதக் கலை, விஞ்ஞான வளர்ச்சிக்கு அவர்களுக்கு எப்படி வாய்ப்பு கிடைக்கிறது? ஒரு சிறு துவக்கத்திலிருந்து அழகிய பண்பாடு எவ்விதம் மலர்கிறது? பின்னர் அது எப்படி காலவெள்ளத்திலே அடித்துச் செல்லப்பட்டு விடுகிறது? இவைகளையெல்லாம் வரலாறு விளக்க வேண்டும். பல்வேறு இனங்கள் தமது வளர்ச்சியிலும், வீழ்ச்சியிலும் கீழ்க்காணும் சமுதாயத் தன்மைகளைக் கடந்து செல்கின்றன. 1) நாடோடிச் சமுதாயம், 2) படைத்தளபதி அல்லது அரச குடும்பத்துக்கு அடங்கியிருக்கும் சமுதாயம் 3) நாகரிக மக்கள் சமுதாயம்.

மனிதனுக்கு முதல் பிரச்சினை உணவுப் பிரச்சினைதான். தமது பொருளாதார அமைப்பால் மனித இனங்கள் மூன்று நிலைகளாகப் பிரிந்துள்ளன. நாடோடிகள் (ஊர் சுற்றிகள்) நிரந்தரமாக ஆடு, மாடு மேய்ப்போர், உழவர்கள், உணவுத் தேவை போர்களையும், கொள்ளை களையும், கலகங்களையும் தோற்றுவிக்கின்றன. இதனால் மனிதர்கள் தமக்குத் தலைமை வகிக்கக்கூடிய ஒரு அரசனின் அதிகாரத்தை ஏற்றுக் கொள்கிறார்கள். அடிப்படைத் தலைவன் தனது அரசவம்சத்தை நிறுவுகிறான். அதற்காக ஒரு தலைநகர் தேவைப்படுகிறது. தலைநகரில் உழைப்புப் பிரிவினையும், ஒத்துழைப்பும் ஆரம்பமாகின்றன. இதனால் அந்நகரம் செல்வமும், செழிப்பும் நகர மக்களைக் கேளிக்கைகளிலும், சோம்பேறித்தனத்திலும் மூழ்கச் செய்து விடுகின்றன. நாகரிகத்தின் ஆரம்ப காலத்தில் உழைப்பு, செல்வத்தையும் செழிப்பையும் தோற்றுவித்தது. ஆனால் நாகரிக வளர்ச்சிக் காலத்தில் மனிதன் மற்றவர்களுக்குப் பதிலுக்கு ஒன்றும் தராமலேயே, அவர்களது உழைப்பைச் சுரண்டிக் கொழுக்க முடியும். காலம் செல்லச் செல்ல சமுதாயத்தின் தேவைகள்- குறிப்பாகப் பணக்கார வர்க்கத்தின் தேவைகள்- பெருகிக் கொண்டே போகின்றன. இதனால் வரிச்சுமை பெருகிப் பெருகி பொறுக்க முடியாததாகி விடுகிறது. பணக்கார வர்க்கம் ஒரு பக்கம் அநாவசிய ஆடம்பரச் செலவுகளால் திவாலாகிக் கொண்டே வருகிறது. மறுபக்கம் அது அதிக வரிச் சுமையால் ஏழ்மையை வரித்துக் கொண்டு வருகிறது. அத்துடன் செயற்கையான வாழ்க்கையால் பணக்கார வர்க்கத்தின் உடல் நலமும், உள்ள நலமும் நாளுக்கு நாள் குட்டிச்சுவராகிக் கொண்டே வருகின்றன. ஸேவிலி நகரிலிருந்து வெளியேற்றப்பட்ட இப்படிப்பட்ட பணக்கார

வர்க்கத்திலேயே கல்தூன் பிறந்தார். அதனால் அவர் அந்த அதிகார வர்க்கத்தின் மோசமான நிலைக்காக வருந்துகிறார். ஆனால் அவருக்குத் தனக்கருகிலேயே மிருகங்களைக் காட்டிலும் மோசமான வாழ்க்கை வாழ்ந்து கொண்டிருக்கும் அடிமைகளையோ, பாட்டாளிகளையோ கண்ணெடுத்துப் பார்க்கவும் நேரமில்லை. நகர வாழ்க்கை தனது பழைய படைப் பழக்க வழக்கங்களைத் துறந்து, மேல் தட்டு உருவத்தைப் பெற்று தனது பயனையே இழந்துவிடுகிறது. அந்த நிலையில் நகர மக்கள் பகைவர்களின் படையெடுப்புக்களிலிருந்து தம்மைப் பாதுகாத்துக் கொள்ள முடியாது. முதலில் ஒரு சமுதாயத்தில் அல்லது மதத்தில் பிணைந்திருந்ததால் இரு சமூக வலிமையும் திடசங்கற்பமும் காலவெள்ளத்தில் அடித்துச் செல்லப்படுகின்றன. மக்கள் முன்னைவிட சுயநலக்காரர்களாகவும், மதப்பற்றில்லாதவர் களாகவும் ஆகிவிடுகின்றனர். சமுதாயம் முழுவதுமே உள்ளுக்குள் செல்லரித்துப் போய்விடுகிறது. அந்தச் சமயத்திலேயே பாலைவனத்தில் வாழும் ஒரு நாடோடிக்கூட்டம், நாகரிக வளர்ச்சி இல்லாவிட்டாலும், காட்டு விலங்குகளைப் போன்ற திடசங்கற்பமுள்ள ஒரு இனம், கேளிக்கைகளில் மூழ்கி ஆண்மையையே இழந்து கிடக்கும் நகர மக்கள் மேல் படையெடுக்கிறது. ஒரு புதிய ஆட்சியமைப்பு உருவாகிறது. மெல்ல மெல்ல வெற்றி கொண்ட இனம் பழம் சமுதாயத்தினரின் பவுதீக மானசீகச் செல்வத்தைத் தனதாக்கிக் கொள்கிறது. மீண்டும் இதே வரலாறு தொடர்கிறது. ஒரு குடும்பத்தில் ஏற்றத்தாழ்வுகள் மாறி மாறி வருவதைப்போலவே, அரச குடும்பத்திலும், ஒரு பெரிய சமுதாயத்திலும் ஏற்றத்தாழ்வுகள் மாறி மாறி வருகின்றன. மூன்றிலிருந்து ஆறு தலைமுறைகளுக்குள் அவர்களுடைய வரலாறு முடிந்துபோய் விடுகிறது. முதல் தலைமுறை ஆட்சியை அமைக்கிறது. இரண்டாம் தலைமுறை அதை வலுப்படுத்துகிறது. மூன்றாம் தலைமுறையும், மற்ற சில தலைமுறைகளும் அதைக் காக்கின்றன. பின்னர் அதற்கு முடிவு நெருங்கிவிடுகிறது. இதுவே எல்லா நாகரிகங்களின் வாழ்க்கைச் சக்கரமாகும்.

கல்தூனின் இச்சித்தாந்தம் பதினோறாம் நூற்றாண்டிலிருந்து பதினைந்தாம் நூற்றாண்டுவரையிலிருந்த ஸ்பெயின், மொராக்கோ, தென்னாப்பிரிக்கா, ஸிஸலி ஆகிய நாடுகளின் வரலாறுகளுக்குப் பொருந்துகிறது. இதனாலேயே கல்தூன் மேற்கூறிய முடிவுக்கு வந்ததைப்போல் தோன்றுகிறதென்று ஜெர்மானிய அறிஞர் அகஸ்ட் மூலர் கூறுகிறார்.

கடவுளுடனும், இயற்கை விபத்துக்களுடனும் தொடர்புபடுத்தி வரலாற்றை விளக்காமல், அதன் உள்ளடக்கிய பவுதீகச் சாதனங்

களைத் தொடர்புபடுத்தி அதை விளக்கிய முதல் வரலாற்றாசிரியர் கல்தூனேயாவார். வரலாற்றுக்குள் அடங்கியிருக்கும் வரலாற்றுத் தத்துவ இயலை விளக்குவதற்கு அவர் முயற்சி செய்தார். கல்தூன் தனது சரித்திரக் கட்டுரைகளில் வரலாற்றுக் காரணங்களைப் புரிந்துகொள்ள இனம், தட்பவெப்ப நிலை, உணவு உற்பத்தி ஆகிய எல்லா விஷயங் களிலும் நுணுக்கமாக ஆராய்கிறார். நாகரிக வாழ்க்கைப் பிரவாகத்தில் அவர் தனது சித்தாந்தம் சரியாக இருப்பதையும் கவனிக்கிறார். ஒவ்வொன்றிலும் இயற்கைக்கு அதீதமானவைகளையெல்லாம் இயற்கையான விஷயங்களை, தெய்வீகமானவையெல்லாம் லவுகீகமான விஷயங்களைக் கல்தூன் மிக அதிகமான அளவில் தேடுகிறார். நம்மால் உணர்ந்து கொள்ளமுடியாத காரணத் தொடர் நமக்கு எதிர்ப்படும் போது, அங்கு அதீத காரணத்தை அல்லது கடவுளை ஏற்றுக் கொள்ள வேண்டி வருகிறது. வரலாற்றுக் காரணத் தொடரில் கடவுளைக் கொண்டு வருவதென்பது நமது அறியாமையை ஏற்றுக் கொள்வதே யாகும் என்பது கல்தூனின் கருத்தாகும். நமது அறியாமையைத் தெரிந்து கொள்வதும் ஒரு விதமான ஞானமேயாகும்; ஆனால் ஞானத்தைப் பெறுவதற்கு நாம் முயற்சி செய்ய வேண்டும். முக்கியப் பிரச்சினைகளைத் தொட்டுக்காட்டி இருக்கிறேனென்றும், வரலாற்று விஞ்ஞானம் குறித்து சூசகமாகத் தெரிவித்திருக்கிறேனென்றும் கல்தூன் எண்ணிக் கொண்டார். ஆனால் அவருக்குப் பின்னால் வருபவர்கள் இதை மேலும் முன்னுக்குக் கொண்டு செல்வார்களென்ற நம்பிக்கை அவருக்கு உண்டு.

கல்தூனின் நம்பிக்கை நிறைவேறியது. ஆனால் இஸ்லாமுக்குள் அல்ல. இஸ்லாமுக்குள் அவர் கருத்தையொத்தவர்கள் அவருக்கு முன் எவரும் இல்லாததைப் போலவே, அவருடைய வாரிசு எவரும் தோன்றவில்லை.

(The History of philosophy is Islam (by G.T. De Boex, translated by E.R. Jones, London, 1903, pp. 200- 208)

அத்தியாயம் ஏழு

ஐரோப்பாவுக்கு இஸ்லாமியத் தத்துவ அறிஞர்கள் ஆற்றிய பணி

ரோஸ்துக்குப் பின்னர் அவருடைய தத்துவ இயலை மைமூனிக்கள் கற்றதையும், கற்பித்ததையும் பற்றி ஏற்கெனவே குறிப்பிட்டோம். ஸ்பெயினின் இஸ்லாமிய அரசும், இஸ்லாமிய மதமும் கிருத்துவ மதப்போர்களில் எப்படி அழிந்து மறைந்து விட்டனவென்பதையும் கூறினோம். ஸ்பெயினில் இஸ்லாமிய அரசாட்சி நடந்து கொண்டிருந்த போது, பத்துலட்சம் மக்கள் வாழ்ந்து கொண்டிருந்த கார்தோவா நகரம் கல்வியின் ஒரு சிறந்த மையமாக விளங்கி வந்தபோது, அக்கம் பக்கத்து நாடுகளின் கிருத்துவ மாணவர்கள் அங்கே கல்வி கற்பதற்கு வந்து கொண்டிருந்தனர் (கல்வி மொழியாக) அராபிய மொழி இருந்து வந்தது). அவர்கள் கல்வி முடிந்தபிறகு ரோஷ்த், இன்னபிற தத்துவ அறிஞர்களுடைய கருத்துக்களைத் தம்முடன் எடுத்துச் சென்றனர். ஆனால் மொஹிதீன் ஆட்சியாளருடன் ஸ்பானிய கிருத்துவர்களின் கடைசி மத யுத்தங்கள் நடந்து கொண்டிருந்த சமயத்தில் நாட்டின் எல்லாப் பகுதி களிடையேயும் வாழ்ந்து வந்த யூதர்கள் ஸ்பெயினை விட்டு ஓடிப்போகவாரம்பித்தனர். இப்படி ஓடிப்போன யூதர்கள் வடக்கு கிருஸ்துவ ஸ்பானிஷ் நகரங்களான பிராவின்ஸ், பாராஸ்லோனா, ஸாராகோஸாவிலும், தென்பிரான்ஸின் மார்ஸயீ போன்ற நகரங்களிலும் குடியேறினர். இக்குடியேற்ற யூதர்கள் தம்முடன் கல்வியையும், கல்விப் பற்றையும் கொண்டு சென்றனர். சில காலம் சென்றதுமே அவர்கள் குடியேறிய புதிய இடங்கள் கல்விக் கேந்திரங்களாக வளரத்தொடங்கின.

1. மொழிபெயர்ப்பாளரும் எழுத்தாளரும்

1. யூதர்கள் (இப்ரானி மொழி)

கிரேக்க நூல்கள் சுரியானி, இப்ரானி, பாரசீக, அராபிய மொழிகளில் மொழிபெயர்க்கப்பட்டதைக் குறித்து ஏற்கனவே

குறிப்பிட்டோம். இப்பொழுது ஏழு நூற்றாண்டுகளுக்குப் பிறகு மீண்டும் மொழிபெயர்ப்புகள் ஆரம்பமாகின்றன. கிரேக்கத் தத்துவ இயலை அடிப்படையாகக் கொண்டு அராபியர் நிர்மாணித்த தத்துவ மாளிகையை ஐரோப்பியத் தத்துவ அன்பர்களின் முன்னால் வைக்க வேண்டியிருந்தது. இப்பணியை நிறைவேற்றியவர்கள் இந்தக் குடியேற்ற யூதர்களேயாவர். இஸ்லாமிய ஸ்பெயினில் இருந்தவரை அராபிய மொழியே யூதர்களின் தாய்மொழியாக இருந்து வந்தது. இதனால் மொழிபெயர்ப்பின் தேவை இல்லாமலிருந்தது. ஆனால் வெளி நாடுகளில் அவர்கள் குடியேறிய பிறகு அங்கே அராபிய மொழிக்குப் பதிலாக அந்தந்த மொழிகளைக் கற்றுக் கொள்ள வேண்டிய அவசியமேற்பட்டது. அங்கே அராபிய மொழியையும், எழுத்து வடிவத்தையும் தொடர்ந்து நீட்டிக்க அவர்களால் முடியவில்லை. அந்நாட்டு மொழிகள் அவ்வளவு வளமையானவையுமல்ல. அதனால் அவர்கள் அராபிய நூல்களை இப்ரானி எழுத்து வடிவத்தில் எழுதிய தோடல்லாமல், அவற்றை இப்ரானி மொழியில் மொழிபெயர்க்கவும் தொடங்கினர். இப்படி மொழிபெயர்க்கப்பட்ட நூல்களில் ரோஷ்தின் நூல்களே அதிகம்.

(1) முதல் இப்ரானி மொழிபெயர்ப்புக் காலம்: இப்ரானி மொழிபெயர்ப்புப் பணியை ஆரம்பித்தவர்களில் இப்ன தைபூன் குடும்பத்தினரை முதலில் குறிப்பிட வேண்டும். இவர்கள் இஸ்லாமிய ஸ்பெயினிலிருந்து புறப்பட்டுவந்து, லியோனலில் (வட ஸ்பெயினில்) குடியேறினர். இக்குடும்பத்தின் மூலவரான இப்ன தைபூன், தத்துவம். உயிரியல், ரசாயன மாற்றம் போன்றவற்றில் சிறந்து விளங்கினார். இக்குடும்பத்தின் முதல் மொழி பெயர்ப்பாளர் ஸாமுயேல் இப்ன தைபூன் என்பவராவார். இவர் "தத்துவாளரின் சித்தாந்தங்கள்" என்னும் பெயரில் ஒரு நூல் எழுதினார். இதில் ரோஷ்தின் நூல்களி லிருந்து பல பகுதிகள் அப்படியே தரப்பட்டுள்ளன. இதே காலத்தில் தலேதலாவைச் சேர்ந்த (ஸ்பெயின்) யூத மதகுருவான யஹ்யாபின் ஸலாமா என்பவர் "திப்புல் ஹிகமத்" என்ற நூலை எழுதினார் (கி.பி. 1275). யஹ்ய ஜெர்மானிய அரசரான இரண்டாம் பிரடரிக்கின் காலத்தில் (கி.பி. 1240ல்) அவரது அரசவையில் அராபிய நூல்களை மொழிபெயர்க்கும் பணியில் ஈடுபட்டிருந்தார்.

ஸாமுயேலுக்குப் பின்னர் மூஸாபின் தைபூன் என்பவர் பல நூல்களை இப்ரானியில் மொழிபெயர்த்தார். ஸாமுயேலின் சமகாலத்தவர்களான இப்னயூசுப்பின் ஃபோக்ரா, ஜர்ஸன் பின்கலேமான் போன்றோரும் பல்வேறு நூல்களை மொழிபெயர்த்தனர். பிரடரிக்கின் அரசவையில் புகழ்பெற்ற யூத மொழி பெயர்ப்பாளரான யாகூப்பின்

மரியம் அபிஷம்ஸூன் என்பவரும் இருந்தார். இவர் அரசரின் ஆணையால் ரோஷ்தின் பல நூல்களையும் மொழிபெயர்த்தார்.

(2) இரண்டாம் இப்ரானி மொழிபெயர்ப்புக் காலம்: பதினான்காம் நூற்றாண்டிலிருந்து இப்ரானி மொழிபெயர்ப்புக்களின் இரண்டாம் காலம் தொடங்குகிறது. துவக்ககால மொழிபெயர்ப்பு களின் மொழி சிறந்திருக்கவுமில்லை. அவற்றில் மூல ஆசிரியரின் கருத்துக்களுக்கு உரிய முக்கியத்துவம் அளிக்கப்படவுமில்லை. ஆனால் புதிய மொழிபெயர்ப்புக்கள் மொழி உள்ளடக்கம் போன்ற எல்லாவற்றிலும் சிறந்திருந்தன. இந்த இரண்டாம் கட்ட மொழி பெயர்ப்பாளரில் காலோனீம் பின் மீர் முதலாமவராவார்.

(க) லியோன் அஃப்ரீகி: இந்தப் பதினான்காம் நூற்றாண்டிலேயே லாபிடின் ஜர்ஸன் என்னும் லியோன் அஃப்ரீகி என்பவர் ரோஷ்த் அரிஸ்டாட்டிலின் நூல்களைத் தழுவிப் புதிய நூல்கள் எழுதியதைப் போலவே, ரோஷ்தின் நூல்களை மொழிபெயர்த்தார். லியோன் ரோஷ்த் நூல்களுக்கு விளக்கவுரைகளும், சுருக்கங்களும் எழுதினார். மக்கள் ரோஷ்த் நூல்களையும் மறந்துவிடும் அளவுக்கு ஒரு சமயத்தில் லியோன் புகழ்பெற்றிருந்தார். லியோன் இயற்கையைத் தானாக இருக்கும் சாஸ்வதப் பொருளென்று கருதினார். அவர் தேவ தூதரை மனித சக்தியின் ஒரு பகுதி என்றார்.

அரிஸ்டாட்டிலின் நூல்களை யாரும் படிக்க விரும்பாத அளவுக்கு லியோன் அஃப்ரீகி ரோஷ்த் நூல்களை யூதர்களிடையே பரப்பினார். இதே காலத்தில் மூஸா நார்போனியும் ரோஷ்த் நூல்களுக்குப் பல விரிவுரைகளும், சுருக்கங்களும் எழுதினார்.

(ங) அஹரன் பின் இலியாஸ்: இதுவரை யூதர்களில் மதப் பற்றுள்ளவர்கள் தத்துவ இயலுக்குத் தூரமாக விலகி நின்றனர். சுதந்திரக் கருத்துடைய மத எதிரிகளே தத்துவ இயலை விரும்புவார் களென்று கருதப்பட்டு வந்தது. ஆனால் பதினான்காம் நூற்றாண்டின் இறுதியில் ஒரு புகழ்பெற்ற யூதத் தத்துவ மேதையான அஹரன் பின் இலியாஸ் தோன்றினார். இவர் “வாழ்வுச்செடி” என்ற நூல் எழுதினார். அதில் அவர் ரோஷ்தின் தத்துவ இயலைப் பலமாக ஆதரித்தார். இதனால் ரோஷ்தின் தத்துவம் நன்கு பரவியது.

மற்றொரு யூத அறிஞர் இலியாஸ் மதீஜூ, பதுவா (இத்தாலி) பல்கலைக்கழகத்தில் கடைசிப் பேராசிரியராக இருந்தார். இவரும் ரோஷ்தைக் குறித்துப் பல நூல்களை எழுதினார்.

பதினாறாம் நூற்றாண்டு ஆரம்பத்தில் ரோஷ்த் தத்துவ இயலால் கருத்துச் சுதந்திரம் மிகவும் வலுப்பெற்றுவிட்டது. இதனால் யூத

மதகுருமார்களுக்கு மதம் அழிந்துவிடுமோ என்ற அச்சம் ஏற்பட்டது. அவர்கள் தத்துவ இயலைக் கடுமையாக எதிர்க்கவாரம்பித்தனர். அதற்கு எதிராக முஸ்லிம் மதாசாரியர்கள் பயன்படுத்திய ஆயுதங்களை இவர்களும் உபயோகிக்க விரும்பினர். இந்த நோக்கத்துக்காக கி.பி. 1538ல் கஜாலியின் நூலான "தத்துவக் கண்டன"த்தை அபி மூஸா அல் மஷீனோ என்பவர் இப்ரானியில் மொழிபெயர்த்து வெளியிட்டார். பிளாட்டோவின் தத்துவ இயல் மதத்திற்கு நெருக்கமாக இருப்பதை யறிந்து அவர் அரிஸ்டாட்டிலுக்குப் பதிலாகப் பிளாட்டோவை முன்னுக்குக் கொண்டுவரத் துவங்கினார். இப்பொழுது நாம் பேகன் (கி.பி. 1561- 1626) ஹாப்ஸ் (1558- 1679) த கார்த் (1596- 1650) ஆகியோர் வாழ்ந்த காலத்துடன் தத்துவ இயலின் புது யுகத்தில் அடியெடுத்து வைக்கிறோம். அவர்களில் கடைசியானவராக யூத தத்துவ இயலாளர் ஸ்பினோஜா (1632- 77) தோன்றினார். அவர் யூதர்களுடைய புராதனத் தத்துவ இயலையும், த கார்த்தின் சித்தாந்தங்களையும் இணைத்து, புதிய ஐரோப்பியத் தத்துவ இயலுக்கு அடிக்கல் நாட்டினார். அப்பொழுதிலிருந்து தத்துவ இயல் மதத்திலிருந்து தன்னை விடுவித்துக் கொண்டது.

2. கிருத்துவர்கள் (லத்தீன்மொழி)

கிருத்துவ மத யுத்தங்கள் குறித்து ஏற்கெனவே குறிப்பிட்டோம். பதின்மூன்றாம் நூற்றாண்டில் இந்த மதப் போர்கள் ஸ்பெயினில் மட்டுமே நடைபெறவில்லை. ஐரோப்பாவில் இருந்த எல்லாக் கிருத்துவக் குறுநில மன்னர்களாய் ஒன்று சேர்ந்து ஜெருசலத்தையும், பாலஸ்தீனத்திலுள்ள மற்ற கிருஸ்துவப் புனிதத் தலங்களையும் மீட்கிறோமென்னும் பெயரில் யுத்தங்கள் செய்து கொண்டிருந்தனர். சாதாரணப் பொதுமக்களைக் காட்டிலும், ஐரோப்பிய நிலச்சுவான் தார்கள் இப்போர்களில் அதிக உற்சாகம் காட்டினார். ஒவ்வொருவரும் தத்தமது செல்வாக்கை வளர்த்துக் கொள்ள யுத்தங்களில் மற்றவர் களைக் காட்டிலும் முன்னே நிற்க விரும்பினர்.

(1) இரண்டாம் பிரடரிக் (கி.பி. 1240): ஜெர்மானிய அரசரான இரண்டாம் பிரடரிக் மதப்போர்களில் மாபெரும் வீரராக விளங்கினார். ஐரோப்பியக் கிருத்துவர்கள் ஆறாவது முறையாக ஜெருசலம் மீது படையெடுத்தபோது பிரடரிக்கும் அவர்களுடன் சேர்ந்து கொண்டார். மதம் குறித்து அவருக்கு நல்ல கருத்து இருந்ததில்லை. ஆனால் தனது முட்டாள் சிப்பாய்களையும், மக்களையும் தன் பிடியில் வைத்திருக்கவே அவர் இந்த மதப்போர் களில் பங்கெடுத்ததாக அவரே சொல்லியிருக்கிறார். இவ்விஷயத்தில் அவர் இட்லருக்கு முன்னோடியாவார். பிரடரிக்கின் ஆரம்பகால

வாழ்க்கை பெரும்பாலும் ஸிஸலியில் கழிந்தது. ஸிஸலித் தீவு பல நூற்றாண்டுகள் வரை அராபியர் ஆட்சியிலிருந்ததால் அராபியக் கலாசாரக்கேந்திரமாக விளங்கிற்று. பிரடரிக் அராபிய அறிஞர்களுடன் நல்ல நட்பு கொண்டிருந்தார். அவர் அராபிய மொழியையும் நன்றாகப் பேசி வந்தார். பிரடரிக் அந்தப்புரமும், அலி படைத் தளபதியையும் வைத்துக் கொள்ளும் அளவுக்கு அராபியப் பண்பாட்டை ஏற்றுக் கொண்டிருந்தார். கிருஸ்துவம் குறித்து அவரது கருத்து இது: "ஏழ்மை நிலையின்போது கிருஸ்துவ மதம் துவக்கப்பட்டது. அப்பொழுது கிருஸ்துவமதத்தில் மகான்களுக்கும், துறவிகளுக்கும் குறைவில்லை; ஆனால் இப்பொழுது பணத்தாசை மதத்தையும், மதாசாரிகள் உள்ளத்தையும் பாழடித்துவிட்டது." அவர் பகிரங்கமாக கிருஸ்துவ மதத்தைக் கேலி செய்து வந்தார். அதனால் பாதிரிமார்கள் கோபத்துடன் பிரடரிக்கைச் 'சைத்தான்' என்று ஏசினர். நாலாம் இன்னோஸெண்ட் போப்பின் முன்முயற்சியால் லியோன்ஸ் நகரில் ஒரு மதக் கூட்டம் நடைபெற்றது. அதிலே பிரடரிக்கைக் கிருஸ்துவ மதத்திலிருந்து தள்ளிவைத்து விட்டனர்.

மதப்போர்கள் நடந்து கொண்டிருந்த காலத்திலும் பிரடரிக் தத்துவ இயல்பற்றி விவாதித்துக் கொண்டிருந்தார். முஸ்லிம் அறிஞர்கள் அவரது அரசவையில் தொடர்ந்து இருந்து வந்தனர். எகிப்து சுல்தான் சலாவுத்தீனுடன் தனி நட்புக் கொண்டிருந்தார். மத யுத்தங்கள் நடைபெற்ற சமயத்திலும் அவர்களுடைய நட்பு தொடர்ந்து நீடித்து வந்தது. இருவரும் பரிசுகளைப் பரிமாறிக் கொண்டிருந்தனர்.

பிரடரிக் யுத்தத்திலிருந்து திரும்பி வந்த பின்னர் பகிரங்கமாகவே தத்துவ இயலைப் பிரசாரம் செய்யத் துவங்கினார். ஸிஸலியில் நூல் நிலையங்களை நிறுவினார். அரிஸ்டாட்டில், டாலமி, ரோஷ்த் ஆகியோர் நூல்களை மொழிபெயர்க்க அராபியப் புலவர்களை நியமித்தார். பிம்பிள்ஸ் நகரில் ஒரு பல்கலைக்கழகத்தைத் துவக்கினார். ஸலர்னோ கல்வி நிலையத்தின் போஷகரானார். அவர் கல்வியைப் பரப்பத் தொலைப் பிரதேசங்களிலிருந்து அராபிய அறிஞர்களை வரவழைத்தார். தைபூன் குடும்பத்து மொழிபெயர்ப்பாளர்கள் இவரது அரசவையுடன் தொடர்பு கொண்டவர்களே! பிரடரிக்கும் நல்ல கல்வியறிவுள்ளவர். தனது காலத்திய கல்வி, பண்பாட்டுச் சிகரமான அராபிய உலகத்தை அவர் நன்கு பார்த்தவர். அதனால் தனது மக்களையும் கல்வியும், பண்பாடும் உடையவர்களாக்க விரும்பினார். ஆக்ஸ்பர்டின் ஒரு நூல் நிலையத்தில் 'மஸாயல் ஸக்லியா' என்ற ஒரு அராபியக் கையெழுத்து நூல் உள்ளது. அது பிரடரிக்கால் எழுதப் பட்டதென்று கூறப்படுகிறது. ஆனால் அது தென் ஸ்பெயினைச்

சேர்ந்த ஒரு ஸூஃபித் தத்துவ இயலாளரான இப்ன ஸப்யீனின் நூலாகும். அப்பொழுது தென் ஸ்பெயினைச் சுல்தான் ரஷீத் ஆண்டு வந்தார். அவருடைய ஆட்சியில் கருத்துச் சுதந்திரம் எந்த நிலையில் இருந்ததென்பது ஸப்யீனின் கீழ்க்கண்ட கூற்றிலிருந்து தெரிகிறது: "எங்கள் நாட்டில் தத்துவ நூல்களை இயற்றுவதென்பது அபாயத்தை விலைகொடுத்து வாங்குவதாகும். நான் தத்துவ நூல் எழுதுகிறேன் என்னும் செய்தி முல்லாக்களுக்குத் தெரிந்தால், அவர்கள் என் பகைவர்களாகி விடுவார்கள். பிறகு அவர்களுடைய தாக்குதலிலிருந்து நான் தப்பிக்கவே முடியாது."

கிருத்துவ மதப் பீடத்தின் கடும் எதிர்ப்புக்களிடையேயும் நாற்பதாண்டுகள் வரை பிரடரிக் ஐரோப்பாவில் கல்வியைப் பரப்பும் முயற்சியில் ஈடுபட்டுக் கொண்டிருந்தார். அவர் காலமானதும் போப் இன்னோஸென் ஸிஸலியின் பாதிரிகளிடையே தனது மகிழ்ச்சியை வெளியிட்டார். "வானத்துக்கும், நிலத்துக்கும் இது மகிழ்ச்சிக்குரிய நேரமாகும். ஏனெனில் மனித உலகை அல்லோலகல்லோலப்படுத்திய புயலிலிருந்து கிருஸ்துவ உலகம் கடைசியாக விடுதலை அடைந்து விட்டது". ஆனால் பிரடரிக்கின் மறைவுக்குப் பின்னர் ஐரோப்பாவில் ஏற்பட்ட மாற்றங்கள் போப்பின் கருத்தைப் பொய்யாக்கிவிட்டன.

(2) மொழிபெயர்ப்பாளர்கள்: பின் மீரின் "கண்டனத்திற்குக் கண்டனம்" என்னும் லத்தீன் மொழிபெயர்ப்பு நூலைக் குறித்து (கிபி. 1328) முன்பே குறிப்பிட்டோம். ஆனால் அதற்கு முன்னாலிருந்தே அராபியமொழி நூல்களை லத்தீன் மொழியில் மொழிபெயர்க்கும் பணி துவங்கிவிட்டது. பிரடரிக்கின் அரசவை உறுப்பினரான மீ கால் ஸ்காத் என்பவர் தலேதலாவைச் (ஸ்பெயின்) சேர்ந்தவர். இவர் தனது நகரத்திலிருந்த ஒரு யூத அறிஞரின் உதவியைக் கொண்டு பல நூல்களையும்- குறிப்பாக ரோஷ்தின் நூல்களை - லத்தீன் மொழியில் மொழிபெயர்த்தார். முதன்முதலாக ஸ்காத் ரோஷ்தின் தத்துவ இயலை, அன்றைய சர்ச் மொழியான லத்தீன் மொழியில் கிருஸ்துவ உலகின் முன்வைத்தார்.

பிரடரிக்கின் அரசவையின் மற்றொரு புலவரான ஹர்மனும் ரோஷ்தின் சில நூல்களை லத்தீன் மொழியில் மொழிபெயர்த்தார்.

அத்தியாயம் எட்டு
ஐரோப்பாவில் தத்துவப் போர்

புனித அகஸ்தினின் (கி.பி. 353- 430) தத்துவப் பற்றைப் பற்றி முன்பே கூறினோம்; ஆனால் அகஸ்தினின் பற்று அவர் வரையிலுமே இருந்துவிட்டது. அவருக்குப் பின்னர் கிருஸ்துவ மதம் ஐரோப்பாவில் மிக வேகமாகப் பரவினால், கிருஸ்துவத் துறவிகள் தாம் மனப்பாடம் செய்வதைப் பொதுமக்களிடம் ஒப்புவித்துக் கொண்டிருந்தனர். மடங்களுக்குத் தானங்கள் செய்யுமாறு உபதேசித்துக் கொண்டிருந்தனர். அவர்கள் சிறிய- பெரிய மடாதிபதிகளாக மாறி சுகபோகங்களில் திளைத்துக் கொண்டிருந்தனர். அல்லது ஒருசிலர் எல்லாவற்றையும் விட்டொழித்துத் தனிமையில் பக்தியிலும், தியானத்திலும் ஈடுபட்டுக் கொண்டிருந்தனர். கல்வியின் விளக்கு அணைந்து விட்டிருந்தது.

1. ஸ்கோலாஸ்டிக்

எட்டாம் நூற்றாண்டில் சார்லஸ் ஐரோப்பாவின் பேரரசனான போது இந்நிலைமையைக் கண்டார். வெளிநாடுகளைச் சுற்றிப் பார்த்துத் திரும்பி வந்தவர்களால் மத நம்பிக்கையை உதாசீனப் படுத்தும் போக்கு, மக்களிடையே வளர்வதையும் அவர் கவனித்தார். இப்போக்கைத் தடுப்பதற்காகச் சார்லஸ், படிப்பறிவில்லாத முட்டாள் துறவிகள் நிறைந்திருந்த கிருஸ்துவ மடங்களில் கல்வி கற்ற துறவிகளை நியமித்துச் சிறுவர்களுக்குப் படிப்பு சொல்ல ஏற்பாடுகள் செய்தார். அதற்காகப் புதிய புதிய மடங்களையும் நிறுவினார். இப்பள்ளிகளில் மதக்கல்வி மட்டுமல்லாமல், கணிதம், ஜோதிடம், இசை, இலக்கியம், இலக்கணம், தர்க்கம் போன்ற கலைகளையும் கற்பித்தனர். வளர்ந்து வரும் பகுத்தறிவு வாதத்தைத் தடுத்து நிறுத்தி, மதத்தைக் கடுமையாகப் பின்பற்றுவதற்காகவே அங்கே தர்க்கம் கற்பிக்கப்பட்டது. இந்தியாவி லிருந்த நாளந்தாப் பல்கலைக்கழகத்தின் புகழ் உலகமெல்லாம் வேகமாகப் பரவி வந்த காலத்திலேயே சார்லஸ் பேரரசர் ஐரோப்பாவில் இப்படிப்பட்ட முயற்சிகளில் ஈடுபட்டிருந்தார். சார்லஸைப் போலவே

இந்தியாவிலும் மன்னர்களும், நிலச்சுவான்தார்களும் நாளந்தாவின் பராமரிப்புக்கெனக் கிராமங்களையும், பணத்தையும் தாராளமாக வாரி வழங்கிக் கொண்டிருந்தனர். நமது நாட்டில் அக்காலத்தில் நாளந்தா தவிர, பல கல்வி நிலையங்களும், குருகுலங்களும் இருந்தன. அவற்றில் கல்வியுடன் குறிப்பாகத் தத்துவச் சர்ச்சையும் நடந்து வந்தது. நமது நாட்டைப்போலவே சார்லஸ் அமைத்த கல்வி நிலையங்களிலும் நூல்களை மனப்பாடம் செய்தலும், சாஸ்திர சர்ச்சை செய்தலுமே கல்வியின் முக்கிய பணிகளாக இருந்தன இந்தியாவில் இம்மாபெரும் கல்வி முயற்சி ஏன் வெற்றி பெறவில்லை, அது மீண்டும் அறியாமை இருளில் ஏன் மூழ்கி விட்டது என்பதை இங்கு விவரிக்கத் தேவையில்லை. ஏனெனில் நமது நாட்டில் அப்பொழுதும் கல்வியை எல்லோருக்கும் பொதுவாக்கும் முயற்சி செய்யப்பட வில்லை. அதற்குப் பிறகும் அது நடைபெறவில்லை. கல்வி ஒருசிலரின் - மன்னர்களுடையவும் மதாசாரியார்களுடையவும் - சொந்த சொத்தாகக் கருதப்பட்டு வந்தது.

சார்லஸ் இறந்தபின்னர் அவரால் அமைக்கப்பட்ட மடங்களும், கல்வி நிலையங்களும் வீழ்ச்சியடையத் துவங்கின. கிருஸ்துவ ஐரோப்பாவின் நெஞ்சைப் போன்ற ஸ்பெயினை இஸ்லாம் கலவரப் படுத்திக் கொண்டிருந்தது. அது வாள் வலிமையால் தனது ஆதிக்கத்தை வளர்த்துக் கொண்டிருந்ததோடு, புராதன கிரேக்கச் சிந்தனையையும், பழைய கிழக்கத்தியச் சிந்தனையையும் தனது சிந்தனையுடன் கலந்து ஐரோப்பாவைச் சேர்ந்த பகுத்தறிவாளரிடையே பரப்பிக் கொண்டி ருந்தது. அப்படிப்பட்ட நிலைமையில் கல்வி என்னும் ஆயுதத்தைப் பயன்படுத்தினால் தான் தன்னைப் பாதுகாத்துக்கொள்ள முடியு மென்பதை கிருஸ்துவ மதம் நன்கு உணர்ந்திருக்கிறது.

சார்லஸ் நிறுவிய இந்த மடப் பள்ளிகளை 'ஸ்கோல்' என்று சொல்லிவந்தனர். இவற்றில் மதத்தையும், தத்துவத்தையும் கற்பிக்கும் ஆசிரியர்களை 'ஸ்கோலாஸ்டிக் ஆசிரியர்கள்' என்றனர். பிற்காலத்தில் மதத்தைப் பாதுகாக்க அவர்கள் உருவாக்கிய தர்க்கவியலுக்கு ஸ்கோலாஸ்டிக் தத்துவம்' என்னும் பெயர் ஏற்பட்டது. வளர்ந்துவரும் பகுத்தறிவுச் சிந்தனையையும், தத்துவச் சிந்தனையையும் அழிப்பதற் காகக் கிருஸ்துவ மதாசாரியர்கள் செய்த முயற்சி வெற்றி பெறவில்லை என்பதற்கு இது அத்தாட்சியாகும். இப்புதிய முயற்சியின் விளைவாக அவர்களுக்கு நல்ல பலன் கிடைத்தது. பன்னிரண்டாம் நூற்றாண்டின் இறுதியில் இந்தியாவின் நாளந்தா, உடந்புரி, விக்ரம் சிலா, ஜகத்தலா போன்ற மாபெரும் கல்வி நிலையங்கள் தீக்கு இரையாக்கிக் கொண்டிருந்த காலத்தில் ஐரோப்பாவில் ஆக்ஸ்பர்ட், கேம்பிரிட்ஜ்,

பாரிஸ், ஸோர்போன், போலேனோ, ஸலேர்னோ ஆகிய நகரங்களில் புதிய மடப் பல்கலைக்கழகங்கள் அமைக்கப்பட்டு வந்தன.

ஸ்கோலாஸ்டிக் அறிஞர்களில் ஜான் ஸ்காட்ஸ் எரிகேனா (கி.பி. 810-77), ரோஸேலின் (கி.பி. 1051-1121), அபேலாட் (கி.பி. 1079-1142) ஆகியோர் புகழ் பெற்றவர்களாவர்.

1. ஜான் ஸ்காட்ஸ் எரிகேனா (கி.பி. 810- 77)

எரிகேனா இங்கிலாந்தில் பிறந்தவர். 'ஸ்கோல்'களின் முதல் முயற்சியின் விளைவாவார் அவர். அரிஸ்டாட்டிலின் பொருள் முதல் வாதத் தத்துவம் அவருக்கு மிகவும் விருப்பமானதாகும். அந்தக் காலத்தில் கிரேக்கத் தத்துவ இயலாளரின் நூல்கள் ஆசிய மொழிகளில் மட்டுமே கிடைத்து வந்தன. ஆனால் எரிகேனா அராபிய மொழியை அறியமாட்டார். சூரியானி மொழியைக் கற்கவும், சூரியானி கிருத்துவ அறிஞர்களுடன் தொடர்பு கொள்ளும் வாய்ப்பும் அவருக்குக் கிடைத்திருக்கலாம்.

ஒருமை ஆன்மீக வாதமும், உலகம் நிரந்தரமாக இருக்கிற தென்பதும் எரிகேனாவின் முக்கிய சித்தாந்தங்களாகும். இவ்விரண்டு சித்தாந்தங்களுமே கிருஸ்துவ மதத்திற்கெதிரானவை என்பது இங்குச் சொல்லத் தேவையில்லை. எரிகேனா தனது நூலான "உலகத்தின் உண்மை நிலை"யில் தனது சித்தாந்தம் குறித்துக் கூறுகிறார். "உலகம் உருவாவதற்கு முன்பு எல்லாப் பொருள்களுமே முழு ஆன்மாவுக்குள் இருந்தன. அங்கிருந்து வெளிப்பட்டு அவை தனித்தனி உருவங்களை அடைந்தன. ஆனால் இவ்வுருவங்கள் அழியும்போது, அவை மீண்டும் அம்முழு ஆன்மாவில் கலந்துவிடுகின்றன."

இது இந்தியாவில் கி.பி. 400ல் வாழ்ந்திருந்த வசுபந்துவின் 'ஆலய விஞ்ஞான' சித்தாந்தத்தை ஒத்திருக்கிறது. எரிகேனாவுக்கு முன்னால் இச்சித்தாந்தம் ஐரோப்பாவுக்குத் தெரியாது. பின்னால் ரோஷ்தும் இதைத் தன்னுடைய விளக்கவுரையுடன் எடுத்துக் கொண்டார். மதவெறி பரவியிருந்த காலத்தில் மற்ற தத்துவ இயலாளரைப் போலவே, எரிகேனாவும் மதத்தையும், தத்துவ இயலையும் இணைக்க விரும்பினார்.

2. அமோரியும், தாவிதும்

எரிகேனாவின் கருத்துக்கள் மேற்கு ஐரோப்பாவில் பரவினாலும் அவற்றின் விளைவு விரைவில் தெரியவில்லை. பத்தாம் நூற்றாண்டில் அமோரியும், அவரது சீடரான தாவித் தே தேனிந்தோவும் புகழ்பெற்ற தத்துவ மேதைகளாக விளங்கினர். அமோரியின் சித்தாந்தங்கள் ஜிப்ரோலை ஒத்துள்ளன. தாவித் இயற்கையிலிருந்தே உலகம்

தோன்றியதாகக் கருதுகிறார். 'முழு விஞ்ஞான'த்தின் விளக்கமேயாகும் இந்தச் சித்தாந்தம் இயற்கை உலகத்துக்கு மிக அருகில் வருகிறது.

3. ரோஸேலின் (கி.பி. 1051- 1121)

அமோரி, தாவித் ஆகியோரின் தத்துவம் 'இயற்கை உலகின் உண்மை நிலை' என்பதை நோக்கி அடிபோட்டது. ஆனால் ஸ்கோலாஸ்டிக்கான டாக்டர் ரோஸேலின் அதற்கு எதிராக 'உருவமற்ற வாத'த்தை வலியுறுத்தினார். ஒரே விதமான எல்லா மனிதர்களிலும் காணப்பெறும் பொதுத் தன்மைகள் அம்மனிதர்களுக்கு வெளியே இருப்பதில்லை என்று அவர் கூறினார்.

2. இஸ்லாமியத் தத்துவ இயலும், கிருஸ்துவ மதத் தலைமையும்

ரோஷ்தின் நூல்களைக் கற்பதும், கற்பிப்பது பற்றியும், அவற்றின் மொழிபெயர்ப்புக்கள் அதிகமானதைப் பற்றியும் முன்னே குறிப்பிட்டோம். எரிகேனா, அமோரி போன்றோர் முயற்சியால் விழிப்படைந்திருக்க கிருஸ்துவச் சமுதாயத்தின் மேல், ரோஷ்தின் நூல்கள் தமது செல்வாக்கைப் பரப்பாமல் இருக்கவில்லை.

1. ஃபிரான்ஸிஸ்கன் பிரிவு

ரோஷ்த் நூல்களின் முத்திரை அதிகமாகக் கிருஸ்துவர்களின் ஃபிரான்ஸிஸ்கன் பிரிவினர்மேல் விழுந்தது. இப்பிரிவை நிறுவியவரான ஃபிரான்ஸிஸ் (கி.பி. 1182- 1226) பதின்மூன்றாம் நூற்றாண்டில் சுகபோகங்களில் திளைத்துக் கொண்டிருந்த போப்பிற்கெதிராகவும், அவரது மடாதிபதிகளுக்கெதிராகவும் கலகக் கொடியை உயர்த்தினார். அக்காலத்தில் ஃபிரான்ஸிஸ் நாஸ்திகரென்றும், பின்னால் புனிதத் துறவியென்றும் அழைக்கப்பட்டார். அவர் 1182-ல் அஸிஸி (இத்தாலி)யில் பிறந்தார். கல்வி கற்பதற்கு ஃபிரான்ஸிஸ் தீட்சண்யமான அறிவை மட்டுமே பெற்றிருக்கவில்லை. தனது அக்கம் பக்கத்திலிருந்த ஏழை எளியவர்களின் துன்ப துயரங்களை உணரும் நல்லிதயமும் படைத்திருந்தார். 'எளிய வாழ்வும், உயர்ந்த எண்ணமும்' என்பதே அவருடைய குறிக்கோள். மடாதிபதிகளின் ஆடம்பர வாழ்க்கையினாலும், தீய செயல்களினாலும் கிருத்துவ மதம் வீழ்ச்சி அடைந்துவிடும் என்று எண்ணி அவர் எளிமையாக வாழும் கல்வியறிவுள்ள துறவிகளை உருவாக்கினார். பிற்காலத்தில் இவர்களையே ஃபிரான்ஸிஸ்கன் சம்பிரதாயத்தினர் என்று குறிப்பிட்டனர். ஃபிரான்ஸிஸ் போன்ற அறிஞர் அப்படிப்பட்ட எளிமையான வாழ்க்கை வாழ்வதைப் பார்த்துப் பலரும் அவர்பால் கவரப்பட்டனர். அப்போதைய கருத்துப் போர்க் காலத்தில் குறுகிய காலத்திலேயே ஃபிரான்ஸிஸின் தோழர்களின் எண்ணிக்கை ஐந்தாயிரமாகிவிட்டது.

1. அலெக்ஸாந்தர் ஹெஸ்: அலெக்ஸாந்தர் ஹெஸ் (பதின்மூன்றாம் நூற்றாண்டு) ஃபிரான்ஸிஸ்கன் பிரிவைச் சேர்ந்த துறவியாவார். இவர் பாரிஸ் மாநகரில் கல்வி பயின்றார். ஹெஸ் அரிஸ்டாட்டிலின் பவுதீக இயலின் மேல் விரிவுரை எழுதினார். தனது விரிவுரையில் அவர் ஸீனா, கஜாலி ஆகியோரின் கருத்துக்களை மதிப்புணர்ச்சியுடன் மேற்கோள் காட்டியுள்ளார். ஆனால் ஹெஸ் ரோஷ்தின் கருத்துக்களைக் குறிப்பிடாததால், அவர் ரோஷ்தின் கருத்துக்களை அறியமாட்டார் போல் தெரிகிறது.

2. ரோஜர் பேக்கன் (கி.பி. 1214- 94): (க) வாழ்க்கை: ஆக்ஸ்ஃபர்ட் பல்கலைக்கழகம் ஃபிரான்ஸிஸ்கன் பிரிவினரின் கோட்டையாகத் திகழ்ந்தது. அங்கே ரோஷ்தின் தத்துவ இயலுக்கு பெருமதிப்பு இருந்து வந்தது. ரோஜர் பேக்கன் இந்தியாவின் பல்கலைக்கழகங்களான நாளந்தாவும் விக்ரம் சிலாவும் அழிந்துவிட்ட (கி.பி. 1200) சில ஆண்டுகளுக்குப் பிறகு பிறந்தார். அவர் முதலில் ஆக்ஸ்ஃபர்டில் பயின்றார். பின்னர் பாரிஸில் 'டாக்டர்' பட்டம் பெற்றார். அவர் லத்தீனுடன் அராபிய மொழியும், கிரேக்க மொழியும் அறிந்திருந்தார். இந்த மொழிகளை- குறிப்பாக அராபிய மொழியை- அறிந்திருப்பது அக்காலத்திய கல்விமான்களுக்கு மிகவும் அவசியமாகும். பாரிஸி லிருந்து திரும்பிய பிறகு அவர் ஃபிரான்ஸிஸ்கன் துறவியாகிவிட்டார். அவரது கருத்துக்கள் மத்திய காலத்து கருத்துகளிலிருந்து விடுபட வில்லை எனினும், அவர் ஆராய்ச்சிக்கும், பரிசோதனைக்கும், விமரிசனத்துக்கும் முக்கியத்துவம் அளித்தார். நூல்களையும், வேத வாக்கியங்களையும் மட்டுமே நம்புவதால் உண்மை அறிவைப் பெற முடியாதென்று கருதினார். அவர் இயந்திரங்களைப் பற்றி ஆராய் வதிலும், ரசாயன இயலிலும் பொழுதைக் கழித்தார். இதனால் தன்னலப் பாதிரிமார்கள் அவரை மாயாஜாலக்காரரென்று தவறான பிரச்சாரம் செய்தனர். மாயாஜாலக்காரன், மந்திரவாதி, சூனியக்காரி என்று சொல்லி அந்தக் காலத்தில் ஐரோப்பாவில் லட்சக்கணக்கான ஆண்- பெண்களை உயிருடன் கொளுத்திக் கொண்டிருந்தனர். ரோஜர் இந்த விபத்திலிருந்து தப்பித்துக் கொண்டாலும், அவரது சுதந்திரக் கருத்துக்களால் பாதிரிமார்கள் சினம் கொண்டிருந்தனர். இவரைப் பற்றி ரோம் நகரத்திலிருந்த போப்புக்குத் தெரிந்ததும், அவருக்கெதிராக ஏதாவது செய்ய வேண்டுமென்று முயற்சி செய்தார். ஆனால் அம்முயற்சி கி.பி. 1278ல் ஃபிரான்ஸிஸ்கன் பிரிவின் ஒரு துறவியான ஜேரோம் டீ எஸல், ரோஜரின் எதிரியாக மாறும் வரை பலிக்கவில்லை. ரோஜர் பேக்கன் நாஸ்திகம், மாயாஜாலம் ஆகிய குற்றங்களுக்காகச் சிறையில் தள்ளப்பட்டு விட்டார். அவரது நண்பர்களின் பெரு முயற்சியால் ரோஜர் சிறையிலிருந்து விடுதலையடைந்தார். கி.பி. 1294ல் அவர் ஆக்ஸ்ஃபர்டில் காலமானார். பாதிரிமார்கள் அவரது

நூல்களைத் தீக்கிரையாக்கி விட்டதால், ரோஜர் பேக்கனின் நூல்களால் மக்கள் பயன்பெற முடியாமல் போயிற்று.

(ங) தத்துவக் கருத்துக்கள்: ஸீனா, ரோஷ்த் ஆகியோர் கருத்துக் களில் ரோஜர் மிகவும் உத்வேகம் பெற்றிருந்தார். ஓரிடத்தில் அவர் எழுதுகிறார்.

"அரிஸ்டாட்டிலின் தத்துவத்தை முதன்முதலில் உலகத்துக்கு அறிவித்தவர் இப்ன ஸீனாதான். ஆனால் மாபெரும் தத்துவ மேதை இப்ன ரோஷ்த்தான், அவர் ஸீனாவுடன் பல விஷயங்களிலும் கருத்து வேற்றுமை கொண்டிருந்தார். ரோஷ்தின் தத்துவ இயல் நீண்ட காலம் வரை கேட்பாரற்றுக் கிடந்தது; ஆனால் இப்பொழுது (பதின்மூன்றாம் நூற்றாண்டில்) உலகத்திலுள்ள ஏறக்குறைய எல்லாத் தத்துவாளர்களுமே அவரது கருத்துக்களை ஒப்புக் கொள்கின்றனர். அரிஸ்டாட்டிலின் தத்துவ இயலைச் சரியான முறையில் விளக்கியதே இதன் காரணமாகும். ரோஷ்த் ஆங்காங்கே அரிஸ்டாட்டிலை விமரிசித்தாலும், தத்துவார்த்த ரீதியில் அவரது கருத்துக்களை ஏற்றுக் கொள்ளவே செய்தார்."

ரோஜர் மற்ற ஃபிரான்ஸிஸ் கீனரைப் போல் ரோஷ்த்தின் ஆதரவாளர். செயல் விஞ்ஞானத்திலிருந்து ஜீவன் தனித்தன்மையுடைய தென்றும், அதனுடைய பெயரே கடவுளென்றும் அவர் கூறினார்:

"செயல் விஞ்ஞானம் ஒரு உருவத்தில் கடவுளாகும். இன்னொரு உருவத்தில் தேவாத்மாக்களாகும். செயல் விஞ்ஞானமென்பது ஜீவ விஞ்ஞானத்தின் ஒரு நிலையின் பெயரென்று டொமினிக்கன் பிரிவினர் கூறுகின்றனர். ஆனால் இக்கருத்து சரியானதாகத் தெரியவில்லை. மனிதனுடைய ஜீவ விஞ்ஞானத்தால் தெய்வீக சாதனங்கள் அவனுக்குத் துணைபுரியாத வகையில் ஞானத்தைப் பெற இயலாது. துணை புரியும் அவை எப்படி இருக்கும்? செயல் விஞ்ஞானத்தின் வழியாக மனிதனுக்கும் கடவுளுக்குமிடையே தொடர்பை ஏற்படுத்தும், மனிதனிலிருந்தும் தனியாக இருக்கும் பவுதீகமல்லாத ஒரு பொருளாகும்."

3. தன் ஸ்காட்டஸ்: ரோஜர் பேக்கனுக்குப் பின்னர் அராபியத் தத்துவ இயலின் ஆதரவாளர் தன் ஸ்காட்டஸ் ஆவார். அவர் முதலில் அக்வினாவின் சீடராக இருந்தாலும், பின்னர் மனிதனுடைய செயல்களில் கடவுளுக்கு எவ்வித அதிகாரமும் கிடையாதென்ற அக்வினாவின் கருத்தை ஒப்புக்கொள்ளவில்லை. அக்வினா, ஸ்காட்டஸ் ஆகியோரின் இக்கருத்து வேற்றுமை ஸ்கோலாஸ்டிக் தத்துவ இயல் பூராவிலும் எதிரொலிக்கிறது. தாமஸுக்கு எதிராகவும் ஸ்காட்டஸ், அடிப்படையான இயற்கை அனாதியானதென்றும்,

உருவம் தோன்றுவதால் இயற்கையும் தோன்ற வேண்டுமென்ற அவசியம் இல்லையென்றும், ஏனெனில் இயற்கை உருவமில்லாமலும் இருக்கிறதென்றும் கூறினார். இயற்கைக்கு உருவமென்னும் ஆடை உடுத்துவதே கடவுள் படைப்பின் பொருளாகும். ஸ்காட்டஸ் ஒருமைவாத விஞ்ஞானத்தை ஏற்றுக் கொள்ள மறுப்பதோடல்லாமல், இச்சித்தாந்தத்தின் துவக்கத்தை மானுடத்தின் எல்லைக்குள் வைக்க விரும்பவில்லை. ஸ்காட்டஸ் முதன் முதலாக ரோஷ்தை அவரது ஒருமை வாதத்திற்காக மாபெரும் நாஸ்திகரென்று பிரகடனப் படுத்தினார். இதனால் பிற்காலத்தில் ஐரோப்பாவில் ரோஷ்த் கருத்தோட்டத்தின் கீழ் நாஸ்திகர்களின் குழு அமைந்துவிட்டது.

2. டொமினிக்கன் பிரிவு

கிருஸ்துவர்களில் ஃபிரான்ஸிஸ்கன் பிரிவினர் ரோஷ்த் சிந்தனையின், இஸ்லாமியத் தத்துவ இயலின் பெரும் ஆதரவாளர்களாக இருந்ததைப் போலவே, டொமினிக்கன் பிரிவினர் அவற்றின் கடுமையான எதிரிகளாக விளங்கினர். இப்பிரிவின் நிறுவகரான புனித டொமினிக் ஸ்பெயினின் கேஸ்டில் நகரில் 1170-ல் பிறந்து, 1221ல் காலமானார்.

(1) ஆல்பர்ட்டஸ் மாக்னஸ் (கி.பி. 1193- 1280): டெல்லியில் துருக்கியப் பதாகை பறக்கத் தொடங்கிய காலத்தில் ஆல்பர்ட்டஸ் மாக்னஸ் பிறந்தார். புனித டொமினிக் காலமான 1221 லேயே மாக்னஸ் டொமினிக்கன் பிரிவில் துறவியானார். பின்னர் போலோன் (பிரான்ஸ்) பல்கலைக்கழகத்தில் பேராசிரியரானார். இவர் அராபியத் தத்துவ மேதைகளைக் கண்டித்துப் பல நூல்கள் எழுதினாரென்றாலும், இப்ன ஸீனாவின் ஆதரவாளராகவும், ரோஷ்தின் எதிர்ப்பாளராகவும் இருந்தார். ரோஷ்தின் எதிர்ப்பாளரும், அரிஸ்டாட்டிலின் பெரும் ஆதரவாளருமான தாமஸ் அக்வினா இவருடைய சீடரேயாவார். ஆல்பர்ட்டஸ் 'ரோஜர் பேக்கன்' தன் ஸ்காட்டஸ் ஆகியோரின் ரோஷ்த் ஆதரவுக் கருத்துக்களை வன்மையாகக் கண்டித்தார். என்றாலும் அவர் அதிகமாகத் தனிமையை விரும்பியவர். அவரது பணியை அவரது சீடரான அக்வினா பூர்த்தி செய்தார்.

(2) தாமஸ் அக்வினா (கி.பி. 1225-74): (க) வாழ்க்கை: தாமஸ் அக்வினா இத்தாலியைச் சேர்ந்த ஒரு பழைய நிலச்சுவான்தார் குடும்பத்தில் 1225ல் பிறந்தார். முதலில் அவர் கேஸினோ, நேப்பிள்ஸ் நகரங்களில் கல்வி பயின்றாலும், கடைசியில் ஆல்பர்ட்டஸ், மாக்னஸின் கல்விப் புகழைக் கேள்விப்பட்டுப் போலோன் பல்கலைக்கழகத்தில் மாக்னஸின் ஒரு சீடராகி விட்டார். படிப்பு முடிந்த பிறகு பாரிஸ் பல்கலைக்கழகத்தில் மதம், தத்துவம், தர்க்கவியல் பேராசிரியரானார்.

1272ல் பத்தாம் போப் கிரகரிரோமன், கிரேக்க மதப் பீடங்களிடையே ஒற்றுமையை ஏற்படுத்த ஒரு மாநாடு நடத்தியபோது, தாமஸ் அக்வினா கிரேக்க மதப் பீடத்தின் குறைபாடுகளை விவரித்து ஒரு புத்தகம் எழுதி மாநாட்டின் முன் வைத்தார். இரு மதப் பீடங்களிடையே ஒற்றுமை ஏற்படவில்லையாயினும், இப்புத்தகத்தினால் அக்வினா மிகவும் புகழ்பெற்றுவிட்டார். மாநாடு முடிந்த இரண்டாண்டுகளுக்குப் பிறகு (1274-ல்) அக்வினா இறந்துவிட்டார்.

(ஙு) தத்துவக் கருத்துக்கள்: அக்வினா தனது காலத்தில் ரோஷ்த் எதிர்ப்பாளர்களான டொமினிக்கன் பிரிவினரின் தலைவராக விளங்கினார். அவர் தீவிர மதவெறி கொண்டவர். கஜாலியைப் போல், பரந்த மனப்பான்மையுடன் அனைத்துக் கிருஸ்துவப் பிரிவினரையும் ஒன்றுபடுத்தும் நல்லெண்ணத்துடன் முயற்சி செய்த போப் கிரகரியின் பணி வெற்றி பெறாத போது அக்வினாவே பெரு மகிழ்வெய்தினார். ஃபிரான்ஸிஸ்கன் பிரிவினர் ரோஷ்தின் கருத்துக்கள் முற்போக்குத் தன்மையுடையவையென்று அவற்றை ஆதரிக்கவில்லை. அவை பொருள்முதல்வாதத்தைக் காட்டிலும் ஒருமைவாத ஆன்மீகத்தை வலியுறுத்துகின்றன என்பதாலேயே அவர்கள் ஆதரித்தனர். இதற்கு மாறாக ரோஷ்தின் எதிரியான அக்வினா தனது குருவான ஆல்பர்ட்டஸைப் போலவே பொருள்முதல்வாதத்தை ஆதரிப்பவராவார். அரிஸ்டாட்டிலின் பொருள்முதல்வாதத் தத்துவத்தை வெளிச்சத்திற்குக் கொண்டு வந்தவர் அக்வினாவின் ஆசான் ஆல்பர்ட்டஸ் மாக்னஸேயாவார். மத்திய யுகத்தின் மீளாத் துயிலிலிருந்து ஐரோப்பாவை எழுப்புவதில் செங்கிஸ்கானின் படையெடுப்புக்களும் துணை புரிந்தன. செங்கிஸ்கானின் வாளுடன் கூட வெடிமருந்து, காகிதம், திசைகாட்டி போன்ற உபயோகப் பொருட்களும் சேர்ந்து, இந்த நடைமுறை உலகத்தின் மதிப்பை உயர்த்தி விட்டன. ஆகவே அக்வினாவின் இச்சிந்தனையோட்டம் ஏதோ திடீர் நிகழ்ச்சியல்ல.

ஜான் லேவிஸ் அக்வினாவைப் பற்றி எழுதுகிறார்: "அவர் சிதறிக் கிடந்த பல்வேறு கருத்துக்களையும் ஓரிடத்தில் திரட்டி இணைத்து விட்டார். பின்னர் அதிலே நிரூபிக்கப்பட்ட அரிஸ்டாட்டிலின் தத்துவ இயலைச் சேர்த்துவிட்டார். இப்படி அக்வினா இயற்றிய சமூக, அரசியல், தத்துவ நூல்கள் நான்கு நூற்றாண்டுகள் வரையிலும் ஐரோப்பிய நாகரிகத்துக்கு அடிப்படைகளாக விளங்கின. மூன்று நூற்றாண்டுகள் வரை ஐரோப்பாவின் பெரும்பகுதியிலும், லத்தீன் அமெரிக்காவிலும் வீழ்ச்சியடைந்து கொண்டிருந்த வலுவான சக்தியாக விளங்கின. அக்வினா உருவாக்கிய கிருஸ்துவத் தத்துவ இயலின் புதிய பதிப்பு அதிக உயிருள்ளதாகவும், அதிக நம்பிக்கை

யளிப்பதாகவும் உலகத்திற்கு ஏற்புடையதாகவும், அதிக ஆக்க பூர்வமானதாகவும் இருந்தது... இது அரிஸ்டாட்டிலின் மறு பிறப்பே யாகும்."

அக்வினா, மாக்னஸ் ஆகியோரின் கருத்துக்களைப் பரப்புவது அவ்வளவு எளிதாக இருக்கவில்லை. பழம் சம்பிரதாயவாதிகளான கிருஸ்துவ அறிஞர்கள் அரிஸ்டாட்டிலின் பொருள் முதல்வாதத் தத்துவத்துக்குக் கிடைத்து வந்த இவ்வரவேற்பை மதத்துக்கு அபாயகர மானதாகக் கருதினார்கள். ஆனால் பவுதீக நிலைமைகள் புதிய கருத்துக்களுக்கு அனுகூலமாக இருந்தன. அதனால் அக்வினாவே வெற்றி பெற்றார். அக்வினாவின் முக்கிய நூல் 'ஸும்மா தியோலாஜிகா' ஒரு கலைக் களஞ்சியமாகும். அவரது தத்துவ இயல் இன்னும் ரோமன் கத்தோலிக்கப் பிரிவினரின் தத்துவ இயலாக உள்ளது.

(A) மனம்: அக்வினா அனைத்து அறிவின் அடிப்படை அனுபவமே என்றார். அறிவுக்குள் இருக்கும் எல்லாப் பொருள்களுமே ஒரு சமயத்தில் புலன்களுக்குள் இருந்தன. புலன்கள் என்னும் ஐந்து சன்னல்களால் மனம் ஒளிபெற்றுள்ளது. எந்த ஒரு பொருளும் கெட்டதல்ல; பொருள்களின் அடிப்படைகளே கெட்டவையாக இருக்கும். இவ்விதம் அக்வினா புலன்களையும், உடலின் வேதனை களையும், சாதாரண மனிதர்களின் அனுபவங்களையும் துச்சமானவை யாகவோ, தாழ்ந்தவையாகவோ கருதாமல், அவை மிகவும் முக்கிய மானவையாக எண்ணினார்.

(B) உடல்: நாம் முழு மானுடத்தைக் கொண்டு சிந்திக்கும் போதுதான் மனிதனை அறியமுடியும். மனமில்லாமல் மனிதன் இல்லாததைப் போலவே, உடலில்லாமல் மனிதன் இருக்க முடியாது. மனமும், உடலும் ஒன்றாக இணைந்தால்தான் மனிதன் மனிதனாக இருக்க முடியும்.

பவுதீகப் பொருள்களான உருவமற்றவைகளிலிருந்தும், கச்சாப் பொருள்களிலிருந்தும் எல்லாப் பொருள்களும் உருவாயின. அபவுதீகப் பொருள்கள் பல்வேறு உண்மை நிலைகளாக அமைத்துக் கொள்ளலாம். வாழ்வும், சிந்தனையும் உள்ள மனிதன் இவ்வுண்மை நிலைகளில் ஒன்றாகும். புதிய மாற்றங்களையும் புதிய அமைப்புகளையும் புதிய குணங்களையும் வெளிக்குக் கொண்டு வருவதுதான் பவுதீகப் பொருள்களின் சிறப்பாகும். இந்த இடத்தில் அக்வினா தனக்குத் தெரியாமலேயே மார்க்சீய பவுதீக இயலை நோக்கி நடைபோடுகிறார். பெரும் மாற்றம் ஏற்பட முடியுமானால், பவுதீகப் பொருட்கள் உணர்ச்சியையும் தோற்றுவிக்க முடியும்.

"மனிதனுக்குத் தன்னைப் பற்றிய அறிவும், தனது உணர்ச்சியைப் பற்றிய உணர்வும் பின்னால் ஏற்படுகின்றன. தான் யார் என்பதையும் அவன் பின்னால் அறிகிறான். முதன் முதலில் மனிதன் தன்னுடைய புலன்களால் பொருளைப் பார்க்கிறான். பின்னர் 'நான் பார்த்துக் கொண்டிருக்கிறேன்' என்பதை அறிகிறான். இதன் பொருள் அவன் ஏதோ ஒரு பொருளைப் பார்த்துக் கொண்டிருக்கிறான் என்பதாகும். இங்கே 'இருக்கிறது' என்பதிருக்கிறது. மனமும் வெளிப்புறப் பொருளின் நிலையை முழுதாக அறிகிறது. தன்னைப் பற்றிய அறிவோ அல்லது தனது உணர்வைப் பற்றிய உணர்வோ மனிதனுக்குப் பின்னால் இதன் அடிப்படையில் ஏற்படுகிறது. ஆகவே வெளியுலகப் பொருட்களை மறுப்பதென்பது அறிவின் அடிப்படையையே மறுப்பதாகும்."

(C) இருமை வாதம்: அக்வினாவின் உலகம் இருவகையானது. (1) நாம் நாள்தோறும் உலகத்தைப் புலன்களால் பார்த்துக் கொண்டிருக் கிறோம். (2) அவ்வுலகத்துக்குள் நிறைந்திருக்கும் மூல உருவம் (விஞ்ஞானம்) தூய்மையானதும், சிறந்ததுமான கடவுளாகும் - இதுவே அரிஸ்டாட்டிலின் தத்துவ இயலாகும். கடவுளைத்தவிரப் பல விசேஷ விஞ்ஞானங்கள் இருக்கின்றன. அவை ஜீவன்கள் என்று சொல்லப்படு கின்றன. அவை தேவர்கள், மனிதர்கள் முதலிய ஆன்மாக்களில் சிறியவையும், பெரியவையுமான அந்தஸ்துகளில் பிரிந்துள்ளன. இவ்விஞ்ஞானங்களில் தேவர்கள், மனிதர்கள் தவிர, நட்சத்திரங்களை இயக்கும் ஆன்மாக்களும் உள்ளன.

மதத்தையும் தத்துவ இயலையும் இணைக்க அக்வினா பெரு முயற்சி செய்தார். மதமும், தத்துவ இயலும் வெவ்வேறு துறைகளில் செயலாற்றுவன. அவைகளில் ஒன்று மற்றொன்றின் பணியில் தலையிடக்கூடாதென்று அக்வினா கூறினார். அகஸ்டின் (ரோஷ்த்கூட) அனைத்து அறிவும் கடவுளின் வெளிப்பாடே என்று கருதினார். ஆனால் அக்வினா புலன்களால் அறிவதற்கே முக்கியத்துவம் அளித்தார்.

அக்வினா அரிஸ்டாட்டிலின் தத்துவத்தை ஆதரிக்கும் புதிய டொமினிக்கன் துறவுப் பிரிவுடன் தொடர்புடையவர். ஃபிரான்ஸிஸ்கன் துறவிகள் அதை எதிர்த்து வந்தனர். அப்பிரிவைச் சேர்ந்த அறிஞர் களான தன்ஸ்காட்டஸூம், ஒக்கம்வாஸி விலியமும் மதத்தையும், தத்துவ இயலையும், பொருளியலுக்கும் ஒரு விஷயம் சரியானதாக இருக்கலாம்; ஆனால் அதுவே மதத்தின்படி உண்மையற்றதாக இருக்கலாம். புலன்களாலும், அனுபவத்தாலும் உண்மையை உணர முடியாது. அதை ஆத்மாவினால்தான் உணர்ந்து கொள்ள முடியும். சிவம் (நல்லது) சத்தியத்தைக் காட்டிலும் சிறந்தது. கடவுளின் ஆணைப்படி இருப்பதே சிவமாக (நல்லதாக) இருக்கமுடியும்.

கடவுளின் ஆணைப்படி நடப்பதே மனிதனின் கடமையாகும். கடவுளின் சேவைக்காக இருக்குமானால் கெட்டவையாகக் கருதப்படும் காரியங்களும் நல்லவையாக மாறிவிடுகின்றன. மதப் பீடத்தின் வாயிலாகவே நமக்குக் கடவுளின் ஆணை கிடைக்கிறது. உலகின் மேல் கடவுளுக்கு இருக்கும் அதிகாரத்தைப் போலவே, மதப் பீடமும், அதன் தலைவரான போப்பும் இந்தப் பூமியின் மேல் அதிகாரம் வகிக்கின்றனர்.

(3) ரோமென்ட் மார்ட்டினி: அக்வினாவுக்குப் பின்னர் ரோமென்ட் மார்ட்டினி பகுத்தறிவுவாதத்தையும், ரோஷ்தின் கருத்துக்களையும் பலமாக எதிர்த்தார். இவர் தனது பணிக்காகக் கஜாலியின் நூல்களிலிருந்து உதவிபெற்றுக் கொண்டார். ரோஷ்த் தனது அத்வைத விஞ்ஞானத்தை அரிஸ்டாட்டிலிடமிருந்து அல்லாமல், பிளாட்டோவிலிருந்து எடுத்துக் கொண்டாரென்று மார்ட்டினி கூறியது உண்மைக்கு நெருங்கியதாகும்.

(4) ரோமேன்ட் லிலி (கி.பி. 1224- 1315): இஸ்லாமிய மதப்போர்களுக்கு எதிராகத் துவங்கிய கிருஸ்துவ மதப்போர்களைப் பற்றி ஏற்கெனவே குறிப்பிட்டோம். பன்னிரண்டு - பதின்மூன்றாம் நூற்றாண்டுகளில் ஒரு பக்கம் இம்மதப் போர்கள் நடைபெற்று வந்த அதே நேரத்தில், மறுபக்கம் கருத்துப் போர்களும் நிகழ்ந்து வந்தன. இதனால் லட்சக்கணக்கான ஆண்- பெண்கள் நாஸ்திகர்கள், மந்திரவாதிகள் என்ற குற்றச்சாட்டின் பேரால் தீயிலிட்டு உயிருடன் கொளுத்தப்பட்டனர். இதற்காக ஐரோப்பியரைக் கண்டிக்கும் உரிமை நமக்குக் கிடையாது. ஏனெனில் பாணபட்டரின் (கி.பி. 600) கடும் விமரிசனம் முதற்கொண்டு, வில்லியம் பெண்டிக் (கி.பி. 1829) கின் கடுமையான சட்டம்வரை இருந்தும், மதத்தின் பெயரால், உடன் கட்டை ஏறுவதென்ற சடங்கின் பெயரால் உயிருடன் கொளுத்தப்பட்ட இந்தியப் பெண்களின் எண்ணிக்கை ஐரோப்பாவில் தீயிலிடப்பட்டவர்களின் எண்ணிக்கையைவிட அதிகமானது. ரோஜர் பேக்கனின் நூல்களைத் தீக்கிரையாக்குவதிலும், டொமினிக்கன்- ஃபிரான்ஸிஸ்கன் பிரிவினரின் தகராறுகளிலும் ஐரோப்பாவில் நாம் கருத்துப் போர்களைக் காணலாம். இப்படிப்பட்ட சூழ்நிலையில்தான் ரோமேன்ட் லிலி இத்தாலியில் ஒரு செல்வந்தர் குடும்பத்தில் பிறந்தார். முதலில் அவர் ஆடம்பர வாழ்க்கை வாழ்ந்து கொண்டிருந்தாலும், திடீரென்று தன்னைச் சீர்திருத்திக் கொண்டார். அத்துடன் இஸ்லாமை உலகத்திலிருந்தே ஒழித்துவிட வேண்டுமென்னும் பைத்தியக்கார எண்ணம் அவரைப் பிடித்துக் கொண்டுவிட்டது. அவர் ஐரோப்பாவிலிருந்த எல்லாக் கிருஸ்துவர்களையும் மதப் போர்களில் பங்கெடுக்கச் செய்ய வேண்டுமென்று விரும்பினார். இதற்காக விலகி கி.பி. 1287-ல்

போப் ஹோனேரியஸின் அவைக்குச் சென்று, தனது கருத்துக்களை வெளியிட்டார்: இஸ்லாமை ஒழித்துக்கட்ட ஒரு மாபெரும் படையை உருவாக்க வேண்டும். இஸ்லாமிய நாடுகளில் பணியாற்றத் தகுந்த புலவர்களை உருவாக்கப் பல்கலைக்கழகங்களை நிறுவ வேண்டும். ரோஷ்தின் நூல்களை மத விரோதமானவை என்று பிரகடனப்படுத்த வேண்டும். இத்தாலியில் தனது முயற்சி பலிக்காமற்போகவே அவர் பிரான்ஸ், ஸ்விட்ஸர்லாந்து ஆகிய நாடுகளில் சுற்றுப் பயணம் புரிந்தார். 1311-ல் வியன்னாவில் (ஆஸ்திரியா) கிருஸ்துவர்களின் ஒரு மாபெரும் மாநாடு நடைபெற்றது. அங்கேயும் லிலி சென்றார். ஆனால் அங்கேயும் அவரது முயற்சி வெற்றிபெறவில்லை. இதே ஏமாற்றத்தில் அவர் 1315-ல்காலமாகி விட்டார். ரோமேன்ட் ஒரு அறிஞர். அவர் ரோஷ்தின் நூல்களையும், மற்ற தத்துவ மேதைகளின் நூல்களையும் கற்றறிந்தார். சில எழுதவும் செய்தார். அவரது இஸ்லாமிய எதிர்ப்புக் கருத்துக்கள் பூமியில் விழுந்து காலத்தை எதிர்நோக்கி இருந்தன.

3. இஸ்லாமியத் தத்துவமும் பல்கலைக்கழகங்களும்

1. பாரிஸும் ஸோர்போனும்

ஃபிரான்ஸிஸ்கன் பிரிவு தனது கோட்டையான ஆக்ஸ்ஃபர்டி லிருந்து இங்கிலாந்துக்குள் மட்டுமே பரவியிருந்தது. மேற்கு ஐரோப்பாவில் இஸ்லாமியத் தத்துவ இயலின் பிரசார மையமாக பாரிஸ் நகரம் விளங்கியது. அதற்கு ஒரு முக்கிய காரணம், ஸ்பெயினி லிருந்து நாடு கடத்தப்பட்ட யூதர்கள் பெரும் எண்ணிக்கையில் பாரிஸில் வாழ்ந்ததுதான்! இவர்கள் ரோஷ்தின் நூல்களையும், மற்ற தத்துவாளர்களின் நூல்களையும் அராபிய மொழியிலிருந்து மொழி பெயர்ப்பதில் முக்கிய பங்காற்றினர். அங்கே ரோஷ்த் ஆதரவாளர் களின் ஒரு குழுவும், எதிர்ப்பாளர்களின் ஒரு குழுவும் இருந்தன. ஸோரபோன் பல்கலைக்கழகம் ரோஷ்த் எதிர்ப்பாளரின் கோட்டை யாகவும், அதற்கருகிலேயே பாரிஸ் பல்கலைக்கழகம் ஆதரவாளர் களின் மையமாகவும் திகழ்ந்தன. பாரிஸ் பல்கலைக்கழகத்தின் கலைப்பிரிவுப் பேராசிரியரான ஸீஜர் பிராபென்த் (மறைவு: கி.பி. 1284) ரோஷ்தின் பலத்த ஆதரவாளர். இக்கருத்துக்களுக்கு அவர் மத விரோதியென்று குற்றஞ்சாட்டப்பட்டுச் சிறையில் தள்ளப்பட்டார். கடைசியில் ஓர்பீட்டோ சிறையில் அவர் காலமானார். இன்னும் பாரிஸில் அவரால் தரப்பட்ட அராபிய தத்துவ இயல் நூல்கள் நிறைய இருக்கின்றன.

பாரிஸ் பல்கலைக்கழகத்துக்கு மாறாக, ஸோரபோன் மதவாதி களின் கோட்டையாக இருந்தது. அதனாலேயே அது இன்றும் 'லத்தீன் பேட்டை' என்று அழைக்கப்படுகிறது போலும். அது தற்பொழுது

பாரிஸ் நகரின் ஒரு பகுதியாகிவிட்டது. போப்புக்கு ஸோரபோன்மீது பாசமும், பாரிஸின் மேல் சினமும் ஏற்படுவது இயற்கையேயாகும். ஸோரபோன் ஆட்களின் தூண்டுதலால் கிபி. 1217-ல் போப் கலகத்தைத் தூண்டும் தர்க்கவியலைக் கற்பிக்கக்கூடாதென்று பாரிஸ் பல்கலைக் கழகத்துக்குத் தாக்கீது அனுப்பினார். உண்மையில் அராபியத் தத்துவ இயலின் சர்ச்சையைத் தடுத்து நிறுத்துவதே இதன் நோக்கமாகும். பிற்காலப் போப்புகளும் இதுபோன்ற தாக்கீதுகளைப் பிறப்பித்து அராபியத் தத்துவ இயலை மதவிரோதமென்று ஒரு மாநாடு கூட்டப்பட்டது. அதில் கீழ்க்கண்ட சித்தாந்தங்களை ஏற்றுக் கொள்பவர்களை நாஸ்திகர்கள் என்று பிரகடனப்படுத்தப்பட்டது:

1. எல்லா மனிதர்களுக்குள்ளும் ஒரே ஆன்மா இருக்கிறது.

2. உலகம் இடையில் படைக்கப்பட்டதல்ல.

3. மானிட இனம் ஒரு குறிப்பிட்ட மனிதருடன் முடிவு பெறுவதில்லை.

4. ஜீவன் உடலுடன் கூடவே அழிந்துவிடுகிறது.

5. கடவுள் தனிநபர்களைப் பற்றி அறிந்திருப்பதில்லை.

6. பக்தர்களின் (மனிதர்களின்) செயல்களின் மேல் கடவுளுக்கு எவ்விதக் கட்டுப்பாடும் கிடையாது.

7. கடவுளால் அழியும் பொருளை அழியாததாக்க முடியாது.

இத்தனைத் தடைகள் இருந்தும் பாரிஸ் பல்கலைக்கழகத்தில் இஸ்லாமியக் கல்வி நின்றுவிடவில்லை.

2. பதுவாப் பல்கலைக்கழகம்

ஐரோப்பாவில் ஸிஸலி தீவும், ஸ்பெயினும் இஸ்லாமிய ஆட்சிக்குட்பட்டிருந்ததால் இவற்றின் 'வழியாக'வே இஸ்லாமியத் தத்துவ கருத்துக்களும் ஐரோப்பாவிற்குள் நுழைந்தன. ஸிஸலி தீவு இத்தாலிக்குத் தெற்கிலுள்ளது. இங்கிருந்தே இத்தாலிக்கும், ஸ்பெயினி லிருந்து பிரான்ஸுக்கும் இஸ்லாமியக் கருத்துக்கள் பரவின. இத்தாலியிலிருந்த பதுவாப் பல்கலைக்கழகமும் இஸ்லாமியத் தத்துவத்தைக் கற்பித்து ஐரோப்பா முழுவதும் புகழ்பெற்றிருந்தது. குறிப்பாக ரோஷ்தின் தத்துவ இயலைக் கற்பிப்பதில் இப்பல்கலைக் கழகம் அனேக நூற்றாண்டுகள்வரை புகழ் பெற்றிருந்தது. இங்கே ரோஷ்த் குறித்துப் பல விளக்கவுரைகளும், விரிவுரைகளும் எழுதப் பட்டன. பதின்மூன்றாம் நூற்றாண்டிலிருந்து ரோஷ்த் தத்துவ இயலின் கடைசிப் பேராசிரியரான தே கிரிமோனி (மறைவு: கி.பி. 1631) வரை இங்கே இஸ்லாமியத் தத்துவ இயல் போதிக்கப்பட்டது.

பதினாறாம் நூற்றாண்டில் இப்ன ரோஷ்தின் நூல்களின் புதிய லத்தீன் மொழிபெயர்ப்புகள் உருவாக்கப்பட்டன. இப்பணியில் பதுவாப் பல்கலைக்கழகத்தின் பங்கு சிறப்பானது. இம்மொழி பெயர்ப்பாளர்களில் பேராசிரியர் வீரோனா நேராகக் கிரேக்க மொழியிலிருந்து சில புத்தகங்களை மொழிபெயர்த்தார். பந்தேஸியோ என்னும் மற்றொரு பேராசிரியரின் பல விளக்கவுரைகள் இன்றும் பதுவா நூல் நிலையத்தில் இருக்கின்றன.

கிரிமோனி: *ஜ்ராபாலியின் சீடரான ஸீஜர் கிரிமோனி (மறைவு 1631) இஸ்லாமியத் தத்துவ இயலின் கடைசிப் பேராசிரியர் மட்டுமல்ல; சிறந்த அறிஞரும்கூட இவரது சொற்பொழிவின் பல குறிப்புகள் இன்றும் இத்தாலியின் பல நூல் நிலையங்களில் காணக்கிடக்கின்றன. கிரக, நட்சத்திரங்களைத் தவிர, கடவுளை நிருபிக்கும் வேறெந்த அத்தாட்சியும் இல்லையென்பது ஜ்ராபீலாவைப் போன்றே இவரது கருத்துமாகும். கடவுள் தன்னைப்பற்றி மட்டுமே அறிவாரே தவிர, தனிநபர்களைப் பற்றி அறியமாட்டார் என்ற ரோஷ்தின் கருத்தே இவரது கருத்தும். இப்படிப்பட்ட கருத்துக்கள் நாஸ்திகக் கருத்து களென்று கிருஸ்துவ மதம் கூறிவந்தது. இக்குற்றச்சாட்டிலிருந்து தப்பித்துக் கொள்ள கிரிமோனி சொன்னதைக் கேளுங்கள்: “ஜீவனைக் குறித்து நாம் எப்படிப்பட்ட நம்பிக்கை கொண்டிருக்க வேண்டு மென்று இப்புத்தகத்தில் நான் கூற விரும்பவில்லை. ஜீவனைக் குறித்து அரிஸ்டாட்டில் கருத்துக்களை மட்டுமே இங்கு நான் விவரிக்க விரும்புகிறேன். தத்துவ இயல் விமரிசனம் என்னுடைய வேலை அல்ல. இவ்வேலையைப் புனித தாமஸ் ஆகியோர் சிறப்புறச் செய்துள்ள ரென்பதைக் கவனத்தில் கொள்க!” அபபடியிருந்தும் 1619 ஜூலை மூன்றாம் நாள் கிரிமோனிக்குப் பதுவாவின் அரசாங்க அதிகாரியிட மிருந்து கீழ்க்காணும் உத்தரவு கிடைத்தது. “பாடம் சொல்லும்போது மதத்திற்கு விரோதமான பத்துப் பன்னிரண்டு சித்தாந்தங்களைப் பேராசிரியர்கள் கண்டிக்க வேண்டுமென்று லேத்தான் கவுன்சில் பேராசிரியர்களை எச்சரிக்கிறது. ஏதாவது மேற்கோள்காட்ட வேண்டு மானால், அதனால் மாணவர்கள் கெட்டுவிடாமல் கவனமாக இருக்க வேண்டும். நீங்கள் இவ்வுத்தரவை அமுல்படுத்துவதில்லையாதலால், அடிக்கடி உங்களை எச்சரிப்பது எனது கடமையாகும்.”*

கிரிமோனி இதற்குப் பதிலளிக்கும் வகையில் ஒரு நீண்ட கடிதம் எழுதினார்: “அரிஸ்டாட்டிலின் தத்துவ இயலைக் கற்பிப்பதற்காகவே எனக்குப் பல்கலைக்கழகம் ஊதியம் வழங்குகிறது. இப்பணிக்குப் பதிலாகப் பல்கலைக்கழகம் எனக்கு வேறு பணி அளிக்க விரும்பினால் நான் என்னுடைய வேலையை ராஜினாமா செய்யத் தயாராயிருக்கிறேன். அப்பணியை வேறொருவருக்குத் தரப் பல்கலைக்கழகம் உரிமை

படைத்திருக்கிறது. நான் பேராசிரியராக இருக்கும்வரை என்னுடைய பதவியின் கடமைக்கு விரோதமாகப் பணியாற்றமாட்டேன்.”

கிரிமோனியின் மறைவுடன் (கி.பி. 1631) ஐரோப்பாவில் இஸ்லாமியத் தத்துவ இயல் கற்பது மட்டும் முடிந்து விடவில்லை. அத்துடன் பழைய உலகமே மாறிவிடுகிறது. கிரிமோனிக்குப் பிறகு ஸஸீதோ பேராசிரியரானார். அவரிடையே புதிய தத்துவத்தின் செல்வாக்கு தென்படுகிறது. அவருக்குப் பின்னர் பிரேகார்ட் புராதனக் கிரேக்கத் தத்துவத்தைப் போதிக்கிறார். கி.பி. 1700ல் ஃபார்தேலாவுடன் பழைய பரம்பரை முடிந்து, பழைய தத்துவ இயலுக்குப் பதிலாக தே கார்ட்டின் தத்துவ இயல் பாடத் திட்டத்தில் இடம் பிடித்துக் கொள்கிறது.

4. ஐரோப்பாவில் இஸ்லாமியத் தத்துவ இயலின் முடிவு

தன் ஸ்காட்டஸ், ரோஷ்தின் தத்துவம் மானுடத்திற்கு உகந்ததல்ல வென்று கூறியதைக் கண்டோம். இதனால் மதத் துறையில் ரோஷ்துக்குக் கெட்ட பெயர் ஏற்பட்டுவிட்டது. ஆனால் அதே சமயத்தில் எல்லாவிதச் சுதந்திரம் விரும்புபவர்கள்- குறிப்பாகக் கருத்துச் சுதந்திரம் விரும்பிகள்- ரோஷ்தின் பதாகையின் கீழ்த் திரளவாரம்பித்தனர். அவர்கள் பல்வேறு இடங்களில் குழுக்களை அமைத்தனர். இக்குழுக்களில் ஒன்றின் பெயர் 'சுதந்திரபுத்திரர்' என்பதாகும். இக்குழுவினர் உலகையே கடவுளாகவும், உலகப் பொருள்களைக் கடவுளின் அம்சங்களாகவும் கருதினர். கிருத்துவ மதபீட நீதிமன்றங்களில் அவர்களைத் தீயிலிட்டுக் கொளுத்தும் தண்டனை அளிக்கப்பட்டு வந்தது. அவர்களும் மகிழ்ச்சியுடன் தீக்குளித்து இறந்து கொண்டிருந்தனர். 'சுதந்திரப் புத்திரரில்' எத்தனையோ பேர் பெண்களும் இருந்தனர். அவர்களும் அந்த அக்னிப்பரீட்சையில் தேறினர்.

பாதிரிமார்கள் இம்மத எதிர்ப்புக்குப் பிரடரிக்கையும், இப்ன ரோஷ்தையும் பொறுப்பாளிகளாக்கினர். ஆயினும் அவர்களது தாக்குதலால் ரோஷ்த் தத்துவ இயலுக்கு - அல்லது பழைய தத்துவ இயலுக்கு- எவ்விதத் தீங்கும் நேரவில்லை.

பதினான்காம் நூற்றாண்டில் துருக்கியர் பிஜன்டீன் கிருத்துவ ராஜ்ஜியத்தின்மேல் படையெடுத்து அதிகாரம் செலுத்தவாரம்பித்தனர். இப்படிப்பட்ட யுத்தகங்களின்போது- அரசியல் கொந்தளிப்பின் போது- மக்கள் மூலைக்கொருவராகச் சிதறிப் போவது இயற்கையே. கான்ஸ்டான்டிநோபிள் (இன்றைய இஸ்தான்புல்) பழங்காலத்தில் பிஜன்டீன் என அழைக்கப்பட்டு வந்தது. புராதன ரோமானியப் பேரரசின் வாரிசாக அது விளங்கியதால் அதற்குப் பெருமதிப்பு இருந்ததுடன், அது கல்வி, பண்பாட்டு நிலையமாகத் திகழ்ந்தது. கிருஸ்துவ மதத்தின் இருபிரிவினரான புதுமைவாதிகள் (கேதலிக்குகள்), சனாதனிக்கள் (ஆர்த்தடக்ஸ்கள்) ஆகியோரில் சனாதனிக்களின்

பேட்ரியார்க் (மகா மதகுரு) பிஜன்டீனிலேயே இருந்து வந்தார். கேதலிக் மதபீட மொழியாக லத்தீன் இருந்து வந்ததைப் போலவே, கிழக்கத்திய மதபீட மொழியாகக் கிரேக்க மொழி விளங்கிவந்தது. துருக்கியரின் படையெடுப்பின்போது அங்கிருந்து ஓடிப்போனவர் களில் எத்தனையோ கிரேக்க இலக்கியப் புலவர்களும் இருந்தனர். அவர்கள் தம்முடன் விலைமதிப்பற்ற கிரேக்க நூல்களை எடுத்துக் கொண்டு கிழக்கிலிருந்து ஓடிச் சென்று இத்தாலியில் குடியேறினர். இந்நூல்களைப் படித்த அங்கிருந்த அறிஞர்களின் அறிவு மலர்ந்தது. கிரேக்க மூல நூல்களைவிட்டுக் கிரேக்க மொழியையே அறியாத எழுத்தாளர்களின் விளக்கவுரைகளையும், சுருக்கங்களையும் படிக்க வேண்டிய அவசியம் என்ன இருக்கிறது?

பிதாரக் (கி.பி. 1304- 74): ரோமேன்ட் லிலி (1224-1315) இஸ்லாமை வேரோடு அழித்துவிட எவ்வளவோ முயற்சி செய்தாலும், அதில் அவரால் வெற்றிபெற முடியவில்லை. எனினும் அவருடைய உயிலின் ஒரு பகுதியான- ஐரோப்பாவில் இஸ்லாமியத் தத்துவ இயல் போதிப்பதை முடிவுக்குக் கொண்டு வர வேண்டுமென்பதை- நிறைவேற்றுவதற்காகவே தஸ்கேனியில் பிதாரக் பிறந்தார். அவருடைய தந்தை அவரை வழக்கறிஞராக்க விரும்பினாலும், பிதாரக்கின் மனம் அதில் ஈடுபாடு கொள்ளவில்லை அவர் லத்தீன், கிரேக்க மொழிகளில் நல்ல புலவர். தத்துவ இயலைப் பற்றியும், ஆசார இயலைப் பற்றியும் அவர் எழுதிய நூல்கள் இன்றும் கிடைக்கின்றன. 'மதப்போர்' என்னும் சித்தாந்தம் ஐரோப்பியச் சிந்தனையிலேயே எப்படி நஞ்சு கலந்து விட்டதென்பதற்குப் பிதாகரின் எண்ணமே நல்ல அத்தாட்சியாகும்: "அராபியர் கலைக்கும், கல்விக்கும் எவ்விதப் பணியும் ஆற்றவில்லை. ஆனால் அவர்கள் கிரேக்கப் பண்பாடு கலைகளில் சில விஷயங்களைப் பேணி வளர்த்தார்களென்பதும் உண்மைதான்." கிரேக்கப் பண்பாடு, கலை ஆகியவற்றின் மூல விஷயங்கள் நமக்குக் கிடைத்துவிட்ட பின்னர் அராபியரின் எச்சில் இலைகளுக்காக அலைய வேண்டிய அவசியம் என்ன இருக்கிறதென்று பிதாரக் கேட்டார். அவர் தனது நண்பரொருவருக்கு எழுதிய ஒரு கடிதத்திலிருந்து அராபியர் மேல் அவருக்கிருந்த சீற்றத்தை அறியலாம்: "அராபியர் என்னும் இனத்தவர் உலகத்திலேயே இருந்ததில்லை என்னும் அளவுக்கு நீ அவர்களை மறந்துவிட வேண்டுமென்று நான் எதிர்பார்க்கிறேன். நான் அவ்வினத்தையே பூராவே வெறுக்கிறேன். கிரேக்கம் தலைசிறந்த தத்துவ மேதைகளையும், மருத்துவர்களையும், கவிஞர்களையும், பேச்சாளர்களையும் உருவாக்கிற்றென்பதை நன்றாக நினைவில் வைத்துக் கொள். கிரேக்க அறிஞர்கள் எழுதாத விஷயங்கள் உலகத்தில் என்ன இருக்கின்றன? ஆனால் அராபியரிடம் என்ன இருக்கிறது? பிறரின் எஞ்சியுள்ள செல்வம்தானே. நான் அராபியத் தத்துவாளர் களையும், மருத்துவர்களையும், கவிஞர்களையும் நன்கு அறிவேன்.

அராபிய இனத்திடமிருந்து எப்பொழுதுமே நல்லதை எதிர்பார்க்க முடியாதென்பது எனது கருத்தாகும்... நீயே சொல்லேன். கிரேக்க மொழிப் பேச்சாளர்களான தெமஸ்தனீஜ், ஸிஸரோ போன்ற பேச்சாளர்கள், கிரேக்க கவிஞர்களான ஹோமர், வர்ஜில் போன்ற கவிஞர்கள், கிரேக்க வரலாற்றாசிரியர்களான ஹெரோதோத்தஸ், தீத்தஸ் லெவி போன்ற வரலாற்றாசிரியர்கள் உலகத்தில் வேறெங்கே யாவது பிறந்திருக்கிறார்களா?... நமது இனத்தின் சாதனைகள் சில குறிப்பிட்ட துறைகளில் எல்லா இனத்தவரின் சாதனைகளைவிடச் சிறந்தவையாகும். அராபியரைவிடத் தன்னைத் தாழ்ந்தவனாக நீ எண்ணிக் கொள்வது எப்படிப்பட்ட முட்டாள்தனம். நமது மகத்தான செயல்களை மறந்துவிட்டு அராபியர் புகழ் பாடுவதில் மூழ்கி விட்டிருக்கும் உன்னுடைய பைத்தியக்காரத்தனத்தை என்னென்பது? இத்தாலியின் பகுத்தறிவே! நீ மீளாத் துயிலிலிருந்து விழித்தெழவே மாட்டாயா?"

பிதாகருக்குப் பிறகு 'இத்தாலியின் பகுத்தறிவு' விழித்தெழுந்தது. கிழக்கிலிருந்து ஓடிவந்த கிரேக்கத் தத்துவ அறிஞர்கள் பல இடங் களிலும் கிரேக்கத் தத்துவமும், இலக்கியமும் கிரேக்க நூல்களைக் கொண்டே போதிக்கும் கல்வி நிலையங்களை அமைத்தனர். ஆரம்ப காலக் கிரேக்க ஆசிரியர்களில் காஜா (மறைவு: கி.பி. 1478) ஜார்ஜ் தே திரேபர்விந்த் (மறைவு: 1484) ஜார்ஜ் கோலாரியஸ் போன்றோர் மிகவும் புகழ் பெற்றவர்கள்.

பதுவாவின் வரலாற்றிலும், இத்தாலியின் வரலாற்றிலும், கி.பி. 1497 நவம்பர் நான்காம் நாள் மிகவும் குறிப்பிடத்தக்கதாகும். அன்றே பேராசிரியர் ஸ்யுனியஸ் பதுவாப் பல்கலைக்கழகத்தில், ஆயிரத்து எண்ணூறு ஆண்டுகளுக்கு முன்னே ஏதென்ஸ் நகரில் அரிஸ்டாட்டில் போதித்த அதே மொழியில் அரிஸ்டாட்டிலின் தத்துவ இயலைப் போதித்தார். காலச் சக்கரத்தைப் பின்னுக்குச் சுழற்றிவிட்டோமென்று பழமை விரும்பிகள் பெருமைப்பட்டுக் கொண்டாலும் அது அவர் களால் முடியாத காரியமென்பதை வரலாறு பின்னால் நிரூபித்தது.

கி.பி. 1497 நவம்பர் நான்காம் தேதிக்குப்பிறகும் பதுவாவில் ரோஷ்தின் தத்துவ இயல் போதிக்கப்பட்டதென்பதை முன்பே கூறினோம். பதினேழாம் நூற்றாண்டில் 'ஜேஸுட்' பிரிவினர் ரோஷ்தையும் தாக்கத் துவங்கினர்; ஆனால் சந்தடியின்றி நடந்து கொண்டிருந்த பெரும் தாக்குதல் விஞ்ஞானத் தாக்குதலாகும்; கலீலியோவின் தொலைநோக்கி, நியூட்டனின் பூமி ஈர்ப்பு சித்தாந்தம், ஆவி இயந்திரம் ஆகியவற்றின் தாக்குதலாகும் அது!

•••